Giai phẩm

CHÍNH VĂN

TIẾNG NÓI CỦA NGƯỜI VIỆT
KHÔNG QUÊN GỐC

Chủ biên
HỒNG DƯƠNG

Biên tập
TÔ-NGỌC, SƠN TÙNG
TRẦN KIÊM ĐOÀN
HÀ MAI LAN, VY TRẦN
HOÀNG DUY ANH
HOÀI LINH PHƯƠNG
NGUYỄN HỮU LÝ
AMY DƯƠNG
TRẦN QUÝ TRÂM
HOÀI HƯƠNG

ĐPV Sacramento: **Philip Nguyễn**
ĐPV San Jose: **Lê Diễm**
ĐPV Dallas: **Như Phước, Henry Đăng**
Bảo trợ QC:
Mỹ Tiên : 916-743-1447
TINA : 916-267-5680

CHÍNH VĂN
GIAI PHẨM
XUÂN ẤT TỴ
2025

Thư từ và bài vở xin liên lạc
Giai phẩm CHÍNH VĂN
7005 Walter Ave.
SACRAMENTO, CA 95828
ĐT: (916) 509-4445, (916) 230-6172
e-mail: baochinhvan@gmail.com

Lá thư Tòa soạn

Kính thưa Quý đọc giả !

Kính thưa Quý vị thân hữu, Quý vị độc giả, Quý vị văn hữu.

Lại một năm trôi qua rất nhanh và quá nhanh... quỹ thời gian không ngừng trôi...

Ngậm ngùi quá khứ vui buồn... hướng về tương lai... Hy vọng ... ước mơ...

Kính chúc Quý bạn một mùa xuân sức khỏe... Hạnh Phúc ... đón chờ một năm mới nhiều hy vọng... an lành.

Trân trọng,
Thay mặt Ban biên tập Chính Văn

Hồng Dương

MINH XÁC

Giai phẩm CHÍNH VĂN do một nhóm văn thi hữu chủ trương, dù rộng mở đến tất cả các cây bút trong tình thân hữu nhưng không nhân danh hay đại diện cho tập thể nào.

Quan điểm của bài viết là của cá nhân tác giả, không hẳn phản ảnh chung của Ban biên tập hay nhóm chủ trương.

XIN LƯU Ý

Những thông tin về thảo dược đăng trên giai phẩm CHÍNH VĂN chỉ có tính cách thông tin phổ biến không mang tính cách trị liệu.

TRONG SỐ NÀY

CHÂN THÀNH CẢM TẠ
QUÍ VỊ ÂN NHÂN
ĐÃ ỦNG HỘ GIÚP ĐỠ
THÔNG TIN THƯƠNG MẠI
DÀI HẠN VÀ QUÝ ĐỘC GIẢ
ĐẶT MUA DÀI HẠN

Giai phẩm Chính Văn xin hân hạnh giới thiệu

Tuyển tập phóng sự của nhà văn, nhà báo Tô Ngọc

1 TRONG 2 TÁC PHẨM CUỐI CÙNG CỦA NHÀ VĂN TÔ NGỌC

Cuốn Tuyển tập Tô Ngọc 1

"SỰ ĐỜI"

Gồm những phóng sự, bài viết đã được đăng trên báo Văn-Nghệ Tiền-Phong thập niên 60-70... để hồi ức lại những kỷ niệm đẹp của Sài-Gòn năm xưa.

"Anh rời Việt Nam, không nuối tiếc nhà cửa, không nuối tiếc quê hương nhiều khổ đau... Hành trang quan trọng của anh là va-ly đựng bản thảo của anh và Ông Cụ (nhà soạn kịch Ngô Văn Thuật), những trang giấy và trang báo pelure mỏng manh không còn nguyên vẹn. Anh để yên trong va-ly, lâu lâu soạn ra nhìn, nhưng không hề nghe anh có ý định tái bản, chỉ có vài cuốn do báo Thằng Mỏ phát hành, vì anh đã nhìn thấy sự mai một của văn chương Việt ngữ hải ngoại. Và, tôi cũng quý hành trang, 'gia tài' anh để lại cho tôi... nên chỉ với ước mơ in ra thành Tuyển Tập để lưu lại chút kỷ niệm một đời của anh, và cũng hy vọng để lại ít nhiều hình ảnh của Sài-Gòn năm xưa."

Phát hành : Amazon/ Báo Chính Văn

https://www.amazon.com/gp/product/1087861829/ref=ppx_yo_dt_b_asin_image_o00_s00?ie=UTF8&psc=1

Rất mong sẽ được sự đón nhận của Quý vị độc giả gần xa.
Xin trân trọng cám ơn.

Giai phẩm Chính Văn & Lệ Hằng

Quét mã QR này

Giai phẩm Chính Văn xin hân hạnh giới thiệu

Tuyển tập về thảo dược của

Chuyên viên dược phòng Amy Ngọc

Chuyên viên Dược phòng AMY NGỌC

Phát hành : Amazon/ Báo Chính Văn

Rất mong sẽ được sự đón nhận của Quý vị độc giả gần xa.
Xin trân trọng cám ơn.

Dương Lệ Hồng
Amy Ngọc

Giai phẩm Chính Văn xin hân hạnh giới thiệu

CHÍNH VĂN XUẤT BẢN NĂM 2024

TRỌN BỘ BA TẬP TRUYỆN CỦA

Anh Phương TRẦN VĂN NGÀ

CHUYỆN TÌNH TRÊN ĐỈNH NÚI

Phát hành : Amazon/ Báo Chính Văn năm 2024

Rất mong sẽ được sự đón nhận của Quý vị độc giả gần xa.
Xin trân trọng cám ơn.

Lời cảm tạ

Quý bạn thân hữu kính mến !

Chân thành cảm tạ quý thân hữu với trái tim (Herzlich Danke) dù trong mùa lễ nhiều bận rộn và thời tiết có thể bị... không ổn định... chúng ta đã cùng có buổi gặp gỡ thân tình chia sẻ với gia đình chúng tôi trong ngày tưởng nhớ gia tộc và anh Tô Ngọc. Người bạn /người thân của chúng ta đã ra đi... nhưng vẫn còn niềm nhớ trong chúng ta… Nhà báo Trần Văn Ngà vẫn còn rất minh mẫn kể lại nhiều kỷ niệm với anh Tô Ngọc từ khi còn ở VN qua đến Sacramento... mà định mệnh luôn kết hợp hai người với nhau... như những lời thân thương của nhà thơ NGUYỄN PHÚC SÔNG HƯƠNG (mà anh Tô Ngọc vẫn thường nói... là nhà thơ có tài năng… từ bản chất)... TS Trần Kiêm Đoàn (nhà điêu khắc ngôn ngữ)... anh Lê Trọng Nghĩa, chị Tina dù thời gian đã có chút ảnh hưởng vẫn nhớ những kỷ niệm với anh Tô Ngọc.

Chị Cao Thanh Tâm phu nhân của BS Tôn Thất Sang… là người thân gần anh Tô Ngọc với bà cụ cũng đã nhắc lại nhiều kỷ niệm thân thương, kể sự có hiếu của anh Tô Ngọc.

Cũng không thể nào không nhớ đến ban nhạc với sự tổ chức của nhạc sĩ Việt Cường và VC Điệp Trung… Tin, đã kết hợp với những anh em khác đã tạo thành một ban nhạc... rất chuyên nghiệp... cùng với tiếng hát đặc biệt của BS Nguyên... rất hay và... cũng chuyên nghiệp như nghề nghiệp chính của BS.... Ban nhạc và nhiều giọng ca… như chuyên nghiệp đã góp phần rất sôi động cho buổi lễ giỗ/và họp mặt Thân hữu hôm nay... xin gởi lời chân tình cảm tạ.... như những lời thân thương của nhà thơ NGUYỄN PHÚC SÔNG HƯƠNG (mà anh Tô Ngọc vẫn thường nói... là nhà thơ có tài năng… từ bản chất (VĂN TÀI).

Các em Bùi Nghị Định, Anna Nhung... lâu quá không gặp nhưng cũng hiện diện... Anh chị Võ Huỳnh Triều… dù bận bịu cũng đã đến chia sẻ. Thanh, Hoành, Tài vẫn không quên chúng tôi...

Anh Bảy Hoá... dù bận rộn với gia đình trong ngày lễ... cũng ghé qua thắp nén nhang.... vẫn nhớ những kỷ niệm với anh Tô Ngoc lúc còn gần gũi nhau... chị Kiều Mỹ Duyên không đến được nhưng vẫn gởi bài Tạ ơn và nhắc nhở qua điện thoại những tình nghĩa với anh Tô Ngọc... không quên Anh Canh, chị Diễm...và nhiều bạn bè thân hữu không đến được vẫn quan tâm nhờ thắp nén nhang tưởng nhớ đến đến anh Tô Ngọc... thật là quý hoá quá...

Và đặc biệt dù nhiều việc bận rộn TS Trần Diệu Chân (Minh Thi - Giám Đốc Đài Tiếng nước tôi) cũng đã đến... và những lời chia sẻ chân.

Và anh Lại Quốc Hùng với tài năng làm MC sẵn có và kinh nghiệm cũng đã có sự giới thiệu tiểu sử anh Tô Ngọc rất chu đáo...

Định, Anna, Hương Lâm, Cúc, Kenny cũng vẫn nhớ đến cô và Bác Tô Ngọc (cảm động lắm) anh chị Mùi, anh chị Độ, Hoa…

Cũng không thể nào không nhớ đến ban nhạc với sự tổ chức của nhạc sĩ Việt Cường và VC Điệp Trung, Tin, LE đã kết hợp với những anh em khác đã tạo thành một ban nhạc .. rất chuyên nghiệp .. cháu Phát đã mở đầu với bản nhạc HÒN VỌNG PHU (CÓ LẼ ĐỂ TẶNG BÁC) ĐIỆU NHẠC PASO ĐÃ KHỞI ĐẦU CHƯƠNG TRÌNH VĂN NGHỆ rất hào hứng nếu còn bác Tô Ngọc là đã cùng nhau mở đầu chương trình khiêu vũ rồi.

Buồn !!!

Đặc biệt nhóm bạn thân của cháu Thanh Tú đã từ Sanjose không ngại đường xa cũng đã đến để chia sẻ với gia đình hôm nay, đến thắp nén nhang hồi hướng hương linh của bác Tô Ngọc và tổ tiên... Hiển đã góp phần giúp vui rất... hay và như chuyên nghiệp, VC CHÍNH, NGÂN, KIMBERKY… ĐẶC BIỆT TRINH VÀ CHỒNG DÙ KHÔNG PHẢI NGƯỜI VN NHƯNG CŨNG ĐÃ HÒA ĐỒNG VỚI MỌI NGƯỜI... Nhiều bạn bè không đến được như Bs Bảo... anh Tân.... nhập viện thình lình... anh Canh bạn tri kỷ với anh Tô Ngọc cũng đã gởi lời thắp nén nhang cho anh Tô Ngọc và nhiều bạn hữu khác vì nhiều lý do thình lình không đến được cũng đã ân cần gọi thăm.

Anh chị Thanh Bình, chị Mỹ dự ngày lễ rất bận nhưng cũng ghé qua... Hương Cúc Kenny, Lâm, cũng vẫn thân tình với gia đình như ngày nào. Thật là quý hóa !

Đặc biệt năm này có sự hiện diện của cháu Phát, bạn bè của cháu.

Cháu Thanh cũng đã chu đáo làm nhiều món ăn... với sự giúp đỡ của cháu Tú... chị Tuyết dù sức khỏe yếu cũng đến ... và đã cho bác những lời tốt đẹp, chân tình... an ủi Bác rất nhiều nhiều...

Chị Dư Thị Diễm Buồn không đến được nhưng đã có một bài chia sẻ… rất cảm động.

Stevan Nguyễn và bạn cũng đến từ Sanjose dù từ lâu không gặp, Mary... Chị Lợi, Nga, đã phụ giúp như mọi năm... Phương, Dương Anh, Phùng Tuấn Vũ, Hoa hậu Helen Đặng... anh chị Mùi – Oanh… vẫn không quên, anh Độ và Hoa người bạn từ VN cố tri của anh Ngọc, vẫn còn sức khỏe để đến hôm nay...

Xin chân thành cảm tạ với những cảm động chân tình nhất từ gia đình chúng tôi.

Gia đình Tô Ngọc – Lệ Hồng.

Trang thơ Tran Trung Dao

Xuân về nhớ Mẹ

Nhấc chiếc phone lên bỗng lặng người
Tiếng ai như tiếng lá thu rơi
Mười năm mẹ nhỉ, mười năm lẻ
Chỉ biết âm thầm thương nhớ thôi

Buổi ấy con đi chẳng hẹn thề
Ngựa rừng xưa lạc dấu sơn khê
Mười năm tóc mẹ màu tang trắng
Trắng cả lòng con lúc nghĩ về

Mẹ vẫn ngồi đan một nỗi buồn
Bên đời gió tạt với mưa tuôn
Con đi góp lá nghìn phương lại
Đốt lửa cho đời tan khói sương

Tiếng mẹ nghe như tiếng nghẹn ngào
Tiếng Người hay chỉ tiếng chiêm bao
Mẹ xa xôi quá làm sao với
Biết đến bao giờ trông thấy nhau

Đừng khóc mẹ ơi hãy ráng chờ
Ngậm ngùi con sẽ dấu trong thơ
Đau thương con viết vào trong lá
Hơi ấm con tìm trong giấc mơ

Nhấc chiếc phone lên bỗng lặng người
Giọng buồn hơn cả tiếng mưa rơi
Ví mà tôi đổi thời gian được
Đổi cả thiên thu tiếng mẹ cười.

Kỷ niệm ngày giỗ anh Tô Ngọc

Ngày 24 tháng 11 năm 2024

Đây là 15 phát minh của Đức

Đây là 15 phát minh của Đức 🏴
1. In Press (Johannes Gutenberg, 1450s) - Sản xuất sách mang tính cách mạng.
2. Ô tô (Karl Benz, 1886) - Chiếc xe chạy xăng đầu tiên.
3. Aspirin (Felix Hoffmann, 1899) - Thuốc giảm đau.
4. Bảng đổi điện thoại (Philip Reis, 1861) - cho đến điện thoại hiện đại.
5. Truyền hình (Manfred von Ardenne, 1931) - TV điện tử đầu tiên.
6. Máy tính (Konrad Zuse, 1941) - Máy tính lập trình đầu tiên.
7. Trực thăng (Henrich Focke, 1936) - Trực thăng thực tế đầu tiên.
8. Động cơ Diesel (Rudolf Diesel, 1897) - Thiết kế động cơ hiệu quả.
9. Kính hiển vi (Carl Zeiss, 1846) - Quang học Cách mạng.
10. Băng âm thanh (Fritz Pfleumer, 1928) - Máy thu âm băng từ tính đầu tiên.
11. X-Ray (Wilhelm Conrad Röntgen, 1895) - đột phá hình ảnh y tế.
12. Khẩu trang Gas (Carl von Ilsemann, 1915) - Đồ bảo hộ cứu mạng sống.
13. Dù lượn (Franz Reichelt, 1912) - Dù lượn đầu tiên.
14. Kính áp tròng (F.A. Müller, 1887) - Kính áp tròng đầu tiên.
15. MP3 (Karlheinz Brandenburg, 1993) - Nén nhạc số.

17 sự thật bạn có thể chưa biết về nước Đức

1. Đức là nơi có bức tường thành dài nhất thế giới, Lâu đài Burghausen, trải dài hơn 1.051 mét (3.448 feet).

2. Đất nước này có hơn 25.000 lâu đài, trong đó một số lâu đài nổi tiếng nhất là Lâu đài Neuschwanstein và Lâu đài Hohenzollern.

3. Đức là nơi sinh của nhiều nhà soạn nhạc nổi tiếng, bao gồm Johann Sebastian Bach, Ludwig van Beethoven và Wolfgang Amadeus Mozart.

4. Đất nước này nổi tiếng với nền văn hóa bia, với hơn 1.300 nhà máy bia sản xuất hàng nghìn loại bia.

5. Autobahn, hệ thống đường cao tốc của Đức, có những đoạn đường không giới hạn tốc độ, cho phép người lái xe di chuyển với tốc độ rất cao.

6. Đức là một trong những nhà sản xuất ô tô lớn nhất thế giới, là nơi đặt trụ sở của các công ty như Volkswagen, BMW và Mercedes-Benz.

7. Bức tường Berlin, chia cắt Đông và Tây Berlin trong Chiến tranh Lạnh, sụp đổ vào năm 1989, dẫn đến sự thống nhất của nước Đức.

8. Lễ hội bia Oktoberfest, được tổ chức hàng năm tại Munich, là lễ hội bia lớn nhất thế giới và thu hút hàng triệu du khách mỗi năm.

9. Đức nổi tiếng với các khu chợ Giáng sinh, trong đó Nuremberg Christkindlesmarkt là một trong những khu chợ lâu đời và nổi tiếng nhất.

10. Đất nước này có hơn 400 sở thú và công viên động vật, khiến đây trở thành quốc gia có nhiều sở thú nhất thế giới.

11. Đức là quốc gia đi đầu về năng lượng tái tạo và đặt mục tiêu chuyển sang sử dụng 100% năng lượng tái tạo vào năm 2050. 12. Đất nước này tự hào có nhiều Di sản Thế giới được UNESCO công nhận, bao gồm các trung tâm lịch sử của các thành phố như Dresden và Bamberg.

13. Đức là quốc gia đi đầu toàn cầu về kỹ thuật, với các ngành công nghiệp ô tô, cơ khí và hóa chất nằm trong số những ngành tốt nhất thế giới.

14. Nước này có hơn 1.000 loại xúc xích, nổi tiếng nhất là bratwurst và currywurst.

15. Đức là nơi khai sinh ra bóng đá hiện đại (bóng đá), và đội tuyển quốc gia Đức là một trong những đội thành công nhất trong lịch sử, đã giành được bốn chức vô địch World Cup.

16. Nước này có số lượng bảo tàng nhiều nhất thế giới, một số thành phố, như Berlin, có hơn 170 bảo tàng.

17. Đức cũng nổi tiếng với công nghệ tiên tiến và những cải tiến, chẳng hạn như sự phát triển của máy tính đầu tiên của Konrad Zuse trong Thế chiến II.

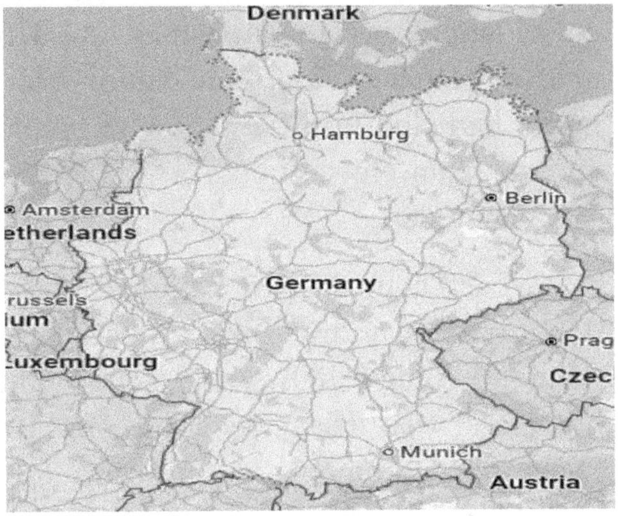

NHỚ VỀ MỘT NGƯỜI VỪA ĐI :

KÝ GIẢ TÔ NGỌC

KIỀU MỸ DUYÊN

Lê Diễm, cựu nữ sinh Trưng Vương gọi tôi và nói :

- Chị ơi, anh Tô Ngọc mất rồi , tụi em sẽ làm lễ tưởng niệm anh ấy, chị đến nhé; chị Hoàng Vĩnh, báo Người Việt, người bạn sinh viên Sài Gòn cùng phục vụ nạn nhân chiến cuộc Tết Mậu Thân 1968 cũng đến.

Lê Diễm đang ở San Jose, hoạt động hăng say trong sinh hoạt cộng đồng về nhiều lĩnh vực , cho cơm homeless, viết báo, viết văn, nhà Lê Diễm như tựu nghĩa đường, cựu học sinh Trưng Vương hợp hội về San Jose thì một số ở nhà Diễm, Diễm tiếp đãi bằng hữu ân cần niềm nở, nếu người nào không ở lại nhà Lê Diễm thì cũng ở đó ăn tối, ca hát rồi về khách sạn hoặc về nhà bạn khác lúc nữa đêm về sáng.

Tôi nhớ một lần họp mặt nhà Lê Diễm, bạn từ khắp nơi về San Jose, từ các quốc gia khác, từ các tiểu bang về; hôm đó tôi cũng gặp Hoàng Vĩnh, Hoàng Vĩnh lúc nào cũng ăn mặc đẹp, con gái Bắc kỳ bao giờ cũng điệu và đẹp, hễ điệu và đẹp thì hao tốn quần áo theo thời trang.

Lê Diễm rất có lòng hễ mỗi lần có cựu nữ sinh Trưng Vương nào có hữu sự là Lê Diễm gọi ngay bằng hữu thông tin, giúp đỡ.

Hôm nay Lê Diễm lại gọi tôi :

- Chị ơi, dịch cúm Coronavirus nên không tựu hợp được, không tổ chức tưởng niệm anh Tô Ngọc nên làm một tờ báo, chị viết cho một bài về anh Tô Ngọc nhé.

Hoàng Cung Fa, Nhung, Hoàng Dung DC, Lê Diễm, 7676, Hồng, Tô Ngọc - Lake Tahoe, California 07/2019

Còn một tuần lễ nữa là tôi đi thi, bài thi rất khó, nhưng vốn thương Lê

Diễm, không muốn làm mất lòng cô em này nên tôi nhận lời ngay.

- Chị sẽ viết, chị sẽ gởi cho em.

Tôi nhắc về nhà văn Ngô Kim Thu, học trò Trưng Vương, trường Trưng Vương đào tạo rất nhiều người có tài, Thu viêt văn, làm thơ, mối tình của Thư với chiến sĩ Biệt Động Quân, góc Võ Bị Đà Lạt tuyệt vời, tôi nói với Lê Diễm.

- Có gọi Ngô Kim Thu không? Ngày xưa Ngô Kim Thu viết cho nhật báo Chính Luận chắc là biết ký giả Tô Ngọc .

Báo Chính Luận thông báo cho học bổng, tới nộp đơn, tôi đươc học bổng vì nhiều năm học ở tiểu học năm nào tôi cũng được giải thưởng, khi được đơn xin học bổng của tôi, thì ký giả Tô Ngọc và chị Linh Linh Lan đến nhà tôi để gặp tôi, sau đó tôi được học bổng. Học bổng này của một ân nhân ẩn danh tặng, tôi không biết là ai, nếu vị ân nhân này còn sống chắc trên 100 tuổi, tôi rất cảm động lần đầu tiên được học bổng, cầm tiền trong tay tôi rơi lệ, học bổng được phát tại tòa soạn báo Chính Luận, tôi nài nỉ để được biết tên của ân nhân nhưng tòa soạn không ai cho tôi biết tên của vị ân nhân này, Thượng nghị sĩ Đặng văn Sung chủ báo cũng lắc đầu, ký giả Tô Ngọc và chị Linh Linh Lan cũng im lặng. Chị Linh Linh Lan rất đẹp, ăn mặc sang trọng, sau này tôi gặp lại chị ở Houston, chị vẫn rất đẹp, ở ngôi nhà đẹp, vào nhà đi ngang một sân rộng trồng nhiều hoa, màu sắc rực rỡ, tôi cũng hỏi về ân nhân cho tôi học bổng, chị cũng không nói; có thể chị quên tên của vị ân nhân.

Ký giả Tô Ngọc được nhiều người thương, nhà văn Ngô Kim Thu tâm sự :

- Em viết cho báo Chính Luận, đến tờ báo để lãnh nhuận bút , ký giả Tô Ngọc đưa tiền cho em, xong em đi, không gặp ai hết.

Lúc đó ở báo Chính Luận có luật sư Phạm Kim Vinh, biết bình luận cho báo Hoà Bình nơi tôi làm việc, Luật sư Vinh vừa làm cho báo Chính Luận và báo Hòa Bình được rất nhiều người thích những bài bình luận nổi lửa của ông.

Sau này làm cho báo Hoà Bình, tôi thường thăm luật sư Phạm Kim Vinh ở báo Chính Luận, tới nơi này tôi ít được gặp ký giả Tô Ngọc hay chị Linh Linh Lan, nhưng tôi vẫn đọc những bài viết của chị Linh Linh Lan và ký giả Tô Ngọc; ngày xưa làm báo ít ai đi xe hơi chỉ đi xe gắn máy nhưng lúc đó ký giả Tô Ngọc và chị Linh Linh Lan đi xe hơi.

Tôi viết cho báo Hòa Bính, một số đọc giả cho tiền, tôi cho học bổng lại cho những em học giỏi, một trong những em được lảnh học bổng của báo Hòa Bình là Ngọc Vũ làm cho báo Người Việt sau này và nhiều em lãnh học bổng sau này rất thành công trong đời .

Có một lần tham dự hội thảo gần nhà ký giả Tô Ngọc, tôi đến thăm ông, cụ bà mở cửa, cụ bà rất hiền, dễ thương ân cần, niềm nở mời chúng tôi vào nhà. Ba thế hệ ở chung với nhau.

Chúng tôi nhắc chuyện ngày xưa, tôi nói :

- Nhờ anh cho tôi học bổng mà sau này tôi cho nhiều học trò học bổng, anh và chi Linh Linh Lan đến tận nhà tôi , còn tôi khi cho học bổng chỉ gọi các em và gia đình các em đến tòa soạn lảnh học bổng. Anh và chị Linh Linh Lan công phu quá.

Ký giả Tô Ngọc cười, và bà cụ cũng cười .

Khi bà cụ mất tôi cầu nguyện cho cụ và khi ký giả Tô Ngọc mất tôi cũng cầu nguyện .

Mẹ anh Tô Ngọc

Cho học bổng phải mất công đến tận nhà, có lẽ chỉ có ký giả Tô Ngọc và chị Linh Linh Lan làm như thế, khi tôi nộp đơn ở bộ Quốc Gia Giáo Dục cho học bổng Columbo ở Úc; chỉ nộp đơn sau đó tòa đại sứ Úc gọi đến tòa đại sứ để thi, thi xong gởi về trường đại học Úc chọn lựa, hơn mấy ngàn đơn nhưng chỉ có 12 sinh viên được chọn. Tôi học ở Canberra, còn các sinh viên khác về các tiểu bang khác như New South Wales, Queensland, Adelaide v..v

Đã hơn 60 năm qua tôi vẫn chưa quên ân nhân đã cho tôi học bổng qua tờ báo Chính Luận mà ký giả Tô Ngọc và chi Linh Linh Lan phụ trách, tôi mong được biết tên, ở đâu, nếu qua đời tôi sẽ cầu nguyện, trong mấy chục năm qua tôi đã cho rất nhiều học bổng cho học sinh nghèo để hồi hướng công đức cho vị ân nhân (nhà binh) ẩn danh này.

Ký giả Tô Ngọc bây giờ đã ra đi, chắc chắn anh ra đi bình thản vì khi còn sinh tiền anh làm nhiều điều tốt lành cho những người xung quanh, anh rất có hiếu với bà cụ, anh chăm sóc cụ bà một cách cẩn thận, là người con hiếu thảo, chắc chắn anh đã gặp cụ bà rồi .

Tôi kể cho Lê Diễm và nhiều người nghe về học bổng đầu tiên của tôi. Tôi vô cùng xúc động, sau này tôi được nhiều học bổng, du học, và sang Hoa Kỳ tôi cũng được học bổng học báo chí, không tốn tiền trường, ra trường không thiếu nợ tiền học của chính phủ, được nhiều học bổng nhưng không bao giờ tôi quên học bổng đầu tiên và người cho học bổng này, một ân nhân ẩn danh qua trung gian ký giả Chính Luận Tô Ngọc và chị Linh Linh Lan.

Tôi rất cảm phục những vị làm việc thiện không ngừng nghỉ, nhất là những nhà từ thiện ẩn danh, không cho ai biết tên dù người mang ơn nài nỉ .

Ký giả Tô Ngọc đã qua đời, chị Linh Linh Lan chắc không còn nhớ tên của vị ân nhân này; tôi chỉ cần biết tên, ở đơn vị nào ngày xưa, với truyền thông nhanh chóng, kỹ thuật quảng bá tối tân tôi có thể tìm ra vị ân nhân ẩn danh không khó .

Ký giả Tô Ngọc qua đời, chị Linh Linh Lan ở Houston, mà ân nhân ẩn danh cho học bổng ở phương nào không ai biết, thưở đó mà nhà binh cho học bổng là điều rất ít thấy, rất hiếm.

Nguyện cầu linh hồn người quá cố về cõi Vĩnh hằng.

Kiều Mỹ Duyên
kieumyduyen1@yahoo.com
Orange County tháng 4/2020

HỘP THƯ TÒA SOẠN

Ban Biên Tập chúng tôi hân hạnh đón nhận thư từ - Ý kiến của Văn Hữu, Thân Hữu Đọc Giả khắp nơi ...

Mọi Thư từ và Bài vở xin gởi về :

Báo Chính Văn
7005 Walter Avenue Sacramento CA 95828 - USA

Email : baochinhvan@gmail.com
hoặc : amyngoc@rocketmail.com

Tel: 916 230 6172 - 916 509 4445

Xin chân thành cảm tạ những lời khen tặng Khích Lệ của Đọc Giả, cũng như những Phê Bình của Thân Hữu -Văn Hữu.

Xin chân thành cảm tạ quý Văn Hữu:
-TS Trần Kiêm Đoàn, Nhà thơ Lê Trọng Nghĩa, Nhà thơ Lão Moc Hoàng Ngân Hà, Nhà thơ Duy An Đông, Nhà thơ Cao Mỹ Nhân, Nhà Báo Sơn Tùng, nhà thơ Nguyễn Phúc Sông Hương và nhiều Văn hữu khác... đã gởi tặng những Tác Phẩm và đồng ý đăng trên Giai Phẩm Chính Văn.

Ban Biên Tập chúng tôi đang và sẽ có gắng khắc phục để Giai Phẩm Chính Văn của chúng ta được hoàn hảo Tốt đẹp dù trong hoàn cảnh Báo chí thời Lưu vong rất ư là khó khăn.

THÂN KÍNH.

Retinol Retinol

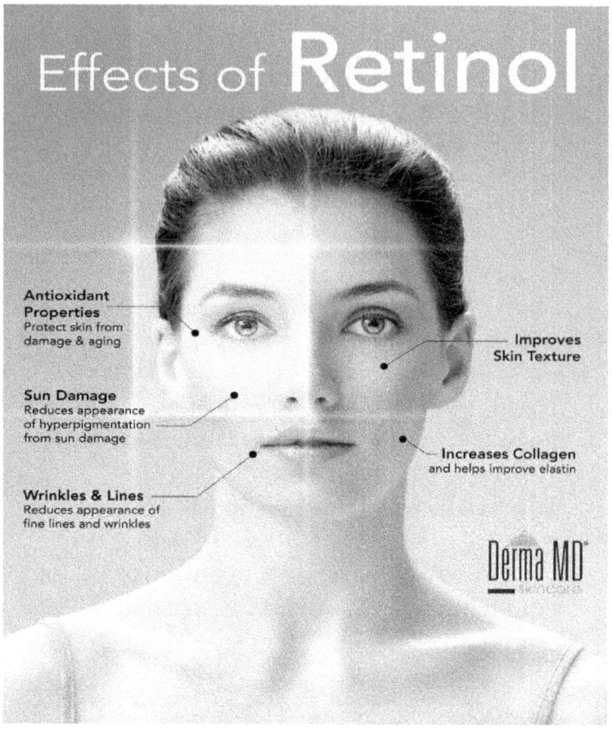

Một dạng vitamin A, là một thành phần được thêm **vào kem dưỡng da, kem dưỡng da và huyết thanh.**

Nó có tác dụng chống lão hóa và có thể giúp làm sạch mụn trứng cá.

Các sản phẩm có chứa retinol được bán rộng rãi không cần đơn thuốc và nồng **độ retinoid** mạnh hơn có thể được kê đơn.

Retinol là gì? Retinol là một dạng vitamin A có nhiều công dụng trong chăm sóc da. Nó được sử dụng để **điều trị mụn trứng cá và có tác dụng chống lão hóa.**

Bạn có thể **mua retinol** không cần đơn thuốc (không cần đơn thuốc) hoặc đến gặp bác sĩ chăm sóc sức khỏe để thảo luận về **cách retinol** phù hợp nhất với quy trình chăm sóc da của bạn.

Bác sĩ có thể kê đơn thuốc **có chứa nồng độ retinoid** cao hơn so với thuốc không cần đơn thuốc.

Retinol đôi khi cũng được sử dụng như một thành phần trong các sản phẩm mỹ phẩm**. Retinol** có tác dụng gì đối với làn da của bạn? **Retinol làm tăng sản xuất tế bào da (tăng sinh).**

Nó giúp thông thoáng lỗ chân lông. **Retinol** cũng **tẩy tế bào chết cho da** và **tăng sản xuất collagen**, có thể làm giảm sự xuất hiện của các nếp nhăn và vết chân chim, mang lại cho làn da của bạn vẻ ngoài tươi trẻ, căng mọng.

***** Các loại sản phẩm retinol khác nhau là gì?**

Các loại thuốc mà bạn bôi **lên da được gọi là "thuốc bôi ngoài da"**. Có **nhiều sản phẩm retinoid bôi ngoài da, bao gồm:**

Adapalene (Differin®, Epiduo®). Alitretinoin (Panretin®). Bexarotene (Targretin®). Tazarotene (Tazorac®, Avage®). Tretinoin (Atralin®, Avita®, Refissa®, Renova®, **Retin-A®, Tretin-X®).**

Retinol mất bao lâu để có tác dụng?

Retinol bắt đầu có tác dụng ngay lập tức **trong các tế bào của** bạn, nhưng sẽ mất vài tuần trước khi bạn thấy sự cải thiện về vẻ ngoài và cảm giác của làn da. Trên thực tế, tình trạng da của bạn có thể trông tệ hơn lúc đầu khi bạn điều chỉnh theo chế độ mới.

***Retino**l điều trị những gì?

Một số sản **phẩm retinol** không kê đơn được tiếp thị để cải thiện vẻ ngoài của làn da. Nếu những cách này không hiệu quả, bạn có thể tham khảo ý kiến bác sĩ da liễu (bác sĩ chuyên khoa về các tình trạng da) về các sản phẩm kê đơn có hiệu quả hơn.

Các nghiên cứu cho thấy **retinoid** tại chỗ có thể giúp điều trị mụn trứng cá, sẹo mụn và vết rạn da. **Retinol** cũng có tác dụng chống lão hóa.

Retinol trị mụn trứng cá

Mụn trứng cá là một tình trạng da phổ biến. Khi lỗ chân lông của bạn bị tắc nghẽn do **tế bào da chết và**/hoặc dầu, bạn có thể bị mụn đầu đen, mụn đầu trắng hoặc các loại mụn khác. **Retinol có tác dụng trị mụn trứng cá bằng cách ngăn ngừa lỗ chân lông bị tắc**.

Bạn vẫn có thể thấy **mụn t**rong vài tháng đầu điều trị — da của bạn thậm chí có thể trông tệ hơn (đôi khi được gọi là thanh **lọc retinol**). Nhưng nếu bạn kiên trì, bạn sẽ thấy da sáng hơn**. Retinol trị sẹo mụn Sẹo mụn hình thành do chấn thương và viêm**.

Những **đốm hồng, đỏ hoặc sẫm màu trên da của bạn** có thể xuất hiện khi mụn lành và có thể kéo dài trong vài tuần.

Ngoài ra**, việc nặn hoặc cạy mụn** sẽ gây thêm tổn thương cho da và có thể để lại sẹo vĩnh viễn.

Các phương pháp điều trị bằng retinol tại chỗ có thể giúp **giảm sưng và viêm đi kèm với mụn và giúp ngăn ngừa mụn tái phát**.

Nhưng phương pháp điều **trị bằng retinol** tại chỗ không phải lúc nào cũng có tác dụng đối với **các vết sẹo mụn** nghiêm trọng bị lõm hoặc lồi. Retinol cho các đốm đen

Các đốm đen (tăng sắc tố) có thể phát triển do tác hại của ánh nắng mặt trời lên da của bạn. Nếu bạn có các đốm nâu nhạt đến sẫm trên mặt, tay, **cổ hoặc cánh tay, thì bạn đang thấy sự tích tụ của melanin, tạo nên màu da của bạn (sắc tố**). Còn được gọi là **đốm nắng, đốm tuổi và đốm gan, những đốm này không gây đau, nhưng nếu bạn không thích** vẻ ngoài của chúng, thì có các thủ thuật và phương pháp điều trị tại chỗ có thể giúp ích.

Một số người thấy rằng retinol tại chỗ làm sáng các đốm da của họ, mặc dù phải mất nhiều tháng và có thể gây kích ứng cho da của bạn. Bạn nên đến gặp bác sĩ da liễu (bác sĩ chuyên khoa về các tình trạng da) nếu bạn lo lắng về **các đốm đen.**

Retinol cho lỗ chân lông to Lỗ chân lông là một lỗ hở trên bề mặt da của bạn cho phép lông và dầu trên cơ thể đi qua. Khi các lỗ chân lông này bị tắc nghẽn bởi tế bào da chết hoặc dầu, lỗ chân lông của bạn sẽ trở nên to hơn và dễ thấy hơn. **Retinol t**ại chỗ điều trị lỗ chân lông to bằng cách tăng

Retinol cho lỗ chân lông to Lỗ chân lông là một lỗ mở trên bề mặt da cho phép lông và dầu của cơ thể đi qua. Khi các lỗ chân lông này bị tắc nghẽn **bởi tế bào da chết hoặc dầu, lỗ chân lông** của bạn sẽ to hơn và dễ thấy hơn**. Retinol** tại **chỗ điều trị lỗ chân lông** to bằng cách tăng tốc độ thay thế tế bào da — giúp da bạn dày hơn — và ngăn ngừa sự phát triển của **lỗ chân lông bị tắc.**

Retinol cho các tổn thương do sarcoma Kaposi Sacoma Kaposi là một loại ung thư hiếm gặp có thể ảnh hưởng đến những người có hệ miễn dịch suy yếu**. Những người bị sarcoma Kaposi** thường phát triển các mảng hoặc **đốm màu sẫm** có thể phẳng hoặc gồ ghề. Chúng có thể có màu xanh lam, đen, hồng, đỏ hoặc tím.

Alitretinoin là một loại retinoid có thể làm chậm sự phát triển của các tế bào sarcoma Kaposi. Mặc dù không chữa khỏi ung thư, nhưng bác sĩ chăm sóc sức khỏe của bạn có thể khuyên bạn nên thoa gel **alitretinoin lên** các tổn thương do **sarcoma Kaposi để làm chậm quá trình tiến triển của chúng.**

Retinol cho nám da **Nám da** là một rối loạn da phổ biến khác dẫn đến các đốm hoặc mảng sẫm màu trên các vùng da tiếp xúc với ánh nắng mặt trời.

Tiếp xúc với ánh sáng, nhiệt độ và một số mức **độ hormone** nhất định làm tăng lượng **melanin** bạn sản xuất, gây ra các mảng phẳng hoặc giống như tàn nhang có màu nâu nhạt, nâu sẫm hoặc xanh xám. **Nám da thường gặp nhất trong thời kỳ mang thai.**

Nếu bạn đang mang thai, bạn nên trao đổi với bác sĩ chăm sóc sức khỏe trước khi sử dụng thuốc uống hoặc thuốc bôi ngoài da hoặc thực phẩm bổ sung.

Nếu bạn không mang thai, retinoid bôi ngoài **da (tretinoin**) có thể giúp làm mờ các đốm nám da**.**

Retinol cho bệnh **vẩy nến Bệnh vẩy nến** là một **rối loạn da** mà mọi người mắc phải với tình trạng viêm khiến các tế bào da mới phát triển quá nhanh.

Các tế bào mới tích tụ**, tạo thành phát ban dày,** có vảy màu hồng hoặc đỏ. **Retinol** bôi ngoài da làm chậm sự phát triển quá mức của tế bào da và giảm viêm, có thể giúp làm giảm phát ban.

Nhưng **vì retinol** cũng có thể gây kích ứng da thêm, nên bác sĩ chăm sóc sức khỏe của bạn thường sẽ khuyên bạn nên sử dụng retinol kết hợp với steroid bôi ngoài da.

Retinol cho vết rạn da Vết rạn da là vết sẹo hình thành khi mang thai, tăng cân, giảm cân quá mức hoặc tăng trưởng cơ nhanh làm căng da của bạn.

Những vết này ban đầu có **màu hồng, đỏ hoặc tím,** sau đó mờ dần cho đến khi chúng chuyển sang màu bạc hoặc trắng.

Retinol bôi ngoài da có thể giúp làm mờ vết rạn da nhưng hãy trao đổi với bác sĩ chăm sóc sức khỏe của bạn trước khi sử dụng trong thời kỳ mang thai hoặc cho con bú.

Retinol cho nếp nhăn

Một số yếu tố có thể gây ra nếp nhăn trên da của bạn. Khi bạn già đi, các tế bào da của bạn phân chia chậm hơn. **Lớp giữa (lớp hạ bì)** của da bắt đầu mỏng đi, khó giữ ẩm hơn và da của bạn có ít **elastin và collagen** hơn.

Tretinoin và tazarotene bôi ngoài da có thể cải thiện sự xuất hiện của nếp nhăn và nếp nhăn bằng cách làm chậm quá trình phân hủy **collagen** và làm cho da của bạn đàn hồi hơn.

Thường mất vài tháng sử **dụng retinol** bôi ngoài da để nhận thấy sự khác biệt.

Retinol có tốt cho da của bạn không? **Retinol là một công cụ mạnh mẽ chống lại làn da lão hóa và mụn trứng cá, nhưng** không phải dành cho tất cả mọi người.

Nếu bạn **dễ bị dị ứng hoặc có làn da nhạy cảm**, bạn có thể muốn thử các sản phẩm chăm sóc da có thành phần chống lão hóa hoặc làm sạch da thay thế.

Quan trọng là**, retinol khiến da bạn nhạy cảm hơn với ánh nắng mặt trời,** vì vậy **hãy đảm bảo sử dụng kem chống nắng và tránh xa ánh nắng mặt trời nhiều nhất có thể khi sử dụng các sản phẩm retinol. Chi tiết về quy trình Bạn sử dụng retinol như thế nào**?

Trước khi sử dụng sản **phẩm retinol** lần đầu tiên, hãy thử một ít trên một vùng da nhỏ (thử nghiệm miếng dán) để xem bạn có bất kỳ phản ứng tiêu cực nào không.

Nếu sau một vài ngày, vùng da của bạn không quá đỏ hoặc ngứa, bạn có thể **thêm retinol** vào quy trình chăm sóc da của mình trước khi đi ngủ.

Để sử dụng retinol, hãy làm theo hướng dẫn trên bao bì hoặc khuyến nghị của bác sĩ về cách sử dụng.

Nhìn chung, đây là các bước bạn thực hiện**: Làm sạch da bằng sữa rửa mặt nhẹ và thấm khô.**

Không chà xát da khi sử dụng các sản phẩm retinol.

Thoa một lớp mỏng retinol lên toàn bộ khuôn mặt (cẩn thận không để dính vào miệng, mũi và mắt). Bạn nên sử dụng liều lượng bằng hạt đậu. Trong vài tuần đầu điều trị, **chỉ thoa retinol cách ngày**.

*** **Kết thúc bằng kem dưỡng ẩm cho da mặt không làm tắc nghẽn lỗ chân lông (không gây mụn).**

Bạn có thể sử **dụng retinol** bao lâu một lần?

Vì retinol có thể gây kích ứng da, tốt nhất là bạn nên bắt đầu từ từ. Sau khi thử nghiệm trên da, bạn có thể sử dụng sản phẩm một lần sau mỗi vài ngày, sau đó tăng dần lên một hoặc hai lần mỗi ngày.

Lúc đầu, bạn có thể bị đỏ, ngứa hoặc nóng rát, nhưng những triệu chứng này sẽ biến mất khi da bạn quen với phương pháp điều trị.

Rủi ro / Lợi ích Retinol có lợi ích gì? **Retinol** có nhiều lợi ích làm sạch da và chống lão hóa. Retinol làm tăng độ dày và độ đàn hồi của da, làm chậm quá trình sản xuất melanin, giảm viêm và ngăn ngừa lỗ chân lông bị tắc nghẽn.

Tác dụng phụ của retinol là gì?

Tác dụng phụ của phương pháp điều trị bằng **retinol tại** chỗ thường là tạm thời.

Chúng bao gồm: **Da khô, bị kích ứng**. Ngứa hoặc nóng rát. Da đỏ, bong tróc, bong tróc hoặc có vảy. Cháy nắng. Những tác dụng phụ này sẽ dần biến mất.

Bio Retinol

Người ta nói tuổi tác chỉ là một con số.

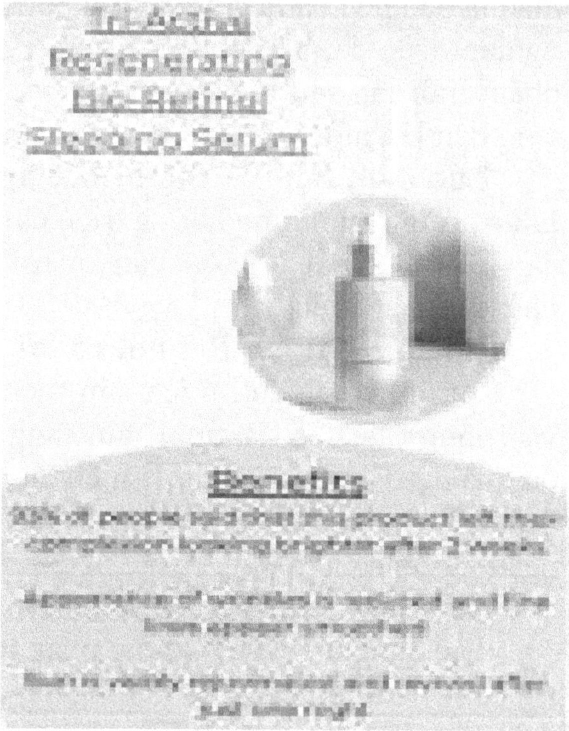

Đến một lúc nào đó, cơ thể và làn da bắt đầu cho thấy sự thật cay đắng của cuộc sống rằng chúng ta đang già đi.

Khi điều đó xảy ra như một tia chớp, chúng ta bắt đầu tìm kiếm những "sản phẩm chống lão hóa" có thể làm chậm các dấu hiệu lão hóa và giúp chúng ta trông trẻ hơn nhiều tuổi.

Tuy nhiên, điều tốt là những sản phẩm này có các thành phần hoạt tính mạnh mẽ sẽ làm chậm quá trình lão hóa, giúp bạn rạng rỡ và có được làn da hoàn hảo. Một trong những thành phần thân thiện với làn da như vậy là, một chất thay thế có nguồn gốc thực vật cho retinoid truyền thống đã tạo nên tiếng vang lớn trong lĩnh vực chăm sóc da nhờ đặc tính phục hồi và chống nhăn tuyệt vời của nó.

Bio-Retinol là gì?

Bạn có thắc mắc bio retinol là gì không? Chúng ta đều biết đến retinol -

Một thành phần da chứa nhiều vitamin A mạnh mẽ được sử dụng trong chăm sóc da.

Tương tự như vậy, **bio-retinol** còn được gọi là Bidens Pilosa không gì khác ngoài một hợp chất thực vật và là họ hàng xa của retinol. Mặc dù có tên tương tự, nhưng chúng lại khác nhau.

Mặc dù retinol mang lại nhiều lợi ích cho làn da của bạn và hiệu quả hơn, nhưng nó cần được chăm sóc thêm một chút sau khi thoa.

Không giống như retinol**, bio-Retinol không chứa Vitamin A** nhưng là một chất thay thế hiệu quả, có nguồn gốc từ thực vật, có thể mang lại lợi ích cho làn da theo cùng cách mà retinoid mang lại nhưng lại tương đối nhẹ nhàng đối với các loại da nhạy cảm.

Khám phá công dụng, lợi ích và tác dụng phụ của thành phần chăm sóc da tự nhiên này.

Làm thế nào để bổ sung Bio-Retinol vào chế độ chăm sóc da?

Dưới đây là năm cách hiệu quả để kết **hợp bio-retinol** vào quy trình chăm sóc da của bạn: **Bio-retinol** có thể được sử dụng trong mặt nạ ngủ do lợi ích dưỡng ẩm cực cao của nó Bio-retinol có thể được sử dụng dưới dạng huyết thanh để nuôi dưỡng làn da khô và giữ cho da siêu mềm

Kem bio-retinol có thể giúp điều trị các tình trạng như mụn trứng cá, bệnh chàm và bệnh vẩy nến Bio-Retinol dưới dạng sữa rửa mặt là một cách hiệu quả để bổ sung vào chế độ chăm sóc da buổi sáng và trước khi đi ngủ hàng ngày của bạn Bio-retinol có thể được sử dụng như một loại kem dưỡng da để giúp thúc đẩy quá trình tổng hợp các protein thân thiện với da như collagen và elastin

Retinol: Khám phá những lợi ích của thành phần kỳ diệu này đối với việc chăm sóc da và làm đẹp

Một thành phần không chính thống **nhưng thân thiện với làn da và không gây kích ứng, cho dù là chữa lành da, ngăn ngừa mụn, làm chậm quá trình lão hóa, dưỡng** ẩm và tái **tạo tế bào, bio-retinol** trở thành thành phần hoạt tính cần thiết cho các vấn đề về da và làm mờ các khuyết điểm bắt đầu xuất hiện trên da theo tuổi tác.

Vitamin C hay retinol tốt hơn? Cả hai đều là chất chống lão hóa và có một số điểm tương đồng về lợi ích, đặc biệt là khi nói đến các dấu hiệu lão hóa. Tuy nhiên, chúng hoạt động khác nhau, vì vậy việc sử dụng cả hai trong thói quen của bạn sẽ làm tăng hiệu quả có lợi của chúng. Vitamin C là chất chống oxy hóa mạnh hơn, trong khi retinol là chất tái tạo da mạnh hơn.

netmeds.com
India Ki Pharmacy
5 Befitting Benefits of Bio-Retinol
Smoothens Skin Surface
Bio retinol has potent properties like retinoids that polishes skin texture and promotes a youthful glow
Boosts Collagen Production
Bio-retinol is best at enhancing collagen production which is a key ingredient to maintaining skin's elasticity
Reduces Pigmentation
Vitamin A in bio retinol is a plant extract that is safe for skin prone to pigmentation
Targets Crow's Feet
The active compounds in this plant derivative can reduce crow's feet around the corner of the eyes
Increases Cell Turnover
This plant compound can boost the skin's natural regenerative effects and speed up the skin's cell renewal

Bill Gates giải thích tại sao con gái ông không thể kết hôn với một người nghèo.

Vài năm trước, tôi tham dự một hội nghị về đầu tư và tài chính ở Mỹ.

Một trong những diễn giả là Bill Gates.

Trong phần Hỏi & Đáp, tôi đã đặt một câu hỏi khiến cả hội trường bật cười:

- Liệu ông, người giàu nhất thế giới, có chấp nhận việc con gái mình kết hôn với một người đàn ông nghèo hoặc bình thường không? Câu trả lời của ông đã thay đổi cách tôi nhìn nhận mọi thứ.

Bill Gates trả lời:

- Trước hết, hãy hiểu rằng sự giàu có không chỉ là việc có một tài khoản ngân hàng đầy tiền. Giàu có trước hết là khả năng tạo ra sự thịnh vượng.

Ví dụ:

Một người trúng xổ số hoặc thắng cược. Dù anh ta có 100 triệu, anh ta không phải là một người giàu có. Anh ta chỉ là một người nghèo với rất nhiều tiền. Đó là lý do tại sao 90% triệu phú xổ số trở lại nghèo khó sau 5 năm.

Cũng có những người giàu mà không có tiền.

Ví dụ, hầu hết các doanh nhân :

Họ đã bước trên con đường dẫn đến sự giàu có, dù chưa có tiền, bởi họ đang phát triển trí tuệ tài chính – và đó mới là sự giàu có thực sự.

******* Sự khác biệt giữa người giàu và người nghèo *******

Để nói đơn giản: Người giàu có thể sống chết để làm giàu, còn người nghèo sẵn sàng làm mọi thứ, kể cả phạm pháp, để có tiền.

Nếu bạn thấy một người trẻ quyết tâm học hỏi, trau dồi kiến thức, không ngừng cải thiện bản thân, hãy biết rằng đó là một người giàu có.

Nếu bạn thấy một người trẻ chỉ trích nhà nước, cho rằng người giàu là những kẻ lừa đảo, và luôn đổ lỗi cho người khác, hãy biết rằng đó là một người nghèo.

Người giàu tin rằng họ chỉ cần thông tin và kiến thức để thành công. Người nghèo lại nghĩ rằng họ cần người khác cho tiền để bắt đầu.

Kết luận:

Khi tôi nói con gái tôi không thể kết hôn với một người nghèo, tôi không nói về tiền bạc. Tôi nói về khả năng tạo ra sự giàu có của người đàn ông đó.

Xin lỗi nếu điều này khó nghe, nhưng hầu hết tội phạm đều là những người nghèo. Khi đứng trước tiền bạc, họ mất lý trí, và đó là lý do họ phạm tội.

Một ngày nọ, một nhân viên bảo vệ ngân hàng tìm thấy một túi đầy tiền. Anh ấy đã mang túi đó giao lại cho quản lý ngân hàng.

Mọi người gọi anh là kẻ ngốc, nhưng thực tế anh ấy chỉ là một người giàu chưa có tiền.

1 năm sau, ngân hàng mời anh ấy làm lễ tân. 3 năm sau, anh ấy trở thành quản lý khách hàng. 10 năm sau, anh ấy điều hành khu vực chi nhánh của ngân hàng đó, quản lý hàng trăm nhân viên và nhận tiền thưởng hàng năm vượt xa số tiền anh ấy có thể đánh cắp.

Sự giàu có trước hết là một trạng thái tâm trí.

Dr. King House (Tác giả)

Thân mến
TQĐ

***Tiền là giấy, thấy là... phải lấy.**

Trong lúc xưng tội, cô gái nghiêng sát vào tấm lưới và nói:
- *Xin cha hãy tha cho con tội tự đắc, vì hằng ngày, con đều soi gương và tự nhủ rằng mình thật xinh đẹp.*
Cha nghiêng mình về phía tấm lưới để quan sát kỹ cô gái, rồi nói:
- Cha cho con biết một tin vui: Đây không phải là hành vi phạm tội, mà chỉ là một sự nhầm lẫn

BOTANICAL SOURCE: CLADOSIHPON OKAMURANUS

(Okinawa Mozuku)

Một nhà nghiên cứu Nhật Bản đã tìm thấy đã làm một polysaccharide được gọi là fucoidan tìm thấy trong tảo biển nâu: như konbu, wakame, Mozuku và hijiki, gây ra nhiều loại hình dòng tế bào ung thư thành lập để tự distruct. Người ta nói rằng trong số rong biển khác nhau, Mozuku bao gồm nhiều hơn những người khác Fucoidan. Nhưng fucoidan có thể thu được bằng cách chỉ 1% thậm chí từ nguyên liệu Mozuku. Cũng cần lưu ý để biết đã làm tỷ lệ tiêu thụ rong biển Okinawa là cao nhất và tỷ lệ tử vong ung thư là thấp nhất trong các tỉnh khác của Nhật.

Botanical NGUỒN:
CLADOSIHPON okamuranus
(Okinawa Mozuku)

Best fucoidan đảm bảo nó không bị ô nhiễm chất thải phóng xa chất độc hại như arsenic, từ nước bị ô nhiễm

PRODUCT OF OKINAWA JAPAN 100% EXTRACT FROM MUZUKU OKINAWA...

1. Sức mạnh của fucoidan Vào đầu năm 1988, một nhà nghiên cứu đã thông báo rằng fucoidan có trong cỏ dại biển nâu có khả năng tiêu diệt tế bào ung thư. Các nhà nghiên cứu khác cũng công bố sau những tác động khác của fucoidan;

1) Tác Dụng Chống Đông Máu
2) Chống Lại Sự Bùng Phát Các Tế Bào Ung Thư
3) Chống Virus
4) Ức Chế Dị Ứng
5) Điều Chỉnh Đường Ruột
6) Giảm Cholesterol Máu
7) Tác Dụng Chống Oxy Hóa
8) Chống Viêm Có Hiệu Lực Trên Da Và Như Vậy

2. Thành phần chính của mozuku và các thành phần hoá học của fucoidan

Vì vậy, sau đó những gì sẽ được fucoidan và mozuku?

Một số thực phẩm rất trơn hoặc chất nhầy trong tự nhiên. Ví dụ, chúng ta có thể nâng đậu nành lên men đậu nành gọi là natto, trứng trắng, vv. Chất dẻo nhầy như vậy được cho là do chất mucoprotein. **Ngoài ra tảo bẹ và mozuku có bản chất trơn trượt. Điều**

này là do một polysaccharide gọi là arginte.

Thành phần chính của mozuku là một loạt các loại chất xơ như fucoidan, uronate, arginate và fuco-okigosaccharides. Dư lượng sunfat liên kết với một số đường. Ngoài ra còn có một số axit hữu cơ trong mozuku.

Trong số các fucoidan này là một polymer của heterosaccharide bao gồm nhiều đường như L-fuose, d-galactose, D-glucose, D-mannose, D-wylose và D-glucronic acid, một số trong đó nhiều phân tử của sulfat có tính gắn kết . Fucoidan còn được gọi là fucoidin hay fucan. Nó chứa trong nhiều tảo nâu như tảo bẹ, nhưng mozuku chứa nó khoảng 5 đến 56 lần so với tảo bẹ.

3. Cơ chế quyền lực của fucoidan

1) Tăng hệ thực vật ruột hiệu quả và làm giảm các loài không hiệu quả Là một rrole của Fucoidan, người ta biết rằng nó có khả năng tăng Bifidobacteriumbifudus được biết đến như là một hệ thực vật hiệu quả. Thực phẩm chính của nó là lactose được tìm thấy trong sữa bò hoặc sữa người. Trong đại tràng của con, hệ thực vật hiệu quả như Bifidobacteriumbufudus chiếm khoảng 90% trong tất cả các loài thực vật, nhưng nó giảm theo độ tuổi lên đến khoảng 10% ở tuổi 70. Mặt khác, Clostridium perfringens (Clostridium welchii) như là một hệ thực vật không hiệu quả được biết là gây ngộ độc thực phẩm. Nó được tìm thấy không chỉ trong đất, mà còn trong đại tràng động vật và con người. Các hệ thực vật không hiệu quả có thể gây ra các chất độc hại hoặc ung thư để loại trừ hệ thực vật khỏi ruột kết của chúng ta. Hệ thực vật không hiệu quả có thể làm chặt againg bởi vì nó có thể làm suy giảm hệ miễn dịch.

Nếu có hệ thực vật thuận lợi, nó có thể loại bỏ các hệ thực vật không hiệu quả để nó là tự nhiên mà hệ thực vật hiệu quả nên được tăng lên nhiều hơn nữa.

2) Tại sao Helicobacter pylori rất đáng sợ?

Người ta nói rằng khoảng 70% người Nhật bị nhiễm Helicobacter pylori, khi họ đã 40 tuổi trở lên. Vi khuẩn này sống trong màng nhầy rất dầy. Nó cũng được biết rằng nó có thể gây ra ung thư dạ dày. Viêm dạ dày được gọi là cho đến nay cũng được biết là do vi khuẩn này gây ra, và rõ ràng nó có liên quan đến loét dạ dày, loét tá tràng, ung thư dạ dày, khối u bạch huyết, vv

Vào đầu năm 1989, giáo sư Matsuda của trường đại học Shimane báo cáo rằng mozuku có khả năng diệt vi khuẩn hiệu quả chống lại O-157, E. coli xâm nhập vào cơ thể

3) Sức mạnh bắt đầu bằng tiếp xúc Tác dụng diệt khuẩn và apoptosis.

Giáo sư Taguchi của trường đại học Mie cho biết rằng fucoidan từ mozuku không chỉ có **khả năng diệt khuẩn mà còn tàn phá sức mạnh của tế bào khối**

u. Khi ông đặt Escherichia coli hoặc các tế bào ung thư trên một đĩa Petri và thêm một giải pháp fucoidan, ông đã quan sát thấy sức mạnh của fucoidan như mô tả ở trên. **Sức mạnh đó giết chết tế bào khối u được gọi là apoptosis, một hiện tượng tự tuyệt chủng các tế bào khối u.**

Ví dụ, khi con nòng nọc mọc lên và biến thành con ếch, đuôi của nó cũng tự biến mất. Những hiện tượng này còn được gọi là apoptosis. Điều này có nghĩa là sức mạnh của fucoidan bắt đầu với sự tiếp xúc trực tiếp với vi khuẩn hoặc tế bào khối u.

Trên thực tế fucoidan có thể có tác dụng trực tiếp như vậy trong cơ thể chúng ta. Đường tiêu hóa của chúng tôi được bao phủ bởi màng niêm mạc và được bảo vệ bởi nó. Màng niêm thuận tiện cho thực phẩm di chuyển trơn tru. Nếu màng tế bào bị tổn thương do một số nguyên nhân gây loét dạ dày tá tràng, Fucoidan có thể che phần bị hư hại và bảo vệ nó, và cuối cùng giảm bớt đau.

4) Vận chuyển cholesterol

Cholesterol cũng được làm trong gan và một số đi qua đường mật và đi vào đường tiêu hóa. Một số bị hấp thụ vào ruột và trở lại gan. Điều này được biết đến như là một hiện **tượng lưu thông nội tiết.**

Fucoidan là một chất xơ có khả năng làm giảm mức cholesterol trong máu vì nó vận chuyển cholesterol chuyển từ mật thành đường tiêu hóa và bài tiết nó trong phân. Fucoidan là một chất xơ thực phẩm như mô tả trước đây, do đó nó có thể vận chuyển cholesterol như các loại thực phẩm khác làm.

5) Kích hoạt hệ thực vật hiệu quả và dập tắt các hệ thực vật có hại

Người ta nói rằng khoảng 300 ato 400 loại thực vật sống trong ruột già, đại tràng. Điều đó có nghĩa là cả hệ thực vật có hiệu quả và có hại đều cùng tồn tại trong đó.

Nếu fucoidan mozuku thải độc tố ra khỏi hệ thực vật có hại, nó có thể làm sạch cơ thể. Ví dụ,

Bài tiết với mùi khó chịu, nó có thể cho thấy rằng có rất nhiều hoa có hại trong ruột kết của bạn. Đây là trường hợp đã xảy ra với bạn tôi. Anh ấy có cảm giác loét dạ dày, và cơn **bài tiết với mùi khó chịu**. Anh ta bị tiêu chảy để đi toilet 4 đến 5 lần ngay cả vào buổi sáng. Ông được cho biết uống dung dịch Fucoidan. Ngay sau đó, bài tiết của ông đã trở thành một hoặc hai lần trong một ngày. Hơn nữa, ông cảm thấy cơ thể của ông đã trở nên tốt và **các bài tiết của ông không bị mùi hôi thối.**

Một trường hợp khác đã xảy ra với một người đàn ông. Vợ ông thường mua fucoidan hàng tháng cho chồng bà. Cô ấy nói với tôi, "Chồng tôi có vấn đề trong dạ dày. Sau phẫu thuật, ông bắt đầu uống dung dịch Fucoidan. Vì vậy, bài tiết của ông không còn quá nhiều mùi khó chịu. "Tjhis có thể gợi ý rằng fucoidan có thể loại trừ các loài thực vật có hại bằng các chất bài tiết của mình để gây ra mùi hôi thối..

6) Khả năng xảy ra enzyme để phá vỡ Fucoidan trong cơ thể của chúng tôi

Fucoidan là một chất lạ đối với cơ thể của chúng ta. Khi đi vào ruột, có thể thấy rằng tế bào cơ thể của chúng ta có thể coi nó như một chất lạ, và hệ thống miễn dịch của chúng ta sẽ phản ứng rất mạnh với nó để tạo ra các tế bào miễn dịch hoặc các chất, đó là quân đội tự bảo vệ cơ thể của chúng ta . **Vì vậy, nó sẽ được gợi ý rằng fucoidan có thể tăng cường hệ thống miễn dịch của chúng tôi.**

4. **Các tác động khác của mozukufucoidanFucoidan** cũng có những tác dụng khác như chống khối u, dự phòng máu đông máu, điều chỉnh rối loạn đường ruột, vân vân. Dưới đây là những điểm nổi bật lên chi tiết đến mức độ nào đó.

1) **Tác dụng allelopathy** Là một mozuku thử nghiệm trong một bình chứa nước biển đã ngăn chặn sự phát triển của tảo khác. Tác dụng ức chế như vậy được gọi là "allelopathy". Đây là trường hợp xảy ra với hai người đàn ông. Họ bị ung thư phổi và uống dung dịch Fucoidan để tăng cân và khỏe mạnh hơn.

2) **Ngăn ngừa ảnh hưởng của loét Dạ dày được bao phủ bởi màng nhầy.** Chất đạm thường được gọi là chất mucoprotein, một loại protein đường. "Muco" có nghĩa là chất nhầy. Fucoidan là một chất polysaccharide muco. **Vì vậy focoidan có thể bảo vệ màng dạ dày với chất nhầy.**

3) **Ngăn ngừa ảnh hưởng của đông máu** Là một yếu tố ngăn ngừa đông máu, người ta biết rằng có một chất được gọi là heparin trong cơ thể của chúng ta, một sản phẩm của mucopolysaccharide sản xuất trong gan. Về mặt hóa học, tôi chứa dư lượng sunfat tự nó như Fucoidan. **Vì vậy fucoidan cũng có tác dụng phòng ngừa đông máu**. có nghĩa là ngăn ngừa máu đông cục ..vữa động mạch ..không nên dùng chung một lần với thuốc chống đông máu như vitamin K ,aspirin

4) **Tác dụng chống virut** Báo cáo rằng Fucoidan có tác dụng chống lại virut PRVD của tôm sú và virus HIV được biết đến như là virut AIDS.

5) **Tác dụng chống dị ứng** Người ta nói rằng mozuku có tác dụng chống dị ứng.

Chúng tôi sẽ nêu ra một ví dụ về viêm da dị ứng, bệnh dị ứng; Một bác sĩ trưởng của một phòng khám ở thành phố Okinawa cho biết, khi anh ta phun dung dịch Fucoidan cô đặc cho một số bệnh nhân bị viêm da dị ứng hoặc da khô để thử nghiệm trong vài ngày, ngứa đã biến mất. Kể từ đó tại phòng khám này, ông đã sử dụng dung dịch cô đặc và ngũ cốc làm từ bột để điều trị. Một phụ nữ đã mua chiết xuất mozuku nói như sau; "Con trai tôi, một học sinh trung học cơ sở, đã mụn trứng cá trên khuôn mặt của mình và nó được nung nấu. Anh ta đã dùng thuốc mỡ nhưng không hiệu quả. Tôi để cho anh ta uống mozuku chiết xuất và ông cũng áp dụng nó trên khuôn mặt của mình. Vì vậy, nó làm việc đáng kinh ngạc. Không thể tin được "

6) **Điều chỉnh rối loạn ruột** Như đã mô tả trước đây, fucoidan là một loại chất xơ ăn kiêng. Bột mozuku chứa 34,4g chất xơ mỗi 100g. do đó nó có một hiệu ứng điều chỉnh của rối loạn ruột. Đó là trường hợp xảy ra với vợ của bạn tôi. Khi tôi viếng thăm một người bạn của tôi, tôi thấy mặt cô ấy không sáng bóng. Vì vậy, tôi sợ phải hỏi cô ấy, và cô ấy trả lời rằng cô ấy bị táo bón trong vài năm gần đây. Sau đó tôi đề nghị cô ấy uống chất chiết xuất mozuku như một bài kiểm tra, và tôi đưa cho cô ấy hai chai và nói rằng hãy uống trong một tuần. Vài ngày sau, họ đến thăm tôi và cô mỉm cười và nói, "Nó đi ra, nó đi ra."

7) **Giảm tác dụng của cholesterol máu** **Nói rằng chất xơ trong mozuku có thể bắt cholesterol trong đại tràng và bài tiết nó trong phân.** Có thể nói rằng như hiệu quả của **Fucoidan chất xơ trong thực phẩm có thể làm giảm mức cholesterol trong máu.**

8) Tác dụng chống oxy hóaCác cơ thể của chúng ta cần oxy để sống. Không khí có chứa oxy khoảng 20% và nitơ bằng 79%. Phần còn lại của 1% gồm có helium và argon, và một lượng nhỏ của diizxit carton, vv Ôxy là chất thiết yếu cho chúng ta sống. Tuy nhiên, đôi khi nó được kích hoạt rất có hại với tài sản phản ứng của nó. Oxy này được gọi là oxy cơ bản. Nó phải được giảm bớt trong cơ thể chúng ta. Các chất làm giảm nó được gọi là "**chất chống oxy hóa**". Vitamine C, vitamine E hoặc carrotine, vv được bao gồm trong đó. **Fuciodan cũng có tác dụng chống oxy hóa.**

9) **Ngăn ngừa ảnh hưởng của viêm da** Chúng ta không thể sống mà không có ánh nắng mặt trời. Sun cung cấp cho chúng ta không chỉ năng lượng mà còn kích hoạt vitamin D đưa vào cơ thể của chúng ta từ bên ngoài. Trong tia tử ngoại tia cực tím mặt trời và tia hồng ngoại được bao gồm.

Một số tia cực tím kích hoạt vitamin D và tia hồng ngoại cho nhiệt. Nhưng khi phơi nhiễm với cả hai tia quá nhiều, nó sẽ gây viêm trên da. Tuy nhiên, thật may mắn vì kết quả của thử nghiệm fucoidan thử nghiệm đã được biết đến để ngăn ngừa chứng viêm này. Khi dung dịch fucoidan được xức trên da, nó sẽ dính vào đầu tiên, nhưng sau vài phút nó sẽ trở nên trơn tru và bạn có thể cảm thấy tốt. **Điều này có thể có nghĩa là bản chất trơn trượt của fucodian thực sự bảo vệ da của chúng ta.**

Như đã đề cập ở trên, Fucoidan có rất nhiều hiệu ứng

Nhưng bạn phải biết rằng hầu hết các hiệu ứng cho đến nay đã đề cập là kết quả của các thí nghiệm in vitro. Các trường hợp lâm sàng được trình bày ở đây xuất phát từ kinh nghiệm của những người bịnh Do đó chúng ta phải chờ đợi rất nhiều kết quả lâm sàng.

Như đã trình bày ở trên, chúng ta đã thấy rất nhiều trường hợp sau khi uống dung dịch Fucoidan, **loét dạ dày thực**

sự đã được chữa lành, hoặc mùi phân đã biến mất. Điều này có thể cho thấy rằng fucoidan đã làm việc một cách chắc chắn và hiệu quả trong cơ thể chúng ta bằng một số cách. Lịch sử Những thí nghiệm lâm sàng trên động vật .(Pub med)

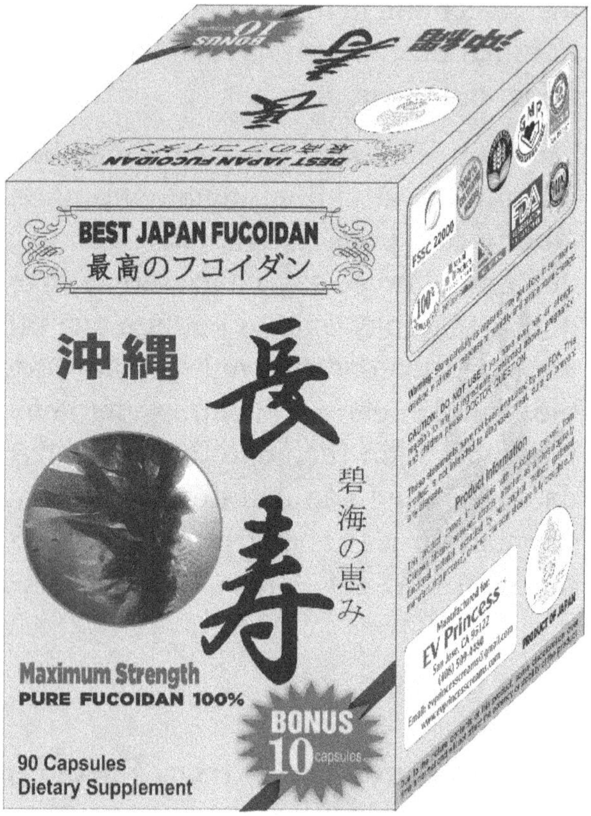

.Fucoidan chế độ ăn uống của Acaudina molypioides làm thay đổi vi sinh đường ruột và làm giảm tổn thương niêm mạc ruột do cyclophosphamide gây ra.

Liệu pháp Fucoidan làm giảm tải lượng proviral ở những bệnh nhân bị bệnh thần kinh liên quan đến virus loại 1- T-lymphotropic ở người.

Fucoidan làm tăng sự biểu hiện của CXCR4 trên tế bào CD34 + ở người.

Ảnh hưởng của chế độ ăn uống fucoidan đối với thành phần máu, chất chống oxy hoá và khả năng miễn dịch bẩm sinh của cá vàng (Pelteobagrus fulvidraco).

Ảnh hưởng của việc sử dụng fucoidan đối với tiết insulin và kháng insulin ở người lớn thừa cân hoặc béo phì.

Ảnh hưởng của rong biển có nguồn gốc laminarin và fucoidan và oxit kẽm trên hình thái ruột, vận chuyển chất dinh dưỡng, tiêu hóa chất dinh dưỡng, hiệu quả tăng trưởng

Phụ nữ và đàn ông Nhật Bản cao tuổi Bổ sung với fucoidan từ rong biển làm tăng phản ứng miễn dịch đối với việc chủng ngừa cúm theo mùa.

Hiệu quả vi sinh và điều hòa miễn dịch của chế phẩm ăn kiêng rong biển ở đường tiêu hóa

Điều chế sản xuất eicosanoid liên quan đến **tập tiểu cầu** bằng F-Fucoidan thực phẩm từ tảo nâu Laminaria japonica

Ảnh hưởng của thiết bị giảm bớt sự kết dính tập trung PERIDAN ™ trong nội mạc tử cung trên những phát hiện lâm sàng, nhiễm trùng và chữa lành mô

Nghiên cứu lâm sàng thí điểm để đánh giá hoạt động chống đông máu của fucoidan.

Một phương pháp định lượng để phát hiện fucoidan trong huyết tương người sử dụng một kháng thể mới.

*Thông tin về sử dụng truyền thống và tài sản của thảo dược được cung cấp trên trang này chỉ dành cho mục đích giáo dục, và không nhằm mục đích tư vấn y tế. Mọi cố gắng đã được thực hiện cho tính chính xác, nhưng không có gì được đảm bảo. Nhiều công dụng và tính chất truyền thống của thảo mộc đã không được chứng nhận bởi FDA. Nếu bạn có bất cứ mối quan tâm sức khỏe nghiêm trọng nào, bạn nên luôn kiểm tra với bác sĩ chăm sóc sức khoẻ của bạn trước khi tự chế thuốc. ***

Để Chính Văn được tiếp tục phục vụ Quý vị... Đọc giả xin hãy tiếp tục ủng hộ và giới thiệu đến bạn bè, thân hữu... đọc báo Chính Văn.

Chân thành cảm tạ.

HỘP THƯ TÒA SOẠN

Ban Biên Tập chúng tôi hân hạnh đón nhận thư từ - Ý kiến của Văn Hữu, Thân Hữu Đọc Giả khắp nơi ...

Mọi Thư từ và Bài vở xin gởi về :

Báo Chính Văn
7005 Walter Avenue Sacramento CA 95828 - USA

Email : baochinhvan@gmail.com
hoặc : amyngoc@rocketmail.com

Tel: 916 230 6172 - 916 509 4445

Xin chân thành cảm tạ những lời khen tặng Khích Lệ của Đọc Giả, cũng như những Phê Bình của Thân Hữu - Văn Hữu.

Xin chân thành cảm tạ quý Văn Hữu:
-TS Trần Kiêm Đoàn, Nhà thơ Lê Trọng Nghĩa, Nhà thơ Lão Moc Hoàng Ngân Hà, Nhà thơ Duy An Đông, Nhà thơ Cao Mỹ Nhân, Nhà Báo Sơn Tùng, nhà thơ Nguyễn Phúc Sông Hương và nhiều Văn hữu khác... đã gởi tặng những Tác Phẩm và đồng ý đăng trên Giai Phẩm Chính Văn.

Ban Biên Tập chúng tôi đang và sẽ có gắng khắc phục để Giai Phẩm Chính Văn của chúng ta được hoàn hảo Tốt đẹp dù trong hoàn cảnh Báo chí thời Lưu vong rất ư là khó khăn.

THÂN KÍNH.

Kỷ niệm một năm nhà báo Tô Ngọc ra đi.

LỜI CẢM TẠ

Kính thưa quý vị bạn hữu !

Chân thành cảm tạ sự quan tâm của quý bạn hữu đến với gia đình chúng tôi, người bạn đã ra đi vĩnh viễn của chúng ta , và vẫn là một lời xin quý vị cảm thông sự thiếu sót không vừa ý quý bạn hữu để cho Ban tổ chức và gia đình chúng tôi một lời phê bình vị tha ….

Hôm nay với tôi là ngày tưởng niệm người chồng yêu thương , để được dịp khoe khoang với quý bạn hữu lần cuối cùng những Hạnh Phúc, nhưng tuyệt vời, niềm hãnh diện mà tôi cảm nhận được từ người chồng yêu quý, anh Tô Ngọc và về những đóng góp của anh Tô Ngọc vào ngành truyền thông của Việt nam Cộng Hoà.

Xin quý vị bạn hữu một phút tưởng nhớ, chia sẽ chân thành đến những kỷ niệm đẹp, vui buồn với anh Tô ngọc …

Đến từ Sanjose, chị Lê Diễm..... Ngọc Khanh, anh Nguyen, anh Hải và văn hữu từ Sanjose , anh THANH THƯƠNG HOÀNG, ANH BẢY HÓA, CHỊ KIM THU (nhà văn Tôn nữ áo tím).

Ngọc Khanh và chị Lê Diễm như em gái của anh Tô Ngọc, họ đã có liên hệ với nhau từ đời quý cụ Thân sinh

Cụ TRƯƠNG ĐÌNH SỬU và CHỊ TRÂM và gia đình đã không ngại tuổi già, xa xôi đến viếng anh Tô Ngọc lần cuối …chi NGỰ, ANH LEDO dù bận bịu với anh Ngự đang bịnh nặng.

Tôi , đại diện gia đình , xin chân thành cảm tạ tất cả bạn hữu đã đến đưa tiễn anh Tô Ngọc , Minh Thi , Chị Trùng Dương , chị Sương Mai , anh Bùi Lê Canh , anh chị Hà Hoàng , anh chị Nghĩa và Tina , Chị Tôn Thất Sang , anh chị Trần Văn Ngà , đặc biệt cháu Quỳnh Ngọc ,,,vẫn thương yêu bác Tô ngọc như ngày nào.... anh chị Lam Son và Bích Lan , Anh Giang Thiên Tường , Anh chị Diễm Buồn ,OB Nguyễn Khắc Lêe, Kenny và Cúc, Anh chị Hoá Huỳnh, Anh chị Tư Thành, Anh Moi , Chị Trang, Kim Anh đã lo chu đáo mâm cơm cúng cho anh Tô Ngọc .

...Anh chị Chung Văn Sang , Anh Quốc, Ông bà Bùi Trung , Anh chị Lợi , Ông bà Lai quốc Hùng, Thanh, Kiệt, Tân ...và nhóm tenis Sacramento, Anh Độ, Anh Võ Công Qúy (đã ra đi hai tháng sau anh Tô Ngọc) Anh Kiên người bạn tù thân thiết , cháu Thành .... trong hội Phật Giáo Hòa Hảo Sacramento... Hai cháu Trung va Huong (con anh Duong Phan) đã rất nhiệt tình có mặt trong ca hai ngày tang lễ, chụp hình rất nhiều Anh chị Huynh Mai Hoa , Trung Điệp , Việt Cường… và nhiều thân hữu… Anh Chị Mùi, Ông Larry Nguyễn , Giám đốc trung tâm Reha , Tin luôn hỏi thăm chia sẻ. Đặc biệt nhất là những người em, những người con kết nghĩa của chúng tôi, NHƠN TIÊN DƯƠNG, HẠNH, MINH, KHÔI, THẮM, MỸ TIÊN, cháu THANH -TÚ Đã đặc biệt quan tâm cũng như săn sóc từ miếng ăn… khi anh Ngọc trong bịnh viện... và những ngày tháng sau nầy... vẫn thường nghe tôi nói dù những lời vô duyên, vô bổ... cho tôi thoát khỏi cơn trầm cảm , cho tôi, có một lời tạ ơn tình nghĩa nhất …

Cũng như chị HỒNG, chị CÚC, OANH HOÀNG luôn luôn an ủi, Hộ niệm chân tình trong ngày thứ 49 ….

Anh chị NFSH, anh chị Trâm, chị TÂM... HƯƠNG NAM , chị Tina luôn điện thoại để an ủi.

Những Thân hữu ở xa điện thư và điện đàm gởi lời chia buồn. Cám ơn nhà văn Sơn Tùng, ông Tran Quang Tuyen đã gọi điện chia buồn cùng gia đình. Cám ơn **Hoài Linh Phương**, người cháu văn nghệ mà anh Ngọc có ấn tượng nhất “thơ rất khó bán mà tập thơ của HLP được tái bản vài lần”... Anh chị Thế Hải ở Hawai. Anh chị BS Trâm đang đi du lịch ở Úc, cháu Anh Nguyen The Hai o Hawai, Ông Nguyen Dinh Toan và cháu ở Santa Ana , Anh Doan, ANH THU …và nhiều thân hữu ngày xưa cũng ở Làng Báo chí ... cháu Tú Anh con của anh Trần Việt Hoài đã ghé thăm. Nhìn Hai bác cháu nhắc những kỷ niệm thân thương khi cháu còn bé, mà cháu vẫn nhớ, thật là ấn tượng ...

Và dĩ nhiên không thể không nhắc đến **VŨ NHÂN phóng viên đài SBTN** đã nhiệt tình đến làm Phóng sự cho buổi Tang lễ của anh Ngọc được phổ biến đến bạn bè Thân hữu, đọc giả yêu thích khắp nơi cũng như để lại cho gia đình chúng tôi một kỷ niệm vô giá .

Cũng xin gọi đến vợ chồng anh chị Ngọc Lauren, anh chị Liên, Ngọc Khanh, những người em gái thân thương của anh Tô Ngọc đã từ rất lâu, chị TÂM... HƯƠNG NAM, chị Tina luôn điện thoại để an ủi.

Đặc biệt nhất xin gởi đến Ban tổ chức ngày tưởng niệm hôm nay **Minh Thi, Ngọc Khanh , Lê Diễm .**

Và đặc biệt hơn nữa là Ông bà **Bùi Trung**... lo toan chu đáo phần tổ chức sắp xếp, cùng với ban nhạc do Trung Điệp, Viet Cường và các anh em đã nhiệt tình ủng hộ Ngày hôm nay .

Nguyễn Hữu Liêm Giám Đốc nhà xuất bản CỎ BA LÁ , đã cố gắng hoàn thành tác phẩm SỰ ĐỜI để công ty Amazon kịp phát hành vào dịp tưởng niệm.

Theo dự trù với Ông Bùi Trung , điều hành quỹ TPB Sacramento. Tất cả sự ủng hộ về Tác phẩm SỰ ĐỜI sẽ được đưa vào quỹ Thương Phế Binh với sự hỗ trợ của nhà sách Trang /Sacramento.

Buổi tập dợt cho ngày tưởng niệm cũng đã diễn ra rất chu đáo dưới sự điều khiển của Trung Điệp, Bui Trung đã hát bài **Anh còn nợ em** , Tiên Dương hát bài nhạc Pháp rất chuẩn **Et Si Tu N'Existais Pas** (vì cô đến từ Pháp ,bài hát mà anh Tô Ngọc rất thích... và bài **RULE SANS RULE** ,,, Hương Nam thì tập ở nhà với VC,,, và nhiều quý vị thân hữu khác ,,, dù chỉ mới là tập dợt, nhưng những bài ca, không khí ấm cúng đã cho mọi người thật sự xúc cảm , nhớ về anh Tô Ngọc … …chị Lan với **bài Tình nồng cháy**…

Cuối cùng , đã hai lần Ngọc Khanh và gia đình muốn làm một ngày cho anh Tô Ngọc trước khi anh mất và sau khi anh mất,,, vẫn không thể thực hiện được,,, THÔI ĐÀNH! như ý muốn của anh... không phô trương, không bon chen chút Danh Hão, **anh đã NGỘ!**

CÁT BỤI TRỞ VỀ VỚI CÁT BỤI , BỤI HỒNG TRẦN XIN ĐỂ LẠI NHÂN GIAN... ANH RA ĐI VỚI NÉT MẶT BÌNH THẢN , AN LÀNH... ĐỂ LẠI BAO NUỐI TIẾC

THƯƠNG YÊU CỦA NGƯỜI TÌNH NGƯỜI VỢ, THÂN NHÂN VÀ BẠN HỮU...

Giai Phẩm CHÍNH VĂN với Tâm tư, ghi lại chút Kỷ niệm với Bạn Bè, thân hữu thân yêu .Và một lần nữa xin quý thân hữu một lời phê bình vị tha cho những thiếu sót của gia đình chúng tôi, cho tôi có một lời tạ ơn tình nghĩa nhất … Xin quý vị bạn hữu một phút tưởng nhớ, chia sẽ chân thành đến những kỷ niệm đẹp , vui buồn với anh Tô ngọc …

Anh Tô Ngọc ra đi, trái đất vẫn quay, bầu trời vẫn sáng , nhưng sự quan tâm chia sẽ của quý thân hữu thì không là "un peu soleil dans le froid ", mà là cả mặt trời trong giá lạnh cho gia đình chúng tôi .

Chân thành cảm tạ

(Lehong Duong và Gia đình)

NGÀY TÔ NGỌC VÀ THÂN HỮU

(Chủ Nhật, Ngày 22 Tháng 3 Năm 2020 – 11 A.M. – 02:00 pm)

Chương Trình

11:00 am – 11:30 am - Tiếp đón quan khách

PHẦN 1: (MC Ts Minh Thi & Gs Lại Quốc Hùng - 11:30 am – 12:30 pm)

11:30 am - 11:35 am - Chào mừng quan khách và sơ lược chương trình.
11:35 am - 11:40 am – Mời bà Tô Ngọc dâng hương khấn nguyện trước bàn thờ người quá cố.
11:40 am – 11:55 am – Tô Ngọc, gia đình và ước mơ phục vụ dòng văn học nước nhà.

1. 1. Bà Ngọc Khanh .... 5 phút
   2. Bà Lê Diễm .... 5 phút
   3. Bùi Vũ Trung & Vũ Lynn .... 5 phút

Tác giả và Tác phẩm Sự Đời

11:55 am – 12:00 pm – Nhà xuất bản Bùi Hữu Liêm giới thiệu về tác giả.
12:00 pm - 12:05 pm – Nhà báo Sơn Tùng giới thiệu về tác phẩm Sự Đời.
12:05 pm - 12:10 pm – Tiến sĩ Trần Kiêm Đoàn giới thiệu tác phẩm Sự Đời.

Tô Ngọc và những Sinh Hoạt Hải Ngoại

12:10 pm – 12:15 pm - Nhà báo Trần Văn Ngà nói về Tô Ngọc và báo Tiếng Vang.
12:15 pm – 12:20 pm – Chủ nhiệm Lê Văn Hải nói về Tô Ngọc và báo Thằng Mõ.
12:25 pm – 12:30 pm – Bác sĩ Trần Quý Trâm nói về Tô Ngọc và báo Chính Văn.

PHẦN 2: (MC Ts Minh Thi & Gs Lại Quốc Hùng - 12:30 pm – 01:00 pm)

Thân hữu phát biểu cảm tưởng và chia sẻ tâm tình

12:30 pm – 12:35 pm – Ts Nguyễn Khắc Lee
12:35 pm – 12:40 pm – Nb Thanh Thương Hoàng
12:40 pm – 12:45 pm – Nt Dư Thị Diễm Buồn
12:45 pm – 12:50 pm – Nt Nguyễn Phúc Sông Hương
12:50 pm – 01:00 pm – Bà Tô Ngọc và anh Lê Sỹ Tấn cảm tạ Quan Khách.

PHẦN 3: (MC Bùi Vũ Trung 01:00 pm – 02:00 pm)

Thết đãi Quan Khách & Văn Nghệ êm dịu với chủ đề về Tình Yêu và về Mẹ.

Ls Tiên Dương .... "Le feuilles Mortes"
Vũ Trung .... "Anh Còn Nợ Em"
Nt Cao Thanh Tâm .... "Rồi Mai Tôi Đưa Em"
Nt Lê Trọng Nghĩa .... "Mẹ Là"
Nt Hương Nam .... "Anh Đi Rồi"
Sg Huỳnh Mai Hoa .... "Hai Sắc Hoa Tigôn"
BẾ MẠC – 02:00 pm: Bà Lệ Hồng chào biệt Quan Khách.

NHỚ VỀ MỘT NGƯỜI VỪA ĐI :
KÝ GIẢ TÔ NGỌC

KIỀU MỸ DUYÊN

Nhà văn, nhà báo Tô Ngọc
tức Ngô Quang Trụ

Lê Diễm, cựu nữ sinh Trưng Vương gọi tôi và nói :

- Chị ơi, anh Tô Ngọc mất rồi , tụi em sẽ làm lễ tưởng niệm anh ấy, chị đến nhé; chị Hoàng Vĩnh, báo Người Việt, người bạn sinh viên Sài Gòn cùng phục vụ nạn nhân chiến cuộc Tết Mậu Thân 1968 cũng đến.

Lê Diễm đang ở San Jose, hoạt động hăng say trong sinh hoạt cộng đồng về nhiều lĩnh vực , cho cơm homeless, viết báo, viết văn, nhà Lê Diễm như tựu nghĩa đường, cựu học sinh Trưng Vương hợp hội về San Jose thì một số ở nhà Diễm, Diễm tiếp đãi bằng hữu ân cần niềm nở, nếu người nào không ở lại nhà Lê Diễm thì cũng ở đó ăn tối, ca hát rồi về khách sạn hoặc về nhà bạn khác lúc nửa đêm về sáng.

Tôi nhớ một lần họp mặt nhà Lê Diễm, bạn từ khắp nơi về San Jose, từ các quốc gia khác, từ các tiểu bang về; hôm đó tôi cũng gặp Hoàng Vĩnh, Hoàng Vĩnh lúc nào cũng ăn mặc đẹp, con gái Bắc kỳ bao giờ cũng điệu và đẹp, hễ điệu và đẹp thì hao tốn quần áo theo thời trang.

Lê Diễm rất có lòng hễ mỗi lần có cựu nữ sinh Trưng Vương nào có hữu sự là Lê Diễm gọi ngay bằng hữu thông tin, giúp đỡ.

Hôm nay Lê Diễm lại gọi tôi :

- Chi ơi, dịch cúm Coronavirus nên không tựu hợp được, không tổ chức tưởng niệm anh Tô Ngọc nên làm một tờ báo, chị viết cho một bài về anh Tô Ngọc nhé.

Hoàng Cung Fa, Nhung, Hoàng Dung DC, Lê Diễm,
7676, Hồng, Tô Ngọc - Lake Tahoe, California 07/2019

Còn một tuần lễ nữa là tôi đi thi, bài thi rất khó, nhưng vốn thương Lê Diễm, không muốn làm mất lòng cô em này nên tôi nhận lời ngay.

- Chị sẽ viết, chị sẽ gởi cho em.

Tôi nhắc về nhà văn Ngô Kim Thu, học trò Trưng Vương, trường Trưng Vương đào tạo rất nhiều người có tài , Thu viết văn, làm thơ, mối tình của Thư với chiến sĩ Biệt Động Quân, góc Võ Bị Đà Lạt tuyệt vời, tôi nói với Lê Diễm

- Có gọi Ngô Kim Thu không? Ngày xưa Ngô Kim Thu viết cho nhật báo Chính Luận chắc là biết ký giả Tô Ngọc .

Báo Chính Luận thông báo cho học bổng, tới nộp đơn, tôi được học bổng vì nhiều năm học ở tiểu học năm nào tôi cũng được giải thưởng, khi được đơn xin học bổng của tôi, thì ký giả Tô Ngọc và chị Linh Linh Lan đến nhà tôi để gặp tôi, sau đó tôi được học bổng. Học bổng này của một ân nhân ẩn danh tặng, tôi không biết là ai, nếu vị ân nhân này còn sống chắc trên 100 tuổi, tôi rất cảm động lần đầu tiên được học bổng, cầm tiền trong tay tôi rơi lệ, học bổng được phát tại tòa soạn báo Chính Luận, tôi nài nỉ để được biết tên của ân nhân nhưng tòa soạn không ai cho tôi biết tên của vị ân nhân này, Thượng nghị sĩ Đặng văn Sung chủ báo cũng lắc đầu, ký giả Tô Ngọc và chị Linh Linh Lan cũng im lặng. Chị Linh Linh Lan rất đẹp, ăn mặc sang trọng, sau này tôi gặp lại chị ở Houston, chị vẫn rất đẹp, ở ngôi nhà đẹp, vào nhà đi ngang một sân rộng trồng nhiều hoa, màu sắc rực rỡ, tôi cũng hỏi về ân nhân cho tôi học bổng, chị cũng không nói; có thể chị quên tên của vị ân nhân.

Ký giả Tô Ngọc được nhiều người thương, nhà văn Ngô Kim Thu tâm sự :

- Em viết cho báo Chính Luận, đến tờ báo để lãnh nhuận bút , ký giả Tô Ngọc đưa tiền cho em, xong em đi, không gặp ai hết.

Lúc đó ở báo Chính Luận có luật sư Phạm Kim Vinh, biết bình luận cho báo Hoà Bình nơi tôi làm việc, Luật sư Vinh vừa làm cho báo Chính Luận và báo Hòa Bình được rất nhiều người thích những bài bình luận nồi lửa của ông.

Sau này làm cho báo Hoà Bình, tôi thường thăm luật sư Phạm Kim Vinh ở báo Chính Luận, tới nơi này tôi ít được gặp ký giả Tô Ngọc hay chị Linh Linh Lan, nhưng tôi vẫn đọc những bài viết của chị Linh Linh Lan và ký giả Tô Ngọc; ngày xưa làm báo ít ai đi xe hơi chỉ đi xe gắn máy nhưng lúc đó ký giả Tô Ngọc và chị Linh Linh Lan đi xe hơi.

Tôi viết cho báo Hòa Bính, một số đọc giả cho tiền, tôi cho học bổng lại cho những em học giỏi, một trong những em được lảnh học bổng của báo Hòa Bình là Ngọc Vũ làm cho báo Người Việt sau này và nhiều em lãnh học bổng sau này rất thành công trong đời .

Có một lần tham dự hội thảo gần nhà ký giả Tô Ngọc, tôi đến thăm ông, cụ bà mở cửa, cụ bà rất hiền, dễ thương ân cần, niềm nở mời chúng tôi vào nhà. Ba thế hệ ở chung với nhau.

Chúng tôi nhắc chuyện ngày xưa, tôi nói :

- Nhờ anh cho tôi học bổng mà sau này tôi cho nhiều học trò học bổng, anh và chi Linh Linh Lan đến tận nhà tôi , còn tôi khi cho học bổng chỉ gọi các em và gia đình các em đến tòa sọan lảnh học bổng. Anh và chị Linh Linh Lan công phu quá.

Ký giả Tô Ngọc cười, và bà cụ cũng cười .

Khi bà cụ mất tôi cầu nguyện cho cụ và khi ký giả Tô Ngọc mất tôi cũng cầu nguyện .

Mẹ anh Tô Ngọc

Cho học bổng phải mất công đến tận nhà, có lẽ chỉ có ký giả Tô Ngọc và chị Linh Linh Lan làm như thế, khi tôi nộp đơn ở bộ Quốc Gia Giáo Dục cho học bổng Columbo ở Úc; chỉ nộp đơn sau đó tòa đại sứ Úc gọi đến tòa đại sứ để thi, thi xong gởi về trường đại học Úc chọn lựa, hơn mấy ngàn đơn nhưng chỉ có 12 sinh viên được chọn. Tôi học ở Canberra, còn các sinh viên khác về các tiểu bang khác như New South Wales, Queensland, Adelaide v..v

Đã hơn 60 năm qua tôi vẫn chưa quên ân nhân đã cho tôi học bổng qua tờ báo Chính Luận mà ký giả Tô Ngọc và chi Linh Linh Lan phụ trách, tôi mong được biết tên, ở đâu, nếu qua đời tôi sẽ cầu nguyện, trong mấy chục năm qua tôi đã cho rất nhiều học bổng cho học sinh nghèo để hồi hướng công đức cho vị ân nhân (nhà binh) ẩn danh này.

Ký giả Tô Ngọc bây giờ đã ra đi, chắc chắn anh ra đi bình thản vì khi còn sinh tiền anh làm nhiều điều tốt lành cho những người xung quanh, anh rất có hiếu với bà cụ, anh chăm sóc cụ bà một cách cẩn thận, là người con hiếu thảo, chắc chắn anh đã gặp cụ bà rồi .

Tôi kể cho Lê Diễm và nhiều người nghe về học bổng đầu tiên của tôi. Tôi vô cùng xúc động, sau này tôi được nhiều học bổng, du học, và sang Hoa Kỳ tôi cũng được học bổng học báo chí, không tốn tiền trường, ra trường không thiếu nợ tiền học của chính phủ, được nhiều học bổng nhưng không bao giờ tôi quên học bổng đầu tiên và người cho học bổng này, một ân nhân ẩn danh qua trung gian ký giả Chính Luận Tô Ngọc và chị Linh Linh Lan.

Tôi rất cảm phục những vị làm việc thiện không ngừng nghỉ, nhất là những nhà từ thiện ẩn danh, không cho ai biết tên dù người mang ơn nài nỉ .

Ký giả Tô Ngọc đã qua đời, chị Linh Linh Lan chắc không còn nhớ tên của vị ân nhân này; tôi chỉ cần biết tên, ở đơn vị nào ngày xưa, với truyền thông nhanh chóng, kỹ thuật quảng bá tối tân tôi có thể tìm ra vị ân nhân ẩn danh không khó .

Ký giả Tô Ngọc qua đời, chị Linh Linh Lan ở Houston, mà ân nhân ẩn danh cho học bổng ở phương nào không ai biết, thuở đó mà nhà binh cho học bổng là điều rất ít thấy, rất hiếm.

Nguyện cầu linh hồn người quá cố về cõi Vĩnh hằng.

Kiều Mỹ Duyên
kieumyduyen1@yahoo.com
Orange County tháng 4/2020

Nhà văn, nhà báo Tô Ngọc
và phu nhân

Vì sao vô các khách sạn hay nhà hàng lớn lại có nơi không cho bạn ***xách bọc thức ăn thừa mang về?***

Các nhà hàng chất lượng làm như vậy cũng là có lý do của họ cả.

Đi ăn nhà hàng là cách mà nhiều người chọn để thay đổi không khí cho bữa ăn gia đình. Tuy nhiên, có một vấn đề đa số họ đều mắc phải trong khâu gọi đồ ăn, đó là thường gọi nhiều hơn lượng ăn gây ra tình trạng lãng phí.

Những lúc này, họ rất muốn được mang thức ăn về, nhưng điều đó chỉ xảy ra ở những nhà hàng tầm trung, còn lại ở những nơi cao cấp, đạt chuẩn sao này sao nọ thì sẽ không bao giờ có chuyện đó. Tại sao vậy?

***Thứ nhất**, nhà hàng không muốn phá vỡ phần trình bày của món ăn.

-Đồ ăn ở các nhà hàng lớn thường được trình bày không chỉ đẹp mắt khách hàng, mà còn gần như trở thành một tác phẩm nghệ thuật nữa.

-Đó chính là đứa con tinh thần của những người đầu bếp danh tiếng với hy vọng khi chúng được bồi bàn mang ra, kết hợp với vẻ ngoài xinh đẹp của chiếc khăn trải bàn, cộng với không gian xung quanh cùng tiếng nhạc dương dương sẽ tạo được cảm giác thích thú cho khách.

Những món ăn được trình bày cô cùng công phu và thể hiện "đẳng cấp" của món ăn.

Khách có thể không ăn hết, nhưng các nhà hàng này cũng sẽ không bao giờ đồng ý cho khách gói mang về, bởi một lẽ đơn giản, khi cho vào hộp rồi, phần trình bày sẽ không còn nữa.

Điều đó một phần phá vỡ ý tưởng sáng tạo ban đầu của đầu bếp, và phần nữa là sẽ làm thực khách nghĩ rằng đồ ăn này cũng "thường" thôi.

Họ sẽ giảm bớt sự hào hứng, phần khách nếu lần sau còn ghé qua. Đó được coi như là sự thất bại của bất cứ nhà hàng nào.

Thứ hai, thức ăn có thể bị hỏng trong quá trình khách mang về:

-Ngoài việc bảo đảm phần nhìn cho khách, thì các nhà hàng hạng sang còn nghĩ xa đến cả việc tránh cho khách ăn phải đồ bị ôi, thiu..

-Bởi khi khách yêu cầu gói đồ ăn mang về, họ sẽ mang thức ăn đi một quãng đường trong điều kiện bảo quản không tốt.

-Lúc đó, đồ ăn (đặc biệt là những món tái, sống) sẽ nhanh chóng bị phân hủy và tạo ra thứ mùi không mấy hấp dẫn nữa.

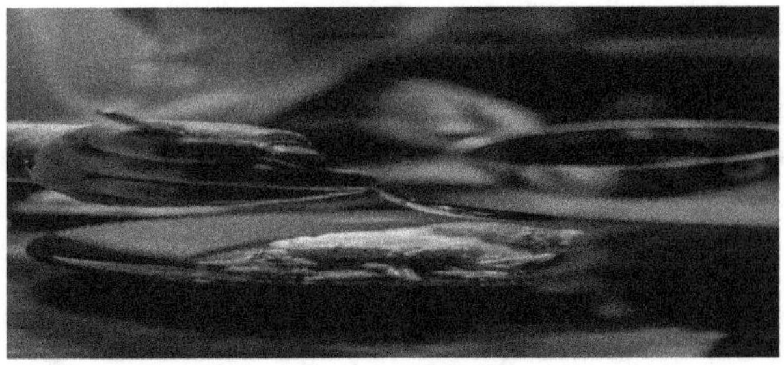

Và khi khách hàng về đến nhà và mở gói đồ ăn ra, họ sẽ không thấy chúng còn ngon nữa.

-Vì tiếc, họ sẽ ăn chúng, nhưng trong đầu hẳn sẽ có suy nghĩ là đồ ở đây hóa ra không ngon. Và lần sau, cơ hội để họ lựa chọn lại nhà hàng chỉ còn 50% mà thôi.

- Thêm vào đó, thực khách đến ăn tại nhà hàng sẽ được phục vụ tận tình bởi đội ngũ nhân viên chuyên nghiệp – được cung cấp những món ăn ngon đúng nhu cầu và hơn hết, bảo đảm được cả màu sắc, mùi vị của món ăn mà nếu mang về, những tiêu chuẩn này có nguy cơ bị phá hủy.

-Ngoài ra, gần như tất cả mọi món ăn (trừ salad và một số món bánh, đồ tráng miệng) sẽ ngon và trọn vẹn nhất khi được ăn lúc còn nóng và ăn ngay.

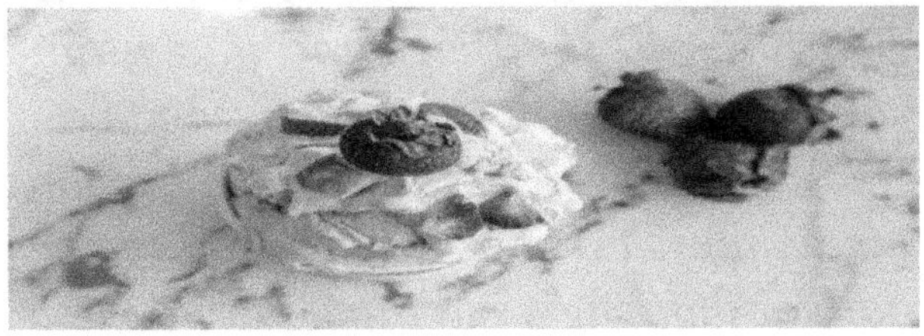

***Thứ ba**, vì sức khỏe của khách và danh tiếng của nhà hàng:

-Hầu hết những túi đựng thực phẩm mang về nếu không phải là đồ nhựa thì cũng là gói giấy, túi nilon – những vật dụng này tiềm ẩn nhiều nguy cơ ảnh hưởng đến chất lượng món ăn, làm thay đổi mùi vị, thậm chí có thể sản sinh ra vi khuẩn gây hại nếu không được vệ sinh sạch sẽ.

-Chưa kể, khi khách mang thức ăn về, ai bảo đảm là họ sẽ về nhà và ăn luôn hay lại để ở đâu đó rồi mới chợt nhớ ra. Như thế, khi khách ăn họ có thể bị ngộ độc thực phẩm.

Và ở thời đại tin tức như thế này, một vụ ngộ độc thực phẩm ở một nhà hàng hạng sang mà được đăng trên mạng xã hội thì sẽ rắc rối cực to.

-Chưa kịp biết tính đúng sai của sự việc, một bộ phận không nhỏ cộng đồng mạng đã nhảy bổ vào "xâu xé" và "tế sống" nhà hàng không thương tiếc.

-Chưa kể, nhà hàng còn phải bỏ ra một khoản không nhỏ để chi trả tiền viện phí, phí tổn thất cho "nạn nhân" và mất một lượng lớn khách hàng.

- Nhiêu đó tổng kết lại, *nhà hàng tiêu chuẩn cao không đồng ý cho khách gói đồ ăn mang về là đúng với công sức xây dựng thương hiệu của họ.*

HỘP THƯ TÒA SOẠN

Ban Biên Tập chúng tôi hân hạnh đón nhận thư từ - Ý kiến của Văn Hữu, Thân Hữu Đọc Giả khắp nơi ...

Mọi Thư từ và Bài vở xin gởi về:

Báo Chính Văn
7005 Walter Avenue Sacramento CA 95828 - USA

Email : baochinhvan@gmail.com
hoặc : amyngoc@rocketmail.com

Tel: 916 230 6172 - 916 509 4445

Xin chân thành cảm tạ những lời khen tặng Khích Lệ của Đọc Giả, cũng như những Phê Bình của Thân Hữu -Văn Hữu.

Xin chân thành cảm tạ quý Văn Hữu: -TS Trần Kiêm Đoàn, Nhà thơ Lê Trọng Nghĩa, Nhà thơ Lão Moc Hoàng Ngân Hà, Nhà thơ Duy An Đông, Nhà thơ Cao Mỹ Nhân, Nhà Báo Sơn Tùng, nhà thơ Nguyễn Phúc Sông Hương và nhiều Văn hữu khác... đã gởi tặng những Tác Phẩm và đồng ý đăng trên Giai Phẩm Chính Văn.

Ban Biên Tập chúng tôi đang và sẽ có gắng khắc phục để Giai Phẩm Chính Văn của chúng ta được hoàn hảo Tốt đẹp dù trong hoàn cảnh Báo chí thời Lưu vong rất ư là khó khăn.

THÂN KÍNH.

CHẤT BẢO QUẢN *(preservative)*

Số lượng chất phụ gia trong thực phẩm đóng gói đang gia tăng và mối lo ngại về tính an toàn của một số chất đã trở thành tiêu đề trên các báo.

Sau đây là những điều cần biết.

****Canxi propionat Natri benzoat Kali sorbat BHA BHT Các hóa chất bao gồm canxi propionat, natri benzoat, kali sorbat, BHA và BHT* là chất bảo quản phổ biến trong nước sốt trộn salad, pho mát và các loại thực phẩm khác.

Aleksei Bezrukov/iStock (3); Adobe Stock Ngày càng rõ ràng rằng chế độ ăn tập trung vào thực phẩm nguyên chất và hạn chế thực phẩm siêu chế biến là tốt nhất về mặt sức khỏe.

Nghiên cứu được công bố vào tháng 2 năm 2024 trên The BMJ cho thấy chế độ ăn càng có nhiều thực phẩm siêu chế biến thì nguy cơ mắc các rối loạn tim mạch chuyển hóa và sức khỏe tâm thần, cũng như tử vong do bất kỳ nguyên nhân nào, càng cao.

Mặc dù vậy, số lượng chất phụ gia trong nguồn cung cấp thực phẩm của Hoa Kỳ đang tăng lên. Theo nghiên cứu được công bố trên Tạp chí của Viện Hàn lâm Dinh dưỡng và Ăn kiêng, hơn một nửa số hàng tạp hóa mà người Mỹ mua có chứa một số loại chất tạo màu hoặc tạo hương vị hóa học, chất bảo quản và chất tạo ngọt, tăng 10 phần trăm kể từ năm 2001.

Bằng chứng cho thấy những chất phụ gia như vậy có thể là nguyên nhân gây lo ngại vẫn tiếp tục tăng lên. Một nghiên cứu gần đây phát hiện ra rằng một chất bảo quản phổ biến, có trong pho mát, nước chấm và bia, cùng với các loại thực phẩm khác, có thể ảnh hưởng tiêu cực đến sức khỏe đường ruột.

Và đầu năm nay, một vụ kiện tập thể đã được đệ trình về việc sử dụng thuật ngữ "không thêm chất bảo quản" trên nhãn thực phẩm, đặt ra câu hỏi về cách chúng ta định nghĩa chính xác chất bảo quản và các chất phụ gia thực phẩm khác.

Trong khi một số chất phụ gia thực phẩm có thể gây tranh cãi, thì một số chất phụ gia khác lại cần thiết để bảo quản độ tươi, chất lượng hoặc các lý do khác.

Tuy nhiên, nhãn thực phẩm thường chứa đầy các thành phần mà không ai biết ngoại trừ nhà hóa học hoặc nhà khoa học thực phẩm. Vậy làm sao bạn biết được thực phẩm mình đang ăn có gì và chúng an toàn như thế nào? Chúng tôi đã yêu cầu một số chuyên gia đào sâu vào chủ đề này.

Chất bảo quản là gì và tại sao chúng được sử dụng?

Có rất nhiều lời chỉ trích trên mạng xã hội về "hóa chất trong thực phẩm", nhưng tất cả các loại thực phẩm đều chứa hóa chất.

Đôi khi những hóa chất đó có sẵn trong tự nhiên, và đôi khi chúng được các nhà khoa học thực phẩm thêm vào để tăng tuổi thọ của thực phẩm (chất bảo quản), kết cấu của thực phẩm (chất ổn định) hoặc một số đặc tính khác như hương vị hoặc màu sắc.

Vì tên của những hóa chất này có thể không được người tiêu dùng trung bình nhận ra ngay trên nhãn thực phẩm, nên chúng thường bị coi là xấu, nhưng nhiều loại thực phẩm có mục đích quan trọng. "Bảo quản thực phẩm được định nghĩa là bất kỳ hành động hoặc sự bổ sung nào ức chế sự phát triển của vi khuẩn không mong muốn hoặc những thay đổi về mặt hóa học trong thực phẩm",

Alyssa Pike, RD, giám đốc cấp cao của Nutrition Communications tại Hội đồng thông tin thực phẩm quốc tế ở Washington, DC cho biết. ***Nói cách khác, chất bảo quản giúp thực phẩm an toàn khi tiêu thụ. Mặt khác, chất ổn định tạo ra nhũ tương*** **hoặc gel ổn định, giúp thực phẩm đặc hơn để ngon miệng hơn và ổn định hơn khi bảo quản.**

Nhiều hình thức bảo quản thực phẩm (như sấy khô, làm lạnh và bảo quản) đã tồn tại trong hàng nghìn năm.

Ngày nay, khoa học hiện đại đã đưa quá trình này tiến xa hơn nữa. Pike cho biết: "Ngoài các hình thức bảo quản cũ sử dụng muối và axit, các chất bảo quản hiện đại khác có thể mang lại lợi ích như ngăn dầu bị ôi thiu hoặc giúp sản phẩm thực phẩm giữ được màu sắc ban đầu".

Bên cạnh việc tăng cường an toàn thực phẩm, điều này cuối cùng còn ngăn ngừa lãng phí thực phẩm, theo nghiên cứu được công bố vào năm 2021 trên

Environmental Chemistry Letters. Chất bảo quản tự nhiên so với chất bảo quản nhân tạo Chất bảo quản thực phẩm được phân loại thành tự nhiên hoặc nhân tạo. Chất bảo quản tự nhiên có nguồn gốc từ thực vật. Đường, muối và axit citric làm từ trái cây họ cam quýt được coi là chất bảo quản tự nhiên. Mặt khác, chất bảo quản nhân tạo là do con người tạo ra, thường được tổng hợp trong phòng thí nghiệm. ***Theo Bách khoa toàn thư về An toàn thực phẩm, một số ví dụ về chất bảo quản nhân tạo bao gồm: Natri benzoat, có trong nước giải khát, nước sốt trộn salad và cá ngừ đóng hộp Canxi propionat***, có trong các loại bánh nướng, thịt chế biến và các sản phẩm từ sữa Kali sorbat, có trong pho mát, rượu vang và thịt khô BHA và BHT, có trong bơ thực vật và khoai tây chiên TBHQ, có trong mì ống, ngũ cốc và các loại hạt.

Từ "tự nhiên" có nhiều hàm ý tích cực hơn — vì vậy, việc có xu hướng mua những thực phẩm có chứa các chất bảo quản này thay vì các chất bảo quản nhân tạo là điều hoàn toàn tự nhiên.

Nhưng **Donald Schaffner**, Tiến sĩ, một nhà khoa học thực phẩm và giáo sư nổi tiếng tại Đại học Rutgers, nói rằng đây không nhất thiết phải là điều đáng lo ngại. **Ông nói: "Mặc dù sự khác biệt giữa tự nhiên và nhân tạo là điều mà người tiêu dùng bình thường có thể nghĩ đến, nhưng từ góc độ khoa học, một hợp chất như axit xitric đều giống hệt nhau cho dù nó được tìm thấy tự nhiên trong trái cây hay nó được tổng hợp trong nhà máy bởi vi sinh vật". nói. "Cơ thể không quan tâm. "Nó chỉ biết rằng đó là axit xitric."**

Ngoài ra, mặc dù các chất bảo quản như muối và đường có nguồn gốc từ những nguồn bạn tìm thấy trong tự nhiên nhưng điều đó không có nghĩa là chúng không gây nguy hiểm cho sức khỏe.

Quá nhiều đường trong chế độ ăn uống có liên quan đến việc tăng nguy cơ béo phì. Và những người có vấn đề về sức khỏe tim mạch nên hạn chế ăn muối vì quá nhiều natri có thể làm tăng nguy cơ mắc bệnh tim và đột quỵ.

Tác động sức khỏe tiềm tàng của chất bảo quản: Tốt và xấu Nhìn chung, tin tức về chất bảo quản thực phẩm là tốt. Pike giải thích: "FDA xác nhận việc sử dụng an toàn tất cả các chất bảo quản trong nguồn cung cấp thực phẩm và đồ uống của chúng tôi và mỗi chất bảo quản, dù được tạo ra nhân tạo hay có nguồn gốc tự nhiên, đều phải vượt qua đánh giá nghiêm ngặt để sử dụng an toàn, bao gồm cả hồ sơ có đánh giá khoa học đầy đủ".

Sau khi chất bảo quản vượt qua quy trình này, nó sẽ được chỉ định là "Được công nhận chung là an toàn" hoặc GRAS. Cô nói: "Điều này có nghĩa là thành phần này đã được FDA chứng nhận và quản lý là an toàn để ăn".

Từ đó, chất bảo quản có thể được đưa vào nguồn cung cấp thực phẩm một cách hợp pháp.

Tuy nhiên, cũng có thể hiểu được nếu bạn vẫn còn lo ngại về sự an toàn của một số thành phần nhất định - đặc biệt là khi những báo cáo đáng sợ về chúng xuất hiện trên tin tức, chẳng hạn như nisin, chất bảo quản có liên quan đến việc gây hại cho sức khỏe đường ruột. TBHQ cũng bị chỉ trích vì có khả năng gây hại cho hệ thống miễn dịch.

Và năm ngoái, California đã thông qua dự luật cấm sử dụng bốn chất phụ gia thực phẩm, bao gồm chất bảo quản **propyl paraben**, đôi khi được sử dụng trong các món nướng để giảm sự phát triển của vi sinh vật và tăng thời hạn sử dụng.

Điều này có nghĩa là bạn nên tránh những thành phần đó?

Trong trường hợp lệnh cấm của California, nghiên cứu liên kết các chất phụ gia với những tác động tiêu cực đến sức khỏe được tiến hành trên động vật chứ không phải con người, vì vậy nó không có tính kết luận từ quan điểm khoa học.

Và Pike chỉ ra rằng ngoài việc chứng nhận các chất phụ gia là **GRAS**, FDA còn kiểm soát chặt chẽ lượng chất phụ gia nhất định có thể được đưa vào thực phẩm.

Cô nói: "Mức TBHQ không thể chiếm hơn 0,02% lượng chất béo và dầu trong thực phẩm".

Một nhóm giám sát người tiêu dùng sức khỏe, Trung tâm Khoa học vì Lợi ích Công cộng (CSPI) có trụ sở tại Washington, DC, duy trì một cơ sở dữ liệu lớn xếp hạng độ an toàn của phụ gia thực phẩm.

Cơ sở dữ liệu nhấn mạnh mối lo ngại của người tiêu dùng và bác sĩ rằng chất bảo quản và chất ổn định có thể không an toàn khi ăn uống như ở Hoa Kỳ. Cơ quan Quản lý Thực phẩm và Dược phẩm (FDA) sẽ khiến chúng tôi tin tưởng.

tuy nhiên, theo Schaffner, "Một khía cạnh quan trọng còn thiếu là thiếu trích dẫn cho các tài liệu khoa học." Ông nói, việc thiếu trích dẫn và không đủ chi tiết khiến cho những tuyên bố chắc chắn về sức khỏe về từng chất bảo quản khó được xác minh. Bạn có nên lo lắng về chất bảo quản và chất ổn định **thực phẩm? Bất kỳ chất bảo quản hoặc chất ổn định thực phẩm nào trên thị trường hiện nay đều phải tuân theo các biện pháp bảo vệ an toàn của liên bang.**

Schaffner cho biết: "Dịch vụ Kiểm tra và An toàn Thực phẩm của FDA và USDA sẽ không cho phép sử dụng bất cứ thứ gì trong thực phẩm mà họ cảm thấy có những hậu quả đáng kể đối với sức khỏe cộng đồng". Theo Thực phẩm và Dinh dưỡng, tạp chí chính thức của Học viện Dinh dưỡng và Ăn kiêng, chất ổn định phải trải qua quá trình kiểm tra nghiêm ngặt và phân tích an toàn trước khi được phê duyệt ở Hoa Kỳ. hệ thống thực phẩm.

Tất nhiên, nếu bạn biết mình nhạy cảm hoặc dị ứng với bất kỳ thành phần nào trong thực phẩm thì tốt nhất nên tránh nó.

Nhưng nhìn chung, hầu hết chúng ta không cần phải lo sợ thực phẩm có chất bảo quản hoặc chất ổn định, dù là tự nhiên hay nhân tạo.

Pike cho biết, điều quan trọng hơn là bạn nên tập trung ăn uống vào những thực phẩm nguyên chất vốn chứa ít chất bảo quản hơn. "Nếu bạn lo lắng, hãy nhớ rằng ưu tiên chính là ăn một chế độ ăn uống cân bằng có chứa trái cây, rau, protein nạc, chất béo lành mạnh và ngũ cốc nguyên hạt."

Nội dung được cung cấp ở đây chỉ nhằm mục đích cung cấp thông tin này không nhằm mục đích thay thế cho lời khuyên y tế, chẩn đoán hoặc điều trị. Luôn tìm kiếm lời khuyên của nhà cung cấp dịch vụ chăm sóc sức khỏe đủ điều kiện cho bất kỳ câu hỏi hoặc mối quan tâm nào mà bạn có thể có liên quan đến tình trạng bệnh lý.

Chóng mặt: Đây là những nguyên nhân của phép thuật chóng mặt

Đột nhiên, mọi thứ dường như đang quay và mặt đất đung đưa dưới chân: các cuộc tấn công chóng mặt có thể mất vài giây đến vài giờ. **Chóng mặt là** một triệu chứng và có thể có nhiều nguyên nhân. Đọc những gì bạn cần biết về cảm giác đột ngột của luân chuyển và khi bạn nên đi đến bác sĩ.

Mọi người đều biết **chóng mặt** - về việc lái xe băng chuyền. Không có sự sợ hãi ở đây, và đặc biệt là trẻ em thích nó khi thế giới quay đi xa hơn một chút, mặc dù chúng không còn ngồi trong băng chuyền nữa.

Trong tất cả các trường hợp khác chóng mặt (**Vertigo**) lo lắng nhiều hơn - đặc biệt là vì có nhiều nguyên nhân chóng mặt.

Nguyên nhân chóng mặt: Người cao tuổi đặc biệt chóng mặt

Với tuổi tác, **nguy cơ chóng mặt** tăng lên. Nhưng đặc biệt là với những người lớn tuổi chóng mặt thường là quan trọng: họ lật đổ và thường xuyên thêm những đợt nghỉ ngơi lớn. Nhưng về cơ bản chóng mặt có thể xảy ra ở mọi lứa tuổi. Nguyên nhân rất đa dạng.

Nhiều dạng chóng mặt có thể xảy ra

Tùy thuộc vào mức độ nghiêm trọng và dấu hiệu chóng mặt, bác sĩ phân biệt giữa các dạng sau đây:

Rotigo vertigo: **Chóng mặt:** Nó xảy ra như co giật và thường chỉ kéo dài vài giây. **Chóng mặt cuối** cùng là rất hiếm. Điển hình là chóng mặt như sau một chuyến đi carousel - mọi thứ biến thành một vòng tròn, do đó tên. **Chóng mặt** có thể phát sinh khi ngồi và nằm xuống.

Chóng mặt tích cực: Chóng mặt xảy ra khi bạn nghiêng đầu sang một bên, lên hoặc xuống. Giữ đầu của bạn ổn định sau đó, lấy các cuộc tấn công chóng mặt.

Schwankschwindel hoặc Bewegungsschwindel: Ông xuất hiện khi đứng hoặc đi bộ và được đặc trưng bởi chóng mặt và ngã.

Chóng mặt và cảm giác cân bằng

Nếu bạn đột nhiên cảm thấy chóng mặt, đó luôn luôn là một dấu hiệu cho thấy một cái gì đó trong hệ thống cân bằng **(hệ thống tiền đình)** bị quấy rầy. Nó bao gồm các cơ quan cân bằng trong tai trong, một hệ thống nhỏ giữa trống và ốc tai. Điều này bao gồm các đoạn có chứa chất lỏng - với mỗi chuyển động chất lỏng này rung. Những kích thích này được hấp thu bởi các tế bào cảm giác của dây thần kinh cân bằng: ông dẫn những kích thích này đến não. Ở đó, thông tin này được xử lý cùng với những thông tin từ mắt và các thụ thể của cơ và khớp.

Chóng mặt là một triệu chứng

Hệ thống phức tạp này thường hoạt động chính xác. Tuy nhiên, các bệnh về thể chất cũng như tinh thần khác nhau có thể làm rối loạn và chóng mặt. Chóng mặt là do đó không phải là một bệnh trong chính nó, nhưng được coi là một triệu chứng. Các nguyên nhân sau đây được coi là nguyên nhân gây chóng mặt:

Căng thẳng và căng thẳng tâm thần tiêu cực khác như lo âu hoặc buồn bã nghiêm trọng. Những yếu tố này làm thay đổi mạch máu: mạch máu co lại một chút. Đặc biệt là trong các mạch máu tốt nhất ở tai trong có thể có hậu quả. Nó liên quan đến rối loạn tuần hoàn, có thể thể hiện bản thân ở Schwankschwindel. Điều này cũng có thể gây chóng mặt orthostatic.

Căng thẳng và các vấn đề chung ở xương hàm hoặc cột sống cổ tử cung thường liên quan đến chóng mặt. Ngẫu nhiên, chóng mặt cũng là một triệu chứng của một đĩa đệm thoát vị ở cột sống cổ tử cung.

Tăng huyết áp thường làm trầm trọng thêm sự lưu thông, ngay cả trong cơ quan cân bằng. Điều tương tự cũng áp dụng cho loạn nhịp tim. Nhưng ngay cả với huyết áp thấp, nó đến vào buổi sáng khi bạn thức dậy quá nhanh với các phép thuật chóng mặt.

Chóng mặt cũng có thể xảy ra trong các tình huống nhất định, chẳng hạn như khi một người đang ở trên một điểm cao (trục dọc) hoặc đi bằng xe buýt hoặc thuyền (gian lận du lịch). Ngược lại, các biện pháp khắc phục bệnh tật du lịch có thể hữu ích.

******Các nguyên nhân chóng mặt khác:**

Bệnh của Ménière gây chóng mặt, ù tai và mất thính lực ở một bên tai. Các nguyên nhân chưa được hiểu đầy đủ. Có lẽ đó là tình trạng viêm trong cơ quan cân bằng, được kích **hoạt ví dụ như cúm hoặc herpesvirus. Giống như viêm màng não, bệnh Menière có thể dẫn đến mất cân bằng song phương - một bệnh tiền đình song phương.**

Nhưng sỏi trong cơ quan thính giác kích thích dây thần kinh cân bằng. Những chiếc tai nghe hoặc otolith này giống như những tinh thể nhỏ xíu. Chúng hình thành - có lẽ do tuổi tác - trong các kênh bán nguyệt của cơ quan cân bằng. Trên thực tế, chúng có khối lượng keo. Khi cơ thể và tư thế đầu thay đổi, các tinh thể di chuyển, chúng có thể thoát ra khỏi khối và kích thích các tế bào cảm giác. **Các tín hiệu thần kinh cân bằng thông tin không chính xác này đến não, mà với chóng mặt (positional vertigo) phản ứng ,**

Bệnh Meniere là một vấn đề về tai trong có thể gây ra tình trạng chóng mặt, còn gọi là chóng mặt, và mất thính lực. **Hầu hết thời gian, bệnh Meniere chỉ ảnh hưởng đến một bên tai.**

Bệnh Meniere có thể xảy ra ở mọi lứa tuổi. Nhưng bệnh thường bắt đầu ở độ tuổi từ 40 đến 60. Người ta cho rằng đây là tình trạng bệnh kéo dài suốt đời. Nhưng một số phương pháp điều trị có thể giúp làm giảm các triệu chứng và giảm tác động của bệnh đến cuộc sống của bạn về lâu dài.

Triệu chứng Các triệu chứng của bệnh Meniere bao gồm:

Các cơn chóng mặt thường xuyên. Bạn có cảm giác quay cuồng đột ngột bắt đầu và dừng lại. Chóng mặt có thể bắt đầu mà không có cảnh báo. Tình trạng này thường kéo dài từ 20 phút đến 12 giờ, nhưng không quá 24 giờ. Chóng mặt nghiêm trọng có thể gây buồn nôn.

Mất thính lực. Mất thính lực ở bệnh Meniere có thể đến rồi đi, đặc biệt là trong giai đoạn đầu.

Theo thời gian, tình trạng mất thính lực có thể kéo dài và không thuyên giảm. ***Ù tai. Ù tai được gọi là ù tai. Ù tai là thuật ngữ dùng để chỉ tình trạng bạn nghe thấy tiếng ù, tiếng vo ve, tiếng gầm, tiếng huýt sáo hoặc tiếng rít trong tai. Cảm giác đầy tai.***

Những người mắc bệnh Meniere thường cảm thấy áp lực trong tai. Tình trạng này được gọi là đầy tai. Sau cơn chóng mặt, các triệu chứng sẽ thuyên giảm và có thể biến mất trong một thời gian.

Theo thời gian, số lần bạn bị chóng mặt có thể giảm đi. Khi nào nên đi khám bác sĩ Hãy đến gặp bác sĩ nếu bạn có các triệu chứng của bệnh Meniere. Các bệnh khác cũng có thể gây ra những vấn đề này. Vì vậy, điều quan trọng là phải tìm ra nguyên nhân gây ra các triệu chứng của bạn càng sớm càng tốt.

******Nguyên nhân gây bệnh Meniere chưa được biết rõ.**

Các triệu chứng của bệnh Meniere có thể là do chất lỏng dư thừa trong tai trong được **gọi là nội dịch**. Nhưng vẫn chưa rõ nguyên nhân khiến chất lỏng này tích tụ trong tai trong.

Các vấn đề ảnh hưởng đến chất lỏng, có thể dẫn đến bệnh Meniere, bao gồm**: Thoát dịch kém. Điều này có thể là do tắc nghẽn hoặc hình dạng tai không đều. Rối loạn tự miễn dịch**.

**** **Nhiễm vi-rút. Di truyền. Vì chưa tìm thấy nguyên nhân đơn lẻ nào, nên bệnh Meniere có thể có sự kết** hợp của nhiều nguyên nhân. Các yếu tố nguy cơ

****Bệnh Meniere phổ biến nhất ở những người từ 40 đến 60 tuổi. Phụ nữ có thể có nguy cơ cao hơn nam giới một chút. Bạn có thể có nguy cơ mắc bệnh Meniere cao hơn nếu ai đó trong gia đình bạn đã từng mắc bệnh này. Bạn có thể có nguy cơ mắc bệnh Meniere cao hơn nếu bạn mắc chứng rối loạn **tự miễn dịch**.

***Biến chứng** Những biến chứng khó khăn nhất của bệnh Meniere có thể là: **Các cơn chóng mặt bất ngờ. Có thể mất thính lực lâu dài. Bệnh có thể xảy ra bất cứ lúc nào. Điều này** có thể gây lo lắng và căng thẳng. Chóng mặt có thể khiến bạn mất thăng bằng. **Điều này có thể làm tăng nguy cơ té ngã và tai nạn.** Chẩn đoán: Bác sĩ chăm sóc sức khỏe của bạn sẽ tiến hành kiểm tra và hỏi về tiền sử sức khỏe của bạn. Ch*án* bệnh Meniere cần bao gồm____Hai hoặc nhiều cơn chóng mặt, mỗi cơn kéo dài từ 20 phút đến 12 giờ hoặc tối đa 24 giờ

- Mất thính lực được chứng minh bằng xét nghiệm thính lực. - Ù tai hoặc cảm giác đầy hoặc áp lực trong tai. Bệnh Meniere có thể có các triệu chứng tương tự như các bệnh khác. Do đó, bác sĩ chăm sóc sức khỏe của bạn sẽ cần loại trừ bất kỳ tình trạng nào khác mà bạn có thể mắc phải. Đánh giá thính lực Kiểm tra thính lực được gọi là đo thính lực. -Đo thính lực xem xét mức độ bạn nghe âm thanh ở các cao độ và âm lượng khác nhau. Nó cũng có thể kiểm tra mức độ bạn có thể phân biệt giữa các từ có âm thanh giống nhau. Những người mắc bệnh Meniere thường gặp khó khăn khi nghe tần số thấp hoặc kết hợp tần số cao và thấp. Họ có thể có thính lực bình thường ở tần số trung bình. Đánh giá thăng bằng Giữa các cơn chóng mặt, thăng bằng trở lại bình thường đối với hầu hết những người mắc bệnh Meniere. Nhưng bạn có thể gặp một số vấn đề về thăng bằng đang diễn ra. Các xét nghiệm nghiên cứu mức độ hoạt động của tai trong bao gồm: -Điện giật nhãn cầu đồ hoặc video giật nhãn cầu đồ (ENG hoặc VNG). Các xét nghiệm này đo sự cân bằng bằng cách nghiên cứu chuyển động của mắt. Một phần của xét nghiệm sẽ xem xét chuyển động của mắt trong khi mắt bạn theo dõi mục tiêu. Một phần khác sẽ nghiên cứu chuyển động của mắt trong khi đầu bạn được đặt ở các vị trí khác nhau.

--- Xét nghiệm thứ ba, được gọi là xét nghiệm calo, sẽ theo dõi chuyển động của mắt bằng cách sử dụng các thay đổi nhiệt độ để kích hoạt phản ứng từ tai trong. Nhà cung cấp dịch vụ chăm sóc sức khỏe của bạn có thể sử dụng không khí ấm và lạnh hoặc nước trong tai để thực hiện xét nghiệm calo.

---Xét nghiệm ghế xoay. Giống như VNG, xét nghiệm này đo mức độ hoạt động của tai trong dựa trên chuyển động của mắt. Bạn ngồi trên một chiếc ghế điều khiển bằng máy tính quay từ bên này sang bên kia, kích hoạt hoạt động ở tai trong của bạn.

---Xét nghiệm **điện thế cơ tiền đình (VEMP). Xét nghiệm này sử dụng âm thanh để kích hoạt các bộ phận của tai trong. Xét nghiệm này ghi lại mức độ phản ứng của** các cơ với âm thanh đó.

---Xét nghiệm có thể cho thấy những thay đổi phổ biến ở tai bị ảnh hưởng của những người mắc bệnh Meniere. Đo tư thế động bằng máy tính (CDP).

-Bài kiểm tra này cho biết bạn dựa vào phần nào của hệ thống thăng bằng nhiều nhất và phần nào có thể gây ra vấn đề. Các phần của hệ thống ***thăng bằng bao gồm thị lực, chức năng tai trong hoặc cảm giác từ da, cơ, gân và khớp. Khi đeo dây an toàn, bạn đứng chân trần trên một bệ.***

---Sau đó, bạn giữ thăng bằng trong các điều kiện khác nhau. Bài kiểm tra xung lực đầu bằng video (vHIT). Bài kiểm tra này xem xét mức độ phối hợp hoạt động của mắt và tai trong. vHIT sử dụng video để đo phản ứng của mắt đối với chuyển động đột ngột. Khi bạn tập trung vào một điểm, đầu của bạn sẽ quay nhanh và không thể đoán trước. Nếu mắt bạn di chuyển khỏi mục tiêu khi bạn quay đầu, bạn có vấn đề về phản xạ.

***Điện ốc tai điện tử (ECoG).** Bài *kiểm tra này xem xét cách tai trong phản ứng với âm thanh. Nó có thể giúp xem bạn có bị tích tụ dịch tai trong hay không. Nhưng bài kiểm tra này không chỉ được thực hiện* cho bệnh Meniere.

**** Các xét nghiệm để loại trừ các tình trạng khác

-Xét nghiệm trong phòng thí nghiệm, chụp cắt lớp và các xét nghiệm khác có thể được sử dụng để loại trừ các tình trạng. Một số tình trạng khác có thể gây ra các vấn đề như bệnh Meniere**, chẳng hạn như khối u não hoặc bệnh đa xơ cứng.**

Thông tin thêm Chụp CT MRI

***Điều trị:

- Không có cách chữa khỏi bệnh Meniere.

***Một số *phương pháp điều trị có thể giúp làm giảm mức độ nghiêm trọng của các cơn chóng mặt và thời gian kéo dài của chúng.*

Nhưng không có phương pháp điều trị nào cho tình trạng mất thính lực vĩnh viễn. Dịch vụ chăm sóc sức khỏe của bạn có thể đề xuất các phương pháp điều trị giúp ngăn ngừa tình trạng mất thính lực của bạn trở nên tồi tệ hơn.

*** Thuốc điều trị chóng mặt ,dịch vụ chăm sóc sức khỏe của bạn có thể kê đơn thuốc để dùng trong cơn chóng mặt để tình trạng này bớt nghiêm trọng hơn.

Chóng mặt cũng là triệu chứng của nhiều loại bệnh như ù tai -rối loạn tiền định ...lắng tai ...Vì vậy khi lớn tuổi mọi người thường bị mắc chứng lãng tai hay thính giác mất đi vĩnh viễn ...hãy nên đọc bài này để phòng bịnh ...tránh chúng ù tai - mất thính giác ...

(Amy tổng hợp)

COLLAGEN BIỂN LÀ MỘT SẢN PHẨM KHÁ HẤP DẪN.

Nó đã lọt vào tầm ngắm của những người quan tâm đến sức khỏe như một loại thực phẩm bổ sung có nhiều công dụng.

Nhưng collagen biển là gì? Collagen biển là gì? Collagen biển được chiết xuất từ vảy và xương cá và là một loại thực phẩm bổ sung phổ biến để hỗ trợ sức khỏe làn da.

Nó có tính khả dụng sinh học cao, nghĩa là cơ thể chúng ta có thể dễ dàng sử dụng. Dạng collagen này hoạt động tốt với các mô của cơ thể chúng ta và có thể mang lại lợi ích cho sức khỏe như duy trì làn da khỏe mạnh và hỗ trợ các khớp. Bạn có thể sử dụng collagen biển dưới dạng bột và rất dễ dàng bổ sung vào thói quen hàng ngày của bạn để tận dụng những lợi ích cho da và khớp. Collagen biển có tác dụng gì?

Giống như các loại collagen khác, collagen biển có một số lợi ích cho sức khỏe, chẳng hạn như: Sức khỏe làn da - collagen biển được cho là giúp thúc đẩy sức khỏe làn da và góp phần mang lại vẻ ngoài trẻ trung.

Sức khỏe của tóc và móng - có thể hỗ trợ mọc tóc và tăng cường sức khỏe của móng. Hỗ trợ xương và khớp - được cho là giúp hỗ trợ hình thành các tế bào sụn mới và có thể giúp duy trì sức khỏe xương ở phụ nữ sau mãn kinh.

Collagen biển có nguồn gốc từ đâu? Đúng như tên gọi, collagen biển có nguồn gốc từ da, vảy và xương của nhiều nguồn hải sản khác nhau - chủ yếu là cá, chẳng hạn như cá trích, cá mòi và cá hồi. Nếu bạn không nhận đủ lượng collagen cần thiết từ chế độ ăn hàng ngày, các chất bổ sung collagen biển là lựa chọn tuyệt vời để kiểm soát lượng collagen hàng ngày của bạn.

Đọc tiếp để tìm hiểu lượng collagen bạn cần mỗi ngày để có được lợi ích cho sức khỏe. Nên uống bao nhiêu collagen biển mỗi ngày Liều lượng collagen biển tối ưu hàng ngày có thể thay đổi tùy thuộc vào các yếu tố như tuổi tác, cân nặng, sức khỏe tổng thể và sản phẩm cụ thể đang sử dụng. Một nghiên cứu cho thấy không nên bổ sung **quá 2,5–15g collagen vào chế độ ăn hàng ngày để có được lợi ích** trong khi vẫn duy trì sự cân bằng của các axit amin.

Collagen biển nào tốt nhất? Nguyên tắc chung là tìm kiếm collagen làm từ cá đánh bắt tự nhiên hoặc từ động vật ăn cỏ, chăn thả trên đồng cỏ. Bằng cách này, bạn sẽ biết chất bổ sung bạn dùng có nguồn gốc từ động vật được nuôi/đánh bắt theo các tiêu chuẩn nghiêm ngặt và điều này đảm bảo chất lượng tốt hơn.

Ngoài ra, hãy hướng đến collagen không chứa chất phụ gia hoặc chất độn, để bạn có thể đảm bảo rằng mình chỉ dùng những gì bạn cần và không dùng những gì bạn không cần. Tóm lại, hãy chọn một loại thực phẩm bổ sung collagen minh bạch và trung thực về nguồn gốc và phương pháp sản xuất. Nếu bạn mới tham gia vào thế giới thực phẩm bổ sung collagen, **hãy thử Bột collagen biển Vital Proteins** yêu thích của chúng tôi.

Sản phẩm này có nguồn gốc từ cá trắng đánh bắt tự nhiên ngoài khơi bờ biển Alaska và không chứa chất phụ gia hoặc chất độn, cung cấp 12g collagen trong một khẩu phần (18g). Collagen biển Vital Proteins® 221 g - Không hương vị Collagen biển Vital Proteins® 221 g - Không hương vị.

Để Chính Văn được tiếp tục phục vụ Quý vị... Đọc giả xin hãy tiếp tục ủng hộ và giới thiệu đến bạn bè, thân hữu... đọc báo Chính Văn.

Chân thành cảm tạ.

ĐẠO LÀ CON ĐƯỜNG

Tranh minh họa - online.com

Năm 1969, giáo sư gạo cội môn Lịch Sử Triết của lớp chúng tôi ở đại học Văn khoa Huế là Linh mục Nguyễn Ngọc Lan và Thượng tọa Thích Mãn Giác. Hai vị đều là những tay cừ văn bút. Nhưng dẫu viết thiên kinh vạn quyển thì dấu ấn để đời cũng chỉ cô đọng trong dăm câu chữ: Cha Lan thì viết sách *"Đạo là đường hay lô cốt, pháo đài…?"* Thầy Mãn Giác thì ra thơ *"Mái chùa che chở hồn dân tộc; giềng mối muôn đời của tổ tông."* Ngày đó thật khó quên. Cha và Thầy cùng lên Nam Giao uống cà phê với học trò trong dư vang đì đùng của tiếng bom đạn chiến tranh từ Trường Sơn vọng về…! Có những buổi sáng Thầy Mãn Giác mượn chiếc xe Mobylette xanh của Thầy Huệ chở cha Lan từ Đại học xá Nam Giao về Morin dạy, bọn trẻ con dọc đường la lên: "Ra coi bây ơi! Ngó lạ chưa tề: Thầy chở Cha, Thầy chở Cha!"

Đám trẻ con lớn lên trong môi trường đầy dị ứng về tôn giáo. Người đạo Công Giáo gọi người theo đạo Phật và các tôn giáo khác là dân "ngoại Đạo" hay còn gọi gọn lỏn là người "Ngoại", người "Lương"! Người ngoài gọi người đạo Công Giáo là "ông Cố Đạo", làng Đạo, xóm Đạo. Tôi lớn lên ở làng Liễu Cốc Hạ nằm ven cạnh sông Bồ cách thành phố Huế chừng 7km theo đường chim bay. Làng tôi nằm kề với làng Dương Sơn là một đơn vị làng xóm duy nhất trong vùng có thuần dân cư theo đạo Công Giáo và người dân quanh vùng gọi đó là "Làng Đạo". Thuở nhỏ, ở làng thiếu trường học nên Mẹ tôi gửi hai anh em tôi lên học trường Phan Thiện làng Dương Sơn nên chúng tôi mang danh là "học trò Trường Đạo" qua ánh mắt kỳ thị và khích bác của những đứa bạn chân đất cùng trang lứa ở làng đã cùng lớn lên, cùng chịu cảnh đời chìm nổi trong làng. Nói gọn lại rằng, đã có một thời trên quê hương Việt Nam, Đạo không phải là con đường mà là những "pháo đài" của kỳ thị và định kiến.

Lịch sử đô hộ, ngoại thuộc đã vẽ ra cách nghĩ và tầm nhìn thui chột giữa người bình dân, hàng trí giả và thậm chí là cả tuổi thơ, học trò về khái niệm tôn giáo. Ngay thuở tôi lớn lên ở Huế thì học sinh, sinh viên, tu sĩ trường Đạo, trường Tây, trường phổ thông cũng đã phân cấp thành hai thế giới khập khiễng nhìn nhau.

Với hoàn cảnh riêng từ thời vỡ lòng, tôi nhìn về tôn giáo; đặc biệt là đạo Phật, đạo Công Giáo và các tôn giáo khác như một đỉnh điểm (Oneness) của niềm tin tinh thần. Về tên gọi thì tôn giáo nào cũng mang tính đại chúng, không khép cửa tín đồ, mong được nhiều người theo… nên trên bình diện ngôn ngữ thảy đều là công giáo. Tuy nhiên, trong ngữ cảnh đạo Công Giáo thì danh từ Công Giáo là một thuật ngữ rộng được sử dụng xuất phát từ chữ Hy Lạp καθολικός (katholikos) có nghĩa "chung" hay "phổ quát". Như vậy thuật ngữ công giáo trong tiếng Việt được dùng để dịch chữ καθολικός, catholicus hoặc catholique, với ý nghĩa đó là đạo chung, đạo phổ quát, đón nhận mọi người, chứ không riêng cho dân tộc hay quốc gia nào. Do ảnh hưởng lịch sử và hiện tại của Giáo hội Công giáo Rôma, "Công Giáo" thường được dùng để chỉ hệ thống niềm tin tôn giáo của giáo hội.

Do vậy, sẽ không công bằng với các tôn giáo khác hay biểu tượng đặc trưng của một tôn giáo tôn thờ Đức Chúa Giêsu sẽ mờ nhạt tính độc lập đối với thế hệ trẻ sử dụng tiếng Việt trên toàn thế giới trong những hệ thống ngôn ngữ khác thì khi gọi riêng đạo Công Giáo là Công giáo hay Thiên Chúa giáo: Công giáo là đạo chung và Thiên Chúa giáo là tôn giáo của những người tin vào một đấng Thượng Đế toàn năng như đạo Do Thái, đạo Hồi, đạo Hindu, đạo Anh giáo… chỉ có giới hạn thuần nghĩa trong tiếng Việt mà thôi. Đó là lý do tôi vẫn thường dùng danh xưng *đạo Công Giáo* trong giao tiếp và viết lách.

Từ trong nguồn sóng tâm linh, tôi không phân biệt tôn giáo; nhất là đạo Phật và đạo Công giáo vốn là nguồn triêm ân mà tôi trân trọng, nên trong phong thái sinh hoạt tôi không bị dao động thị phi.

Phong Thánh

Ý niệm phong thánh, bái thần trong tâm thức người Việt Nam theo truyền thống vừa quen, vừa lạ; vừa xa vừa gần. Thánh thần chỉ có vua phong hay do tiền nhân để lại nên vừa linh diệu, vừa mơ mơ hồ hồ. Thường tự nhiên như thần sông, thần núi, thần gió, thần mưa, thần nhà, thần bếp… Hoặc do lịch sử truyền khẩu hay thành văn để lại như thánh Gióng, thánh Tản Viên, thánh Trần hoặc Linh Mụ, Thiên Y A Na có nguồn cội lâu đời trong lịch sử dân gian trải qua bao nhiêu nghìn năm trước khi có đạo Phật và đạo Công Giáo và đạo Hồi Chăm Pa du nhập vào Việt Nam. Bởi vậy, thần thánh truyền thống là những hiện tượng hơn là nhân vật cụ thể. Bởi thế, dân gian truyền tụng:

"Chuông làng nào làng ấy đánh, thánh làng nào làng ấy thờ" là vậy.

Chỉ đến khoảng thế kỷ 17, khi có tôn giáo phương Tây được các vị thừa sai truyền đạo đưa đạo Công Giáo vào các nước Viễn Đông mới có hình thức phong thánh cụ thể. Các thánh tử đạo Việt Nam là những tín hữu theo đạo Công Giáo người Việt hoặc thừa sai ngoại quốc được Giáo hội Công Giáo Rôma tuyên thánh với lý do tử đạo. Kể từ vị thánh tử đạo đầu tiên của đạo Công Giáo Việt Nam là thầy giảng André Phú Yên (tử đạo năm 1644) cho đến nay đã có 117 thánh tử đạo riêng tại Việt Nam

Đối với lịch sử phong thánh của đạo Công Giáo, trong thời gian 1000 năm đầu của Giáo Hội, các thánh được phong là do đại chúng và các tín hữu công nhận. Không có tài liệu chính xác về những vị thánh trong thời gian này, nhưng ước tính là trên 10.000 vị. Ngoại trừ Thánh Nữ Maria là là Thánh Nữ Vương và Thánh Gioan Tông Đồ, tất cả những vị được phong thánh đều là những vị tử đạo. Trường hợp Linh mục Trương Bửu Diệp (1897-1946) với dòng lịch sử 80 năm, nếu so với vị thánh phải chờ lâu nhất trong lịch sử phong thánh 500 năm là Joan d'Arc thì sự phong thánh thường mang một ý nghĩa tích cực trong dòng nhân sinh.

Danh vị "Thánh" không đồng nghĩa với đấng linh thần mà đó là một sự nhận diện và nhận chân rằng, "người thánh" đó đã sống một đời sống tốt, hoàn thiện trong lời gọi thiêng liêng và được tôn vinh bởi Giáo Hội Hoàn vũ. Một Kitô hữu trong Wikipedia nêu bật ý nghĩa thánh rằng: *"Việc phong thánh không 'làm' cho một người trở thành vị thánh. Nó chỉ để nhận ra những gì mà Thiên Chúa đã làm nơi con người đó. Trong khi một số được phong thánh gọi là thánh, nhưng không phải hết mọi vị thánh đều được phong thánh ở trần gian.*

Dù ta là bất cứ ai, giàu, nghèo, sang, hèn, học thức, không học thức, đàn ông, đàn bà, trai, gái, tu hành, giáo dân... cả đến tội nhân tất cả đều có thể nên thánh: 'Mỗi vị thánh đều có một quá khứ, mỗi tội nhân đều có một tương lai'. Miễn sao chúng ta thành tâm, và cương quyết sống xứng đáng với ơn làm con Thiên Chúa."

Muốn được lên làm thánh thì phải làm người trung chính trước đã; như thánh Teresa Calcutta đã nâng việc cứu khổ con người thành thánh hạnh: *"Không phải ai trong chúng ta cũng có thể làm những việc lớn lao, nhưng chúng ta có thể làm những việc nhỏ mọn với tình yêu lớn lao" (Not all of us can do great things, but we can do small things with great love).*

Đôi lời tự bạch

Khi hay tin Linh mục Trương Bửu Diệp được phong thánh, tôi còn nhớ ngày 1 tháng 11 hàng năm là ngày Lễ Các Thánh của Thiên Chúa giáo nên trong dịp nầy tôi đã viết trên trang Facebook của mình lời chúc mừng gửi đến anh chị em bằng hữu đạo Công Giáo với một tấm lòng thuần tính thiện hữu qua những trải nghiệm của chính mình.

Đây là một trang mạng xã hội cá nhân mà tôi sử dụng theo đúng chức năng của nó như những trang nhật ký riêng tư thường phổ biến và bình luận trong vòng bạn bè và độc giả. Có khoảng 200 người theo dõi và bình luận. Bên cạnh hầu hết những lời *comments* khách quan và thân thiện thì cũng có năm ba ý kiến phản biện từ nhẹ nhàng đến gay gắt. Tôi cho những ý kiến bình luận trực tiếp dù ở mức độ nào cũng nằm trong tầm sinh hoạt tinh thần lành mạnh trong giới hạn xem Đạo là Con Đường để cùng đi tới những bến bờ cảm nhận, thông thoáng, hóa giải và thiện lành là nét son của tinh thần tôn giáo. Nhưng thật đáng tiếc là thiện ý của tôi đã bị trưng dụng như một sản phẩm màu mè, làm nền quảng cáo nặng tính "đạo đáo đời": Đạo không còn là con đường mà lại bị khai thác thành tư liệu câu khách!

Trong thời gian hơn hai năm qua, bài viết trên trang Facebook cá nhân của tôi về Linh mục Trương Bửu Diệp đã bị trích dẫn, sửa chữa, cắt xén tùy tiện bởi một số tác giả vô danh và hữu danh đưa vào các mục viết về sự linh hiển đầy cường điệu của cha Diệp. Thậm chí, những hình ảnh riêng của cá nhân tôi và gia đình chụp trong các sinh hoạt với nhiều nhân vật và tu sĩ Phật giáo được tận dụng đưa vào các bài viết mang tính quảng cáo đủ trình độ và thể loại đã gây ra phản ứng trái chiều, làm xao động tinh thần thanh tịnh, từ bi và trí tuệ vốn có của cửa thiền và Phật hạnh; tuy không nhiều và chẳng có gì nghiêm trọng nhưng trực tiếp hay gián tiếp một cách đáng tiếc, những hình thức suy diễn theo cảm tính nói lên tính "pháo đài" của tôn giáo hơn là con đường chân thiện mỹ đáng lẽ phải có.

Xin đưa ra một ví dụ đang luân lưu trên YouTube:

https://youtu.be/85c9moeYBSM

Ở thế chẳng đặng đừng trong một đề tài tôn giáo tế nhị nhạy cảm, tôi viết những dòng nầy như một lời xin lỗi đối với các bậc tôn túc Phật giáo đã bị "ai đó" nêu danh tính và hình ảnh gây phản cảm tôn giáo. Đồng thời, xin các tác giả tôn giáo bạn đã quá "nhiệt tình" với bài viết của tôi về Linh mục Trương Bửu Diệp, vui lòng chỉnh sửa hay gỡ bỏ những "bình luận" màu mè mang tính quảng cáo và hình ảnh riêng tư chẳng có liên hệ trực tiếp nào với bài viết nguyên văn đã đăng trên trang Facebook của cá nhân tôi.

Ước mong, Đạo mãi mãi là Con Đường.

Sacramento, ngày 28-10-2024
Trần Kiêm Đoàn

**** Nhật ký đi thi: "Nhận đề, cầm đề, đọc đề, xé đề, chửi thề... ra về".***

**** Một ngày có 24 giờ, cho nên trong một két bia chỉ có 24 chai.***

Happy New year
2025
Dr. Bikkhuni Elizabeth
Chúc Mừng Năm Mới

ĐỘT QUỴ
(Apoplex)

Đột quỵ là gì và làm thế nào để bạn nhận ra nó?

Tổng quan về định nghĩa, số liệu, các hậu quả có thể xảy ra và các biện pháp sơ cứu

Các dấu hiệu có thể có của nhồi máu não: nhức đầu, chóng mặt, các vấn đề phát biểu đột ngột ... bị đau đầu.

Đột quỵ là gì?

Quan trọng: Mỗi đột quỵ là một trường hợp khẩn cấp. sự chăm sóc thích hợp, thiệt hại càng sớm càng nhỏ. Vì vậy, đừng ngần ngại gọi cho dịch vụ cấp cứu số 911ngay lập tức nếu bạn có bất kỳ triệu chứng đột quỵ nào trong bạn hoặc bất kỳ người nào khác!

Đột quỵ là một chứng rối loạn não kéo dài hơn 24 giờ do thiếu nguồn cung cấp máu đột ngột đến vùng não.

Điều này có nghĩa là các tế bào màu xám trong một khu vực não nhất định không còn nhận đủ oxy và chất dinh dưỡng nữa.

Do đó, họ đe dọa sẽ chết. Tùy thuộc vào bao nhiêu và thời gian lưu lượng máu bị suy giảm, khu vực não bị ảnh hưởng có thể không còn thực hiện nhiệm vụ của mình tạm thời hoặc vĩnh viễn. ***Các hậu quả có thể nhìn thấy hoặc đáng chú ý của chức năng não bị suy giảm có thể là, ví dụ, các vấn đề về nói, tê liệt chân tay, một góc treo của miệng hoặc rối loạn thị giác.***

Nếu những thất bại này biến mất rất nhanh, hoặc ít nhất là trong vòng 24 giờ, các chuyên gia y tế nói về một cuộc tấn công thiếu máu tạm thời (thoáng qua) (Tient). Tuy nhiên, người ta phải chờ đợi cho sự xuất hiện của các triệu chứng đột quỵ trong mọi trường hợp, nhưng cũng trong một TIA ngay lập tức gọi.

Bởi vì nguy cơ đột quỵ tăng lên đáng kể sau một TIA. Để tránh càng nhiều càng tốt, những người bị ảnh hưởng nên tìm cách điều trị y tế nhanh chóng.
TIA: Harbinger of Stroke

TIA: Nhận ra nét nhỏ

Cuộc tấn công thiếu máu tạm thời thoáng qua, TIA ngắn, thường đi trước bởi đột quỵ. Những triệu chứng nào xảy ra và cách bạn cư xử chính xác
Sự kiện và số liệu

Ở Đức, khoảng 270.000 người bị đột quỵ mỗi năm. Hơn 80% những người bị ảnh hưởng trên 60 tuổi. Nhưng ngay cả những người trẻ tuổi cũng có thể làm được điều đó: Theo ước tính, khoảng năm đến mười phần trăm các cơn đột quỵ xảy ra ở độ tuổi dưới 50. Ngay cả trẻ sơ sinh và trẻ em có thể bị đột quỵ!

Đột quỵ nữ

Hơn một nửa số cơn đột quỵ ảnh hưởng đến phụ nữ. Điều này là do các nguyên nhân khác nhau: một mặt, phụ nữ lớn tuổi hơn nam giới, mặt khác, các yếu tố rủi ro khác nhau dường như rõ rệt

hơn. Ngay cả các triệu chứng có thể khác nhau ở phụ nữ, để chẩn đoán có thể được thực hiện sau này. Ngoài ra, nhiều phụ nữ lớn tuổi sống một mình vì tuổi thọ dài hơn, nên lúc đầu không ai chú ý đến đột quỵ. Tất cả điều này có thể giúp phụ nữ trở nên phụ thuộc nhiều vào việc chăm sóc sau cơn đột quỵ hơn nam giới.
Người phụ nữ uốn cong trên một lan can

Đột quỵ: Rủi ro đặc biệt ở phụ nữ

Ở phụ nữ, đột quỵ thường không đặc hiệu. Đó là lý do tại sao các bác sĩ không phải lúc nào cũng nhận ra anh ta ngay lập tức. Đáng biết về rủi ro đột quỵ nữ

Hậu quả của đột quỵ

Quyết định giảm nhẹ hậu quả của đột quỵ là điều trị nhanh nhất có thể. Hơn một nửa số người bị đột quỵ vẫn trải qua mức độ khuyết tật khác nhau sau một năm.

Theo kết quả của một cuộc khảo sát tiếp theo của Stroke Register Northwest Germany, khoảng 70 phần trăm của tất cả các đột quỵ còn sống sót và bệnh nhân TIA sống tương đối độc lập ở nhà ba tháng sau sự kiện này.

Điều trị cấp tính trong bệnh viện thường được theo sau bằng cách phục hồi chức năng. Đối với nhiều bệnh nhân đột quỵ, nó không có nghĩa là để mất tim Vì não cũng có một độ dẻo nhất định ở người lớn, các rối loạn và khuyết tật đã xảy ra có thể rút đi qua nhiều tháng. Thậm chí hơn nửa năm sau khi đột quỵ có thể đạt được nhiều cải tiến hơn nữa.

Một tập đột quỵ dễ hiểu là trầm cảm. Ở đây, điều quan trọng là can thiệp ở giai đoạn sớm với các loại thuốc giúp làm giảm các triệu chứng trầm cảm một cách hiệu quả - được gọi là thuốc chống trầm cảm. Nghiên cứu cho thấy rằng điều trị sớm thuốc trầm cảm là thuận lợi hơn e tạo điều kiện cho phục hồi chức năng và do đó cải thiện kết quả điều trị. Đầu tiên trong đột quỵMột đột quỵ có thể gây tử vong và mỗi phút đếm. Nếu bạn có một chiếc đồng hồ có sẵn, hãy nhớ thời gian các triệu chứng bắt đầu, điều quan trọng đối với dịch vụ xe cứu thương và các biện pháp khác. Sau đó: Ngay lập tức quay số khẩn cấp 112 (hợp lệ trên khắp châu Âu trên điện thoại di động và điện thoại cố định), chỉ ra nghi ngờ đột quỵ, trả lời các câu hỏi của trung tâm điều khiển và đợi cho đến khi kết thúc cuộc gọi. Nếu bạn là một cặp vợ chồng, nhiệm vụ này có thể được thực hiện bởi một người trong khi người kia bắt đầu với viện trợ đầu tiên.

Xem người có liên quan, không để anh ta một mình, bình tĩnh lại và nói chuyện với anh ta. Nếu cần, hãy nới lỏng quần áo chặt, tháo răng giả. Không cho bất cứ thứ gì để ăn hoặc uống, vì nuốt có thể bị quấy rầy! Nếu người bị ảnh hưởng là có ý thức, lưu trữ với một cơ thể trên cao khoảng 30 độ, ví dụ với một chiếc gối ở phía sau. Trong trường hợp ói mửa hoặc bất tỉnh: đưa người bị bệnh ở tư thế đứng yên, liên tục kiểm tra nhịp tim và hơi thở. bạn có thể tìm thấy không có xung hay không thở, đặt người có liên quan trên lưng trên một bề mặt cứng (ví dụ sàn) và bắt đầu ngay lập tức với CPR

Thông báo cho xe cứu thương hoặc các dịch vụ eintreffendem cứu hộ, các triệu chứng quan sát và bệnh sử của bệnh nhân với , Nếu có thể, cũng bao gồm một danh sách các loại thuốc mà người đó đang dùng và thời điểm bắt đầu các triệu chứng đột quỵ đầu tiên. Cũng rất quan trọng là một số điện thoại (số tốt nhất là điện thoại di động) của các thành viên cho câu hỏi về điều kiện tồn tại từ trước và Medikamenteneinnahme. Nach sự xuất hiện của xe cứu thương hay chăm sóc y tế khẩn cấp cho bệnh nhân và ông - nếu nghi ngờ rằng xác nhận tại một cơn đột quỵ - vận chuyển đến phòng khám

Lưu ý: Bài viết này chỉ cung cấp thông tin tổng quát và không nên được sử dụng để tự chẩn đoán hoặc điều trị.

© W & B / Szczesny

GS.TS. Joachim Röther

Chuyên gia tư vấn: Giáo sư dr. Joachim Röther

© Asklepios Clinic Altona

Nhận biết các triệu chứng của đột quỵ

Trong đột quỵ mỗi phút. Dấu hiệu nào có thể cho biết đột quỵ và phải làm gì ?

Một cặp vợ chồng ngồi thoải mái trên sân thượng. Người phụ nữ muốn đứng dậy - nhưng chân cô ấy không phản ứng, tê liệt và không thể cử động được. Bạn đang nghĩ đến một cơn đột quỵ vào lúc này? Có lẽ là không. Và đó là nguy hiểm, giáo sư Martin Grond nói.

"Các triệu chứng là khá unspectacular và có ít mối đe dọa," giải thích các nhà thần kinh học. Grond dẫn đầu phòng khám thần kinh tại Kreisklinikum Siegen và là chủ tịch của Hội đột quỵ Đức. Theo kinh nghiệm của ông, liệt trên là một trong những dấu hiệu phổ biến nhất của nhồi máu não. Triệu chứng điển hình trong nháy mắt:

Tê liệt: Liệt thường xảy ra ở một bên và có thể ảnh hưởng đến chân, bàn chân, cánh tay hoặc bàn tay. Nhiều khu vực có thể bị vô hiệu hóa cùng một lúc. Ngay cả khi bạn không thể nhấc cánh tay lên và lấy một cái tách, bạn sẽ trở nên nhận biết.

• Tê liệt đơn phương các vấn đề về mặt, lời nói: Góc nhỏ của miệng, cũng có thể nhận ra bởi một nụ cười quanh co, có thể biểu thị đột quỵ. Các vấn đề về giọng nói được mô tả chuyên nghiệp Grond như là một loại vô nghĩa, bao gồm các từ hài hước hoặc cụm từ không mạch lạc. Cũng có thể bạn không còn hiểu chính xác đối tác của mình nữa.

• Các triệu chứng khác: Mù đơn phương, thị lực kép hoặc mờ mắt có thể xảy ra. Nhiều khiếu nại có thể được tìm thấy trong hướng dẫn của chúng tôi: Stroke.

Bằng chứng thêm về đột quỵ có thể

Nếu bạn nhận thấy những dấu hiệu như vậy trong một người, bạn có thể kiểm tra các bước sau: Làm cho người đó mỉm cười. "Nếu anh ta nhăn mặt lúng túng và làm một cái nhăn mặt, đây là một dấu hiệu cảnh báo", Grond nói. Yêu cầu người đó giơ tay lên, sau đó nhấc chân lên một lần và giữ vị trí trong ít nhất năm giây. Nếu người đó không làm như vậy và sập tay hoặc chân một cách vô ý, điều này cũng có thể biểu thị nhồi máu não. Yêu cầu đối tác của bạn nói một câu đơn giản, ví dụ: "Hôm nay thật đẹp". Nếu câu chuẩn bị các vấn đề, đó cũng là một gợi ý.

Đừng chờ đợi! Nếu các triệu chứng của đột quỵ xảy ra, thì ngay lập tức gọi số khẩn cấp 112 - ngay cả khi bạn không chắc chắn. Nói với xe cứu thương rằng có thể có đột quỵ. Cho đến khi xe cứu thương đến, bạn nên giữ bình tĩnh. Nếu người đó mất ý thức, bạn phải cung cấp viện trợ đầu tiên. "Trong mọi trường hợp, bạn nên đưa một cái gì đó cho một bệnh nhân đột quỵ để ăn hoặc uống", nhà thần kinh học Grond nói. Bởi vì đột quỵ thường dẫn đến nuốt các vấn đề. Sự nguy hiểm ở đây: Người nuốt không được chú ý, thức ăn chảy tự do vào đường hô hấp và có thể dẫn đến viêm phổi, do đó có thể gây ra các biến chứng nghiêm trọng.

Nhận diện TIA

TIA: Harbinger of Stroke

Những triệu chứng nào xảy ra và cách bạn cư xử chính xác Harbinger: Cuộc tấn công thiếu máu cục bộ thoáng qua (TIA)

TIA là viết tắt của Transient Ischemic Attack. Điều này dẫn đến một rối loạn tuần hoàn tạm thời trong não. Các triệu chứng tương tự như triệu chứng của não. Sự khác biệt là thời gian: Một TIA thường kéo dài chỉ trong vài phút, nhưng trong tối đa 24 giờ, sau đó các triệu chứng biến mất một lần nữa. "Ngay cả khi bạn chỉ cảm thấy các triệu chứng của đột quỵ trong một thời gian ngắn, bạn nên tham khảo ý kiến bác sĩ ngay lập tức", chuyên gia Siegen giải thích. Bởi vì TIA cho thấy nguy cơ đột quỵ tăng lên và có thể là dấu hiệu của đột quỵ.

Ai có nguy cơ đột quỵ cao hơn?

Nếu bạn bị huyết áp cao hoặc bạn bị rối loạn nhịp tim đặc biệt - cái gọi là rung tâm nhĩ - thì bạn nên tự chăm sóc đặc biệt. "Hai nhóm này có nguy cơ đột quỵ cao", Grond nói. Các yếu tố nguy cơ đột quỵ khác cũng tương tự như các yếu tố cho vôi hóa mạch máu: hút thuốc lá, đái tháo đường và nồng độ lipid trong máu cao là những ví dụ. Quan trọng: Đột quỵ không chỉ ảnh hưởng đến người già, nhưng đôi khi những người trẻ tuổi.

(Amy tổng hợp)

RED REISHI - CORDYCEPS - GANOGOLD SYNTHE

NẤM LINH CHI - ĐÔNG TRÙNG HẠ THẢO - NẤM TỔNG HỢP

TRUHERBS USA®
bio-pharma

SẢN PHẨM ĐƯỢC BỘ NÔNG NGHIỆP HOA KỲ
CHỨNG NHẬN USDA ORGANIC, 100% NUÔI TRỒNG VÀ SẢN XUẤT TẠI MỸ.

GIÚP NÂNG CAO SỨC ĐỀ KHÁNG | GIÚP TĂNG CƯỜNG SINH LỰC, BỔ THẬN, GIẢM TIỂU ĐÊM | GIÚP NGỦ NGON, NGỦ SÂU, GIẢM STRESSES.
GIÚP GIẢM BỚT ĐAU NHỨC, TÊ TAY TÊ CHÂN | GIÚP ĐIỀU HÒA HUYẾT ÁP ĐẢ THÔNG KINH MẠCH | GIÚP HƠI THỞ THÔNG THOÁNG VÀ BỔ PHỔI.
GIÚP CƠ THỂ HẤP THỤ OXYGEN NHIỀU HƠN NÊN LÀM VIỆC KHÔNG BIẾT MỆT.

This dietary supplement product has not been evaluated by FDA and not intended to diagnose, treat, cure or prevent any disease. Results in description are illustrative and may not be typical results and individual results may vary.

Môi trường phòng thí nghiệm sạch
Là ngân hàng https://www.youtube.com/watch?v=CWoLeYgPTy4&ab_channel=VideoAloBacsi nuôi cấy phi chính phủ lớn nhất ở Hoa Kỳ, các giống nấm của chúng tôi được giữ trong môi trường sạch sẽ từ phòng thí nghiệm đến chai.
Không có thuốc trừ sâu và được chứng nhận GMP, đông trùng hạ thảo hữu cơ của chúng tôi được khử trùng và mỗi lô đều được kiểm tra để đảm bảo bạn có được các vi sản phẩm chất lượng cao nhất từ phòng thí nghiệm đến viên nang.
nấm dược liệu hữu cơ
Chứng nhận hữu cơ Tất cả các sản phẩm và nhà cung cấp đông trùng hạ thảo của chúng tôi đã được xác minh là hữu cơ. Điều này có nghĩa là hạt giống nấm của chúng tôi không có thuốc trừ sâu, phân bón hóa học và các chất phụ gia tổng hợp khác. nấm dược liệu hữu cơ Tiêu chuẩn chất lượng nghiêm ngặt
Việc nuôi cấy nấm của chúng tôi được kiểm tra hàng loạt để đảm bảo chúng không có bệnh tật, nấm mốc hoặc vết bẩn như kim loại nặng, e-coli và salmonella. Mỗi mầm nấm đều được kiểm tra để đảm bảo chúng chính xác là những loại nấm mà bạn đang tìm kiếm.
nấm dược liệu hữu cơ Được trồng ở Mỹ Từ quá trình phát triển trong phòng thí nghiệm đến dạng bột trong chai, từng bước trong quá trình trồng và sản xuất đông trùng hạ thảo hữu cơ tại Hoa Kỳ.

CÔNG TY THẢO DƯỢC - MỸ PHẨM
TRUHERBS U.S.A.
& EURO COSMETICS
JAPAN PEPPERMINT OIL
KIDNEY - SLIM
#A12 WOMEN'S LIFE
Benefit:
Hỗ trợ tiền mãn kinh và hậu mãn kinh. Giúp kéo dài tuổi thanh xuân. Cân bằng kích thích tố nữ. Vùng nhạy cảm và ngực săn chắc. Giảm chứng âm hộ bị khô.
#A13 URIC ACID CLEANSE
Benefit:
Hỗ trợ bệnh gout.
#A14 ANTI-ALCOHOL ANTIOXIDANTS
Benefit:
Giúp bảo vệ gan và hỗ trợ đường tiêu hóa.
#A15 SPIRULINA - YUKIO
TẢO XOẮN BIỂN YUKIO
Benefit:
Hỗ trợ giảm cân, chống lão hóa, ngăn ngừa ung thư, là một thực phẩm chức năng có giá trị, chứa nhiều khoáng chất từ biển cả.
#A16 TURMERIC EXTRACT
TINH CHẤT NGHỆ
Benefit:
Tinh chất Nghệ đã được sử dụng thay thế như một chất hỗ trợ hiệu quả trong việc giảm cholesterol trong máu, đau xương khớp hoặc ngứa do bệnh thận mãn.
#A17 WOMEN'S SUPPORT
"Sức khoẻ phụ nữ"
Benefit:
Thăng bằng kích thích tố nữ, đem lại quân bình tâm sinh lý phụ nữ sau khi mãn kinh. Giúp giảm cân an toàn. Nâng cao vui sống, đẩy lui thoái hoá. Rất cần cho phụ nữ từ lứa tuổi 35 trở lên
#A18 VITA HAIR
Mượt tóc mịn da
Benefit:
Thảo dược tuyệt vời đối với da & tóc Vita Hair làm ngưng rụng tóc tức thời Sợi tóc mọc lại sẽ mượt mà óng ả đồng thời da dẻ trở nên mịn màng tươi nhuận. Kết quả hoàn toàn mỹ mãn
#A19 HERBAL DIABETIC
Điều hoà đường trong máu
Benefit:
Sản phẩm được Đại Học Viện Chicago (Hoa Kỳ) kiểm nhận Thảo dược không thể thiếu đối với những người bị bệnh tiểu đường (diabetic) dù nặng hay nhẹ Điều hoà và không gây phản ứng phụ,
#A20 SEXOTON (La Vie En Rose)
Bổ thận - Hết đau lưng
Benefit:
Thảo dược lý tưởng dành cho quý ông trong tuổi trung lão niên. Giúp ăn ngon ngủ yên, hết đau mỏi eo lưng, hết đái đêm đái rùng mình, trị tận gốc các chứng yếu sinh lý và tuyệt đối không kích thích
#A22 JAPAN RED REISHI
Linh Chi Nhật - Chống lão hoá
Benefit:
Linh Chi, nấm rừng có khả năng "cải lão hoàn đồng" đã được tin dùng từ nhiều ngàn năm về trước Nay khoa học hiện đại chiết xuất phần tinh tuý bào chế thành viên. Bảo đảm phẩm chất tuyệt hảo
#A23 PURE CORDICEPS
Đông trùng hạ thảo - Bổ thận
Benefit:
Cổ phương xuất hiện vào thời Minh Các ngự y dùng vị thuốc đông trùng hạ thảo trị bệnh yếu sinh lý cho hoàng đế Sùng Chính Nay được hiện đại hoá dùng chung cho cả Nam Nữ
#A24 SAFFRON
NHỤY HOA NGHỆ TÂY
Benefit:
Chống viêm, hỗ trợ khử trùng, tim mạch, trầm cảm thời kỳ mãn kinh. Giúp ngủ ngon, giảm cân, hỗ trợ sản xuất mật giúp tiêu hóa.
#A25 GANOGOLD-SYNTHE
NẤM TỔNG HỢP
Benefit:
Tăng cường hệ miễn dịch cho cơ thể một cách tuyệt vời.
#A26 TOKYO DETOX
Tẩy độc - Giảm đau nhức
Benefit:
Tokyo Detox dán nơi bàn chân hút độc tố khỏi cơ thể Đau đâu dán đó. Điều hoà máu huyết, trị các chứng tê thấp & phong thấp. Giảm mệt mỏi. Hiệu quả tức thời.
#A27 KOREAN GINSENG V
NHUNG HƯƠU - NHÂN SÂM HQ
Benefit:
Cải thiện tuần hoàn, tăng cường miễn dịch, giảm viêm khớp, điều trị liệt dương, điều trị chứng thiếu máu, giảm cholesterol, đào thải độc tố khỏi cơ thể. Điều chỉnh huyết áp và lượng đường trong máu...
진생브이 GOLD
#A28-1 Lion's Mane
Nấm Sư Tử
Benefit:
Giúp hỗ trợ trí nhớ, giảm căng thẳng, hỗ trợ ngăn ngừa bệnh ALZHEIMER.
#A28-2 GANOGOLD
Nấm tổng hợp
Benefit:
Giúp tăng sức đề kháng cho cơ thể khỏe mạnh. Chống bệnh tật xâm nhập.
#A29 KOREAN RED GINSENG
Hồng sâm Đại Hàn (Cao Ly)
Bồi bổ khí huyết
Sâm củ, từ 6 năm tuổi trở lên
홍삼
액골드
KOREAN RED GINSENG
#A30 BLOOD SUGAR support
Điều hoà đường trong máu
Benefit:
Một tổng hợp kỳ diệu giữa các dưỡng tố chiết xuất từ thảo mộc, như chromium banaba quế và guggle có tác dụng mạnh mẽ trong chức năng quân bình lượng đường trong máu (FDA registration)
#A31 CHOLESS SUPPORT
Giảm mỡ xấu trong máu
Benefit:
Dưỡng chất gugul (thảo mộc từ Ấn độ) kết hợp với plant sterol, cayenne, tỏi có công năng hạ giảm cholesterone xấu và triglycerine trong máu, điều hoà sự lưu thông của hệ tim mạch.
#A32 WRINKLE SUPPORT
Chống lão hoá, giảm vết nhăn
Benefit:
Với thành phần chính có tinh chất củ nghệ, Aloe Vera trà xanh, collagen hột trái nho sinh tố A, C, E và Hyaluronic acid Wrinkle Support chống lão hoá, làm mờ hoặc tẩy sạch các vết nhăn
#A33 SHARK CARTILAGE
Bồi bổ gân xương
Benefit:
Sụn cá mập đã được nhân loại biết tới từ nhiều thế kỷ qua các món ăn trong cung đình Sụn cá mập bồi bổ gân xương, ngăn ngừa chứng thấp khớp, tê bại
LA BEAUTÉ
PARIS
All in One
SUPREME FACIAL WHITENING SERUM
Anti-Aging For Face-Neck-Eyes-Lip
* Giảm nám bằng dược liệu từ thiên nhiên
* Căng da mặt không cần giải phẫu
* Dưỡng da đơn giản chỉ với một chai All in One Supreme Facial Whitening Serum "La Beauté"
* CHỐNG NHĂN : MẶT, CỔ, MẮT, MÔI
* KHÔNG CÓ THUỶ NGÂN
* KHÔNG CÓ HYDROQUINE
* CÁC THÀNH PHẦN CẤU TẠO CHÍNH ĐÃ ĐƯỢC THỬ NGHIỆM QUA LÂM SÀNG
* U.S.A.LABORATORIES & TECHNOLOGIES
DISTRIBUTED BY EURO-COSMETICS
P.O.Box 246357 - Sacramento CA 95824
e-mail : amyngoc@rocketmail.com
web site : www.truherbsusa.com

Slimpatch

Chúc Mừng Năm Mới

sản phẩm mới nổi bật 100% chiết xuất từ thảo dược tự nhiên.

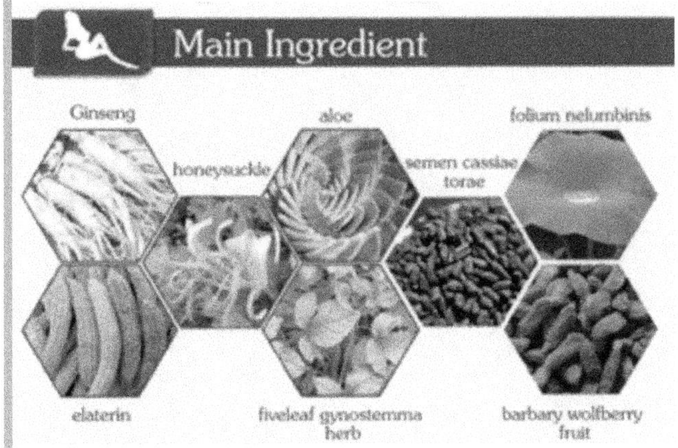

Miếng dán mỏng giúp ngăn chặn hiệu quả sự hấp thụ dầu mỡ, đường và tinh bột và giúp cân bằng cảm giác thèm ăn dư thừa của cơ thể. Nó cũng giúp đào thải chất béo và chất độc trong cơ thể đồng thời làm săn chắc da. Với tác dụng của chất cấp tốc thẩm thấu qua da tự nhiên, thảo dược thiên nhiên có thể nhanh chóng đi qua da vào hệ thống tuần hoàn của con người thông **qua vùng rốn**. Vì miếng dán được chiết xuất từ các loại ***thảo mộc tự nhiên nên không gây tiêu chảy, hơn nữa, tỷ lệ hiệu quả thon gọn khi sử dụng miếng dán cao hơn so với dùng viên uống vì nó bỏ qua hệ tiêu hóa, gan và thận***. Các thành phần hiệu quả của nó cũng được bảo quản tương tự như vậy. Chỉ cần dán miếng dán mỏng lên vùng rốn và hoàn thành một đợt điều trị, bạn sẽ thấy hiệu quả của nó.

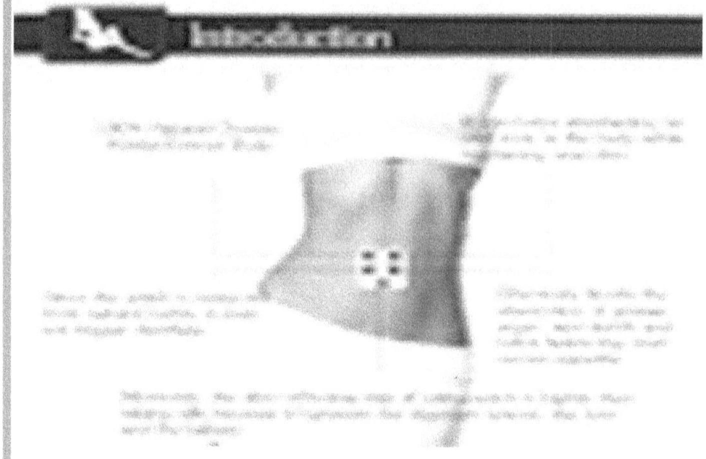

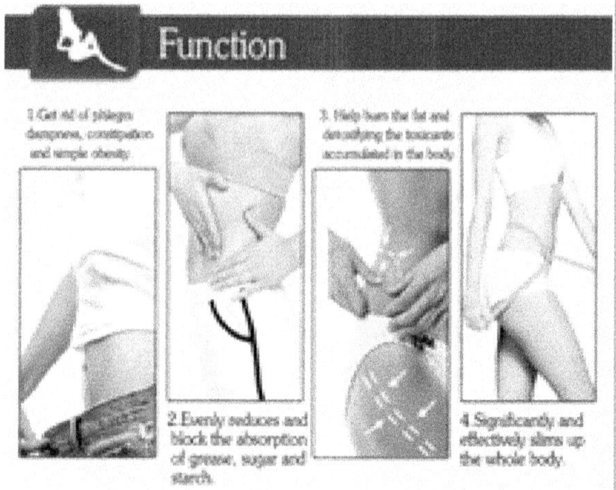

Notice:

1. For external use only.
2. The lean and those with skin allergies should consult a physicianexpert before use.
3. Individuals with eating disorders should consult a doctor before use
4. Pregnant women, breast-feeding women and Children under 12years old are prohibited to use.
5. Women who is in menstrual period can not use.
6. Sensitive skin people are prohibited to use.
7. Do not stick the patch onto the broken or ulceration skin.
8. This product can only be a one-time use.

TÔ NGỌC
(1935-2019)

Nhà Văn Tô Ngọc sinh năm 1935 Hưng Yên (Bắc VN). Qua đời 2019 Sacramento (CA. Hoa Kỳ)

* Làm báo: Ngôn Luận, Văn Nghễ Tiền phong, Sài Gòn (1959-1964)

* Làm báo: Chính Luận, Chọn Lộc, Sài Gòn (1964-1975)

* Thanh viên BCH, Nghiệp Đoàn Ký Giả Việt Nam (1969- 1975)

* Tù cải tại (Văn Nghệ Sĩ Chống Cộng. 1976-1987)

* Định cư tại Hoa Kỳ năm 1993

* Làm báo Tiếng Vang năm 1999

Tác phẩm đã xuất bản trước năm 1975: Bâng Khuâng (1963), Kỹ Thuật Lấy Chồng (Tập trruyện 1965), Quỷ Sống Ăn Người, Ma Sói Rừng Thiêng, Hầm giết người (Truyện kinh dị, chọn lọc 1967-1968) Tập truyện "Hầm Chết Giết" người được tái bản, ở Hoa Kỳ thập niên 80, khi tác giả còn bị tù ở quê nhà!

Những tác phẩm đã hoàn tất đăng trên báo: Mầm Non Mầm Già, Sài Gòn Chịu Chơi, Vết Thương, Tuổi Hờn, Khác Vọng Đôi Mươi, Đảng Cướp Liên Hành Tinh, Đoạn Hồn Đau, Con Rùa Vàng, Vườn Vui, Nợ Yêu, Bóng Trắng, Ma Hời, Lời Nguyền Của Quỷ, Giặc Cờ

Đen... (Một số đã in thành sách, một số sẽ in)

NHÀ VĂN TÔ NGỌC *"TÔI ĐÃ KHÓC"*

DTDB

Thời tiết vào buổi giao mùa ở cuối hè chớm sang thu, có mặt trời ửng một vầng hồng sáng cả vùng rộng lớn ở phương đông. Lá của hàng cây hai bên đường đã ngả màu xanh sậm, thỉnh thoảng có chiếc lá úa rơi nhanh vì cơn gió mát hiu hiu không ảnh hưởng chi lá lớn hay nhỏ. Những vầng mây trắng đục in trên nền trời xanh lơ tha thướt, chậm chạp lừ đừ di chuyển về nơi vô định. Bầy chim bay lượn nhịp nhàn, con trước con sau chí chóe đáp xuống tìm mồi, nơi bãi đất trống chưa cất nhà bên kia đường.

Sáng sớm hôm nay chúng tôi đã rời nhà, vì làng Yuba City đến nhà anh chị Tô Ngọc phải mất 1/giờ lái xe. Đó là vùng đông người Á Châu cư ngụ, nhất là người Việt ở Sacramento. Nơi đây tuy thành phố lớn, là Thủ Phủ của tiểu bang California ở miền Nam nước Mỹ, có đất rộng, nhưng người ít nên nếp sống không rộn ràng, ồn ào như các thành phố ở tiểu bang khác so với Texas, New York, hay Washington... Về mùa đông không lạnh tái tê như Chicago, và mùa hè không nắng cháy như Arizona. Mùa thu thì thời tiết mát mẻ, thỉnh thoảng có những đám mưa thu tí tách rỉ rả rơi dai dẳng... nhưng thanh tịnh và êm ả vô cùng. Còn mùa xuân thì khỏi phải nói, trời cao xanh ngát, không gian trong vắt và thắm tươi với trăm hoa đua nở muôn hồng ngàn tía tạo cho Sacramento vẻ đẹp thiên nhiên rực rỡ êm đềm.

Nhà anh chị Tô Ngọc tọa lạc trên vuông đất rộng nối liền ranh đất hàng xóm có hàng rào cây dựng cao. Cái nhà sau (phatio) có mái che phần đất nối dài từ cửa nhà sau ra ngoài chừng 5 thước, lợp "tông" nhựa, không vách chỉ là những tấm chắn ruồi muỗi bằng ni-lông trong suốt. Nên ở bên trong chúng ta có thể thấy ra hồ sen bán nguyệt tượng Phật Quan Âm trơ gan cùng tuế nguyệt sừng sững dưới trời như mỉm nụ cười an nhiên tự tại ở bầu trời tự do, no ấm, hùng mạnh của nước Mỹ vĩ đại nhất nhì thế giới nầy. Đôi mắt của Phật bà hiền dịu, từ bi, tha thứ, bao dung... như nhìn thấu tâm tư của những ai đang chiêm ngưỡng Phật bà.

Giữa buổi sáng có ánh bình minh như trải lụa, gió hiu hiu man mác thấm đậm hương cỏ cây quanh nhà đưa vào... khiến chủ nhà lẫn khách cảm thấy tâm hồn khoan khoái dễ chịu lắm. Trên chiếc bàn gỗ dài có khăn trải bàn màu xanh lam điểm lác đác những đóa hồng nhỏ cỡ đầu ngón tay trông thật trang nhã và mát mắt. Chúng tôi ăn sáng với nhiều món: Như là hột gà ốp-la, ăn với bánh mì (làm theo phương thức Sài Gòn xưa). Bánh mì nướng vàng trên mặt có trải lớp thịt cua dầy trộn với mayonnaise... dòn khưu khứu.

Một dĩa bàn hình Oval tráng men trắng in lá xanh và cành màu nâu nhạt, vun cao những chiếc bánh ngọt màu kem, màu nâu sậm của chocolate, màu vàng nghệ của trái hồng đào... gần bên cùng còn có dĩa trái cây tươi ngon hơn hớn... Hương trà Quan Âm Kỳ Chưởng bát ngát tỏa bay từ chiếc tách ngời sáng có in hình bát Tiên của phu quân tôi, không làm sao phá tan mùi cà-phê phim đang nhỏ từng giọt, từng giọt đen nhánh trong ly thủy tinh trắng ngần của vợ chồng gia chủ và tôi. Hương vị của nước uống thơm tho ngọt ngào vân vê như khuyến dụ gợi vị giác của mọi người ngồi quanh bàn.

Trong bữa ăn sáng ấm nồng tình đồng hương, chúng tôi có dịp kể cho nhau nghe những chuyện xưa và nay, những kỷ niệm riêng tư lúc còn son trẻ ở quê nhà. Chị Hồng lấy 2 tập hình dầy khi còn ở tuổi thanh xuân, và gia đình ở hải ngoại (Đức) của chị còn lưu giữ đến nay, cho chúng tôi xem.

Thấy mấy tấm ảnh ngả vàng theo năm tháng, có hình trong ngày đám cưới chị Lệ Hồng nào là hai họ, phụ dâu, phụ rể. Chỉ tấm hình thanh niên đứng kế chú rể có mái tóc dài hơn bình thường, bồng bềnh, dáng dấp cao ráo rất dễ nhìn, rất nghệ sĩ... chị Lệ Hồng chợt hỏi tôi:

- Chị biết người làm phụ rể nầy là ai không?

Tôi mỉm cười nhìn hình, lí lắc nhái giọng Huế:

- Làm "răng" mà tui biết được hè?

- Chị hãy nhìn kỹ đi... anh Tô Ngọc đó.

Tôi mở to mắt sáng ngời, cười lớn:

- Mèn ơi, vậy sao, thuở thanh xuân anh Tô Ngọc quả đẹp trai quá! Có mái tóc bồng giống như ca sĩ John Lenmon trong ban nhạc trẻ The Beatles... nổi tiếng thời bấy giờ, mà tôi ngưỡng mộ.

Nghe khen chồng, chị Lệ Hồng nét mặt thêm tươi vui, đôi mắt nhìn trời bao la bát ngát in từng cụm mây mỏng nhẹ bay theo hướng gió, như cố ôn lại những kỷ niệm thời xa xưa nhiều mộng đẹp. Vui giọng chị bảo:

- Chúng tôi thuở còn son trẻ quen biết nhau. Ông Tô Ngọc có tâm hồn "lơ thơ tơ liễu buông mành" và phóng khoáng của một nghệ sĩ, chị cũng biết nghệ sĩ thì có ông bà nào giàu đâu, trừ minh tinh hay những ca sĩ nổi tiếng. Ảnh lại là con một nên luôn được gia đình chu cấp thêm trong việc chi tiêu. Sau nầy ông già qua đời anh được tình thương của mẹ nhiều hơn. Còn tôi vừa học xong thì ba sắp nhỏ cậy mai mối cưới hỏi, khi ông Tô Ngọc biết được dù cho nuối tiếc, nhưng cũng đã quá muộn rồi!

Anh Tô Ngọc và phu quân tôi, lật xem những tấm ảnh xưa... Tôi thì yên lặng lắng tai nghe và trào lòng theo từng mẩu chuyện vui buồn chị kể. Uống ngụm cà-phê thấm giọng, lúc bấy giờ tôi mới biết rõ là ở cố hương chị Lệ Hồng có gia đình phu tử đề huề, và sau Tháng Tư Đen, năm 1975 gia đình vượt biên qua Đức. Mấy mươi năm lập nghiệp ở xứ người, con cái đỗ đạt thành nhân, vợ chồng làm ăn phát đạt... Nhưng chẳng may chồng chị Lệ Hồng bị bạo bệnh qua đời.

Cơ duyên nào cho chị Lệ Hồng và anh Tô Ngọc gặp lại nhau? Không biết có phải chăng là cái số hay là do Thượng Đế đã an bài mà đến "bảy bó"

(70 tuổi) nhà văn Tô Ngọc của chúng ta từ nước Mỹ khăn gói qua cưới chị Lệ Hồng ở phương trời Đức Quốc xa diệu vợi, xa hơn nửa vòng trái đất... để "đưa nàng về dinh" (Sacramento).

Bỗng anh Tô Ngọc quay sang tôi, bảo:

- Xin lỗi nghe, cơ duyên nào mà chị trở thành người viết? Bởi theo tôi biết ít có người phụ nữ miền Nam vừa làm thơ vừa viết văn như chị. Dư Thị Diễm Buồn, có phải là tên thật của chị, và sách có tiêu thụ được nhiều không chị?

Bất ngờ nghe anh hỏi, tôi hơi khựng rồi mỉm cười, nhẹ giọng:

- Anh chị biết không, nếu ba tôi còn sống, mà biết DTDB tôi đặt bút danh của tui thì ông sẽ nện cho què giò! Thưa anh cũng biết "văn chương hạ giới rẻ như bèo" mà, tôi viết là theo sở thích và đam mê cá nhân thôi, cũng tiêu thụ lai rai... chớ chưa có khả năng viết để kiếm sống anh ơi. Tôi ham đọc sách, ham viết từ thuở còn nhỏ, có lẽ do sự tiêm nhiễm và nghề nghiệp của ba tôi. Nhớ khi xưa, trong trường ba tôi là một thầy giáo nổi tiếng nghiêm nghị và khó khăn với lũ học trò trong thôn làng sẵn dã. Nơi có những đứa trẻ tâm hồn thơ ngây như giấy trắng học trò, chưa nhuốm chút bụi của thị thành bon chen chớ đừng nói chi đến cát bụi của cuộc đời. Ở cái thuở mà miền Nam từ ấp xã, cho đến quận, và thành thị dân chúng lương thiện "ăn chắc mặc dầy", người nào việc đó, không bon chen, gian manh, xảo trá... Ít khi nghe giựt đồ, nghe trộm cướp nào bự sự.

Lúc sanh thời bà nội hay kể về ba tôi là một thanh niên được cảm tình nhiều người trong thôn xóm, và những làng lân cận, nhứt là nữ phái ở lứa tuổi ba tôi. Bởi ông thích đọc sách, nghe nhạc, xem phim, tâm hồn lại phóng khoáng, ngoại hình điển trai khôi vĩ và các bộ môn cầm, kỳ, thi họa... gần như môn nào ông cũng biết... Vì có những đặc điểm trội hơn những thanh niên trang lứa, và nhứt là có cái mác du học ở Pháp, mặc dù chưa đỗ đạt đến đâu, khi lớn lên mới biết ba tôi là một người đàn ông "mỗi bến mỗi tình"!

Trong năm đứa con gái của ông, ngoại hình và tánh tình tôi giống ba, nhiều nhất là thích đọc sách và hơn ba một chút là thích viết ngay từ còn Tiểu học, khi biết đọc biết viết và biết tìm tòi nghĩ suy. Tủ sách gia đình có nhiều sách báo Việt ngữ, sách dịch từ Pháp ngữ, Hoa ngữ... Đủ loại như là:

Đông Châu Liệt Quốc, Tây Du Ký, Thủy Hử, Anh Hùng Lương Sơn Bạc... cho đến tiểu thuyết tình cảm... Đó là những món quà tinh thần, mà các chú tôi ở tỉnh thành luôn tìm tòi mua về cho anh mình. Nhứt là gần Tết có đủ các loại tạp chí, báo xuân... ba tôi là người quý sách báo, nên có những tờ báo nhật trình từ năm, mười năm trước vẫn còn giữ.

Ấy vậy mà ông già tôi cấm năm đứa con gái mình đọc sách kể cả báo chí. Mặc dù chị Hai tôi đậu bằng "Thành Chung" mới gả chồng, chị Ba ra trường Sư phạm (dạy Tiểu học) nối nghiệp ba, vẫn không dám mở tủ sách cửa đóng then gài của ba để đọc! Chỉ riêng "mình ên" bổn cô nương là tôi đây không nghe lời ba má biết bao lần đã dặn dò chung cho chị em tôi: "... Con gái ngoài học hành thì phải học thêu thùa may vá, nấu ăn, làm bánh... để sau nầy về làm dâu, làm vợ người ta... Các con đừng có đua đòi học hư đọc sách báo, đọc tiểu thuyết, viết văn, ca hát... thì không nên đó".

Anh chị thấy đó ông già tôi thật cổ lỗ sỉ, nhưng tôi có nghe lời đâu, cứ mỗi lần ba tôi đi hội họp xa nhà, hoặc đi thăm mấy chú năm bảy bữa thì tôi tha hồ lén mở tủ sách của ba tôi ra đọc, đọc mê man tàn tịch, đọc quên ăn quên ngủ. Nơi kẹt bồ lúa ở nhà sau là nơi kín đáo ít người tới lui, chỉ có tôi và con mèo tam thể (có 3 sắc lông: vàng, đen, trắng) mắt lim dim, nằm kế bên thở khò khè, như để cùng tôi luyện chưởng "đằng vân giá võ" bay lượn trên không, lặn dưới nước... của tác giả Kim Dung. Thương vay khóc mướn những truyện: Tình Buồn, Dòng Sông Ly Biệt, Hải Âu Phi Xứ... của bà sẩm Quỳnh Dao do Liêu Quốc Nhĩ dịch mới hấp dẫn... Bên Dòng Sông Trẹm, Em Vẫn Chờ Đợi Anh... của Dương Hà cùng nhiều tác giả khác thời bấy giờ. Tôi thích đọc của Hồ Biểu Chánh... và rất nhiều tác giả khác, có những truyện kỳ dị của Tô Ngọc nữa..."

Anh Tô Ngọc nghe gật gù vui tươi. Cười nhẹ tôi tiếp:

"- Thưa anh, còn báo xuân thì khỏi chê, tôi đọc tất cả các bài cho đến quảng cáo, kem Hynos của anh Bảy Chà mặt mày đen thủi đen thui, cười thấy hàm răng trắng bóng như ngọc trai. Quảng cáo các hãng xe đi về Lục tỉnh, đi ra miền Trung, xà bông giặt đồ, xà bông thơm Cô Ba... Má tôi chỉ rầy lấy lệ mỗi lần biết tôi lén đọc sách! Có lần ba tôi bắt gặp tôi đang ngủ quên trong kẹt bồ lúa, tay còn ôm quyển sách! Thế là tôi bị no đòn... khóc lóc hứa hẹn xin tha đủ điều với ông già. Nhưng tôi vẫn chứng nào tật nấy, luôn lén đọc sách mỗi khi ba vắng nhà. Có lẽ vì quen tật đó, mà tôi đam mê viết và đọc sách thưa anh...".

Bên ngoài nắng bình minh rạng rỡ, tiếng chim kêu líu lo trên những cây cao sát nhà hàng xóm. Gió mát mẻ dễ chịu vân vê đưa hương hoa lá cỏ cây trồng quanh nhà. Chị Lệ Hồng châm thêm cà-phê cho chồng và cho tôi, còn phu quân tôi thì chị thêm trà và châm nước sôi vào bình.

Tôi cười nhẹ, bảo với ông gia chủ:

- Còn đại huynh thì sao, cơ duyên nào Tô Ngọc huynh trở thành nhà văn nổi tiếng về truyện ma, và anh đã thành danh khi tôi còn là học sinh Trung học. Anh đã phát hành bao nhiêu tác phẩm truyện ngắn, truyện dài đã phát hành rồi vậy?

Anh cười hề hề trên cái miệng cố hữu luôn có nụ cười hiền lành tươi như hoa, xinh như ngọc, mà trước khi gia đình dời từ Illinois qua đây tôi đã hỏi nhà văn Hồ Trường An: "...Anh có quen biết với anh chị văn nghệ sĩ nào ở Sacramento không, cho biết để tôi làm quen khi đến đó...?" Anh suy nghĩ một hồi rồi bảo: "Tôi có quen biết chớ không thân lắm với nhà văn Tô Ngọc.

Anh ấy có tướng người cao ráo, nước da trắng, mặt mày điềm đạm, ăn nói lịch sự từ tốn, và dễ mến nhứt là nụ cười, chị đến vùng đó, đi đâu mà nhìn người đàn ông nào có miệng cười như ông Địa như ông Phật là Tô Ngọc đó đa...” Nên khi anh Thanh Thương Hoàng đãi bữa ăn có khoảng mươi người “đón người phương xa”, nhìn chung quanh tôi biết ngay người ngồi đối diện là nhà văn Tô Ngọc (bởi có nụ cười y như rằng mà nhà văn HTA đã diễn tả).

Giọng đều đều của anh Tô Ngọc, kể:

“- Là con một của mẹ và bố tôi, dĩ nhiên là được ông bà hai bên cưng chiều lắm. Bố tôi rất mong muốn tôi theo nghề ông. Nhưng khi học xong phổ thông tôi ham vui, không thích ràng buộc trong những nghề nghiệp làm theo giờ hành chánh nên đi làm ký giả, làm báo, viết văn... Những việc mà khi nào thích tôi mới làm, dĩ nhiên là có mẹ tôi làm hậu thuẫn, luôn giúp lúc tôi thiếu thốn. Sau khi bố tôi qua đời, bà còn trẻ mà ở vậy thờ chồng nuôi con. Nên tôi kính yêu và sùng bái má tôi hơn cả thiên sứ! Thưa chị, tôi sanh năm 1935, đến năm 1959 bắt đầu làm báo và viết:

* Làm báo: Ngôn Luận, Văn Nghệ Tiền phong, Sài Gòn (1959-1964)

* Làm báo: Chính Luận, Chọn Lọc, Sài Gòn (1964-1975)

* Thành viên BCH, Nghiệp Đoàn Ký Giả Việt Nam (1969- 1975)

* Tù cải tại (Văn Nghệ Sĩ Chống Cộng. Ngày 6-4-1976 về năm 1987)

* Định cư tại Hoa Kỳ năm 1993

* Làm báo Tiếng Vang năm 1999

Tác phẩm đã xuất bản trước năm 1975: Bâng Khuâng (1963), Kỹ Thuật Lấy Chồng (Tập truyện 1965), Quỷ Sống Ăn Người, Ma Sói Rừng Thiêng, Hầm giết người (Truyện kinh dị, chọn lọc 1967-1968) Tập truyện “Hầm Giết Người” được tái bản, ở Hoa Kỳ vào thập niên 80, khi tôi còn bị tù cải tạo ở quê nhà!

Tôi còn những tác phẩm đã hoàn tất đăng trên báo:

Mầm Non Mầm Già, Sài Gòn Chịu Chơi, Vết Thương, Tuổi Hờn, Khác Vọng Đôi Mươi, Đảng Cướp Liên Hành Tinh, Đoạn Hồn Đao, Con Rùa Vàng, Vườn Vui, Nợ Yêu, Bóng Trắng, Ma Hời, Lời Nguyền Của Quỷ, Giặc Cờ Đen... (Một số đã in thành sách, một số sẽ in).

Cơn buồn chợt đến, tôi lên tiếng hỏi nhỏ:

- Anh Tô Ngọc nè, phải chăng đây là cái nghiệp của người cầm bút! Suốt những tháng năm dài những văn nghệ sĩ đem tài sức của mình của tha nhân cống hiến cho đời... Chế độ nào cũng vậy, Văn Học Nghệ Thuật bao giờ cũng cần phải có để đất nước mở mang theo trào lưu tiến hóa với các nước khác chớ. Có tội tình chi đâu mà phải bị bọn ma dương hắc đạo Công sản Việt Nam trù dập đoạ đày tù cải tạo gần 12 năm như anh, còn hơn quân nhân công chức cao cấp ở Chánh thể Cộng Hòa vậy?

Anh Tô Ngọc chớp chớp mắt đăm chiêu nhìn không gian cao rộng, thở dài, nhếch miệng cười buồn bã:

- Có khác chớ chị, tụi Cộng sản sợ nhất là nói lên “sự thật”, nên giới Văn Nghệ Sĩ luôn bị chúng kết tội nặng lắm! Chị cũng biết, chỉ một lời thốt ra thôi nó có thể ảnh hưởng rất lớn mạnh hơn cả thiên binh vạn mã! Tác phẩm *“Nọc Độc Văn Hóa Nô Dịch”* Chính Nghĩa xuất bản tại TP H C Minh năm 1984 đã kết án tôi và một số nhà văn khác trước năm 1975, họ bảo: *"Bọn biệt kích văn hóa do Mỹ đào tạo nhằm mục đích phá hoại chế độ, như: Duyên Anh, Nhã Ca, Bằng Lang, Văn Quang, Nguyễn Thụy Long, Tô Ngọc, Dương Nghiễm Mậu"*. Chúng bắt tôi ngày 6 tháng 4 năm 1976 trả tự do ngày 9 tháng 8 năm 1987 gần 12 năm đọa đày! Tôi vào Mỹ với lý do tỵ nạn Chánh Trị ngày 16 tháng 9 năm 1993, ở Sacramento cho đến nay.

Anh Tô Ngọc ngừng nói, hớp ngụm cà phê, nhìn chúng tôi cười bảo:

- Âu cũng là cái duyên, nên vợ chồng tôi mới gặp anh chị, để hôm nay chúng ta cùng ăn sáng đây...

Nhìn đồng hồ đã đến giờ phải đi đám sinh nhật của chị bạn, tôi và phu quân cảm ơn anh chị bữa ăn sáng thịnh soạn và được nghe anh chị tâm sự, cùng kể lại ít nhiều những kỷ niệm thật hết sức trân quý. Ông nhà tôi không quên hẹn và mời anh chị cuối tuần nào đó ra thăm vùng ngoại ô, và ghé qua ăn trưa ở tệ xá với chúng tôi.

Mặc dù ở xa thành phố Sacramento cả giờ lái xe, nhưng anh chị Ngọc và vợ chồng tôi cũng thường gặp nhau trong những buổi sinh hoạt của các hội đoàn, đoàn thể Cộng đồng người Việt ở địa phương. Có khi các diễn giả ở xa đến thuyết trình về một đề tài Văn Học Nghệ Thuật, Triển lãm tranh ảnh, buổi hòa nhạc, văn nghệ gây quỹ cho thương phế binh còn kẹt ở quê nhà, ra mắt sách, hội chợ Tết Nguyên Đán, lễ Trung Thu, kỷ niệm ngày Quốc Hận 30 tháng tư đen, ngày Quân Lực... Và thường thì chúng tôi cũng hay điện đàm thăm hỏi nhau.

Anh Tô Ngọc người miền Bắc "Ngàn Năm Văn Vật", chúng tôi người miền Nam, nhất là tôi "Con cá gô bỏ trong gổ nhảy gồ gồ" nhưng rất trân trọng anh là một trong những nhà văn có tánh tình hòa nhã, chân thật, hiền lành, không bon chen, không háo danh, hay ganh tỵ trước thành công của người khác... Anh là một trong những nhà văn, ký giả, nhà báo kỳ cựu đã thành danh lúc còn trong nước, trước năm 1975, đã cho tôi nhiều cảm mến mà tôi hân hạnh quen biết trên văn đàn, hay gặp gỡ ở hải ngoại, nơi có thừa vật chất nhưng thiếu thốn chút tình người!

Trong lúc điện đàm, có lần tôi bảo:

- Phu quân tôi nói anh Tô Ngọc chân thật, hiền lành, vui vẻ... đẹp lão phương phi giống "Lão Ngoan Đồng" sẽ trẻ mãi không già, như trong phim kiếm hiệp: "Anh Hùng xạ điêu" và "Thần Điêu Đại Hiệp" của Kim Dung. Riêng tôi thì nghĩ anh là người giữ chữ "tín", dù cho ai đó làm việc xấu, anh không thích họ, nhưng khi có người hỏi đến anh cũng trả lời không biết... Chớ anh không "vạch lá tìm sâu" bơi móc, "đổ dầu vào lửa" hoặc thêm thắt cho chuyện ít xích ra to, chuyện không thành có... để thiên hạ không ưa nhau, thù hằn và oán ghét nhau chơi... anh cũng ít khi chê bai ai, hay khen lấy lòng. Đức tín như vậy rất khó thấy ở xứ lạ quê người, nên tôi chắc anh không có kẻ thù, và anh cũng không hờn giận ai hả anh Tô Ngọc?

Anh cười hì hì rồi cao giọng, bảo:

- Chị lầm rồi tôi có kẻ thù chứ, đó là tụi Việt cộng! Hỉ, nộ, ái, ố... đã sinh ra trên cõi đời nầy ai mà không có, tôi cũng không ngoại lệ. Tôi giận dữ và tuyệt giao ngay với kẻ nào hỗn láo hoặc nói sai sự thật về gia đình tôi, nhất là hiền mẫu tôi... "Nhân vô thập toàn" Việt cộng có ưa tôi đâu, và tôi ghét chúng nhiều hơn, bởi "Quan Công cũng có kẻ thù và Tào Tháo còn có bạn" mà chị!

Nhớ hôm ra mắt cuốn "Tâm Cảm" của cựu GS nhà văn nữ Cao Thanh Tâm (hiền thê của cố bác sĩ Tôn Thất Sang). Quy tựu rất đông văn nghệ sĩ có tầm vóc ở địa phương và từ nhiều nơi về tham dự. Tác giả có nhã ý nhờ tôi nói cảm nghĩ về quyển sách. Sau khi nói xong trở về chỗ ngồi, anh Tô Ngọc đang bận bấm máy hình lia chia, lúc sau dừng lại bên tôi bảo nhỏ: "...Phải thế chứ, được lắm chị nói ngắn gọn mà đi sát đề của tác phẩm..." Tôi thầm cảm ơn nhà văn Tô Ngọc, anh chỉ nói ngần ấy thôi, tôi cũng cảm thấy khoan khoái và ấm lòng!

Trong tầng lớp những cây viết đã thành danh cùng thời với nhà văn Tô Ngọc, thật sự tôi chưa nghe ai phê phán về anh. Thí dụ như có một vị, tôi biết anh hiểu rõ mà không thân thiện... tôi lên tiếng hỏi anh để hiểu biết người đó hơn. Anh cười cười không nói, cũng không kể về người mà tôi hỏi thăm dù ở khía cạnh nào, tốt hay xấu... Rồi anh nhẹ giọng bảo với tôi rằng:

"Chị cũng biết những gì hôi tanh dù gói kín thế nào cũng có ngày bốc mùi. Xin lỗi, và đừng buồn vì tôi không trả lời chị ở bất cứ người nào và trường hợp nào... trừ khi chị hỏi về văn chương thơ phú, hoặc những sự việc gì đó là của tôi! Chị là người tinh tế, hãy khách quan tự vận dụng cái tài và khả năng của mình mà suy đoán, mà nhận xét đi... Bởi vì ở trên đời không có ai là hoàn hảo đâu chị ơi..."

Anh không trả lời những gì tôi hỏi mà cứ vòng vo tam quốc không đâu vào đâu! Nhưng trong tâm tư tôi, anh đúng là một nhà văn, ký giả, nhà báo lão thành khả kính để cho tôi tôn trọng và ngưỡng phục.

Nhà văn Tô Ngọc
Đã vĩnh viễn ra đi ngày 10 tháng 12 năm 2019
Tại Sacramento, Thượng thọ 85 tuổi.

Người đời thường bảo rằng: *"Sống thì không bao giờ chết/ Còn chết thì sống mãi"* Có đúng như vậy không? Thật sự tôi không biết, nhưng tôi chắc chắc một điều là nhà văn Tô Ngọc sẽ sống mãi trong lòng người thân, bạn bè và những người mộ điệu anh. Hôm nay tôi viết một vài kỷ niệm với nhà văn Tô Ngọc lại đúng 5 năm, ngày anh vĩnh viễn ra đi.

**** Tôi đã khóc mùa Quốc Hận Tháng Tư Đen!***
**** Khóc nhà văn Tô Ngọc, cùng những văn nghệ sĩ bậc thầy,***
đàn anh mà tôi ngưỡng phục.

Trích trong tuyển tập *Bóng Thời Gian* phát hành năm 2021

Tệ xá Diễm Diễm Khánh An

DƯ THỊ DIỄM BUỒN

Dư Thị Diễm Buồn
Tìm gặp dư ảnh quê xưa qua *"Một Góc Trời Thôn Dã"* và *"Thời Biển Lặng Sông Trong'*

Hồ Trường An

Dư Thị Diễm Buồn là cây bút tình tự dân tộc. Chị chuyên viết về quê hương đất nước, nhất là những nơi chị định cư. Tuy nhiên ở truyện dài *Ngoài Ngưỡng Chiêm Bao* chị lấy bối cảnh trại tiếp cư nơi quần đảo Nam Dương dành cho các thuyền nhân vượt biên tìm tự do và chị lấy thành phố Chicago thuộc tiểu ban Illinois dành nơi định cư cho kiều bào làm bối cảnh cho tác phẩm này.

Những địa danh trên xứ sở Nam Kỳ Lục Tỉnh mà chị nói đến nhiều nhất là 2 thành phố Mỹ Tho và Cần Thơ cùng quận Cai Lậy. Thật ra, chị thích cái không khí tỉnh lỵ êm đềm và những vùng nửa chợ nửa quê thơ mộng. Chúng ta chưa hề gặp trong các tác phẩm chị một vùng nào quê rích quê rang, chó ăn đá gà ăn muối như miệt Năm Căn, Chắc Băng hoặc các vùng Cực Nam đất nước vào thuở tiền chiến.

Một Góc Trời Thôn Dã xảy ra vào thuở tiền chiến, có thể vào thập niên 20 hay thập niên 30, tức là vào khoảng thời gian mà tác giả chưa chào đời. Như thế, chị phải moi móc sưu tầm tài liệu vào khoảng thời gian ấy, tức là thuở mà trường Gia Long được dân gian gọi là trường Áo Tím và trường Trương Vĩnh Ký được gọi là trường Pétrus Ký.

Vào thuở đó, dù là dưới chánh thể Thuộc Địa của Pháp, hạng điền chủ bậc lớn hay bậc nhỏ đều sống phong lưu. Còn quyển truyện dài *Thời Biển Lặng Sông Trong* tiếp theo quyển đầu xảy ra vào thuở bình minh của chánh thể Đệ nhất Cộng Hòa dưới sự lãnh đạo của Tổng Thống Ngô Đình Diệm. Thuở đó, nhờ sự viện trợ dồi dào của Hoa Kỳ mà toàn dân Miền NamViệt Nam từ bên này sông Bến Hải tới mũi Cà Mau được sống sung túc an bình.

Truyện dài *Một Góc Trời Thôn Dã* là một truyện tình phản ảnh sự giao tiếp giữa thế hệ đàng cựu gặp hồi suy tàn và thế hệ tân học chỉ vừa như hoa chớm nụ. Nữ nhân vật chánh là Cẩm Hương sinh quán ở Lái Thiêu (thuộc tỉnh Thủ Dầu Một/Bình Dương) vừa tốt nghiệp trường Sư Phạm được bổ về dạy học ở Cai Lậy (thuộc tỉnh Mỹ Tho). Nàng ở trọ tại nhà bà Tư Hiền, vợ bé ông Hai Cung. Ông này là chủ nhân nhà máy chà gạo. Nguyên bà Tư Hiền trước kia là cô thôn nữ nhà nghèo, phải đi ở mướn cho ông bà Hương Cả Cần, song thân của cậu Hai Cung. Cô lãnh phần chăm sóc hai cô con gái Kiều Lan và

Kiều Liên của cậu Hai Cung. Cậu Hai dù có vợ nhưng vì không yêu vợ, vì mê cảm nhan sắc cô tớ gái xinh đẹp nên cưỡng dâm cô ta. Không ngờ Hiền có thai, rồi sanh đứa con trai đặt tên Thiện Tố. Bà Cả Cần phải tìm cách hợp thức hóa thân phận đứa con hoang của cậu quý tử của mình. Hiền phải cam tâm làm vợ bé cho cậu Hai Cung, phải chịu sự xéo xắt bắt nạt của người vợ lớn. Mụ này, sau đó ít lâu, sanh thêm đứa con trai đặt tên là Thiện Cảm.

Năm qua tháng lại, lũ con dòng lớn và đứa con dòng nhỏ trưởng thành. Kiều Lan và Kiều Liên chanh chua, xí xọn, hay ghen ghét cái hạnh phúc và cái may mắn của tha nhơn. Thiện Cảm thì đẹp trai, tánh nết lông bông, lười học nên thi hoài mà vẫn rớt bằng Thành Chung. Thiện Tố thì chăm học, đỗ bằng Tú Tài, rồi ở nhà làm quản lý cho cha để coi sóc nhà máy chà gạo đang hồi thịnh vượng.

Khi tác giả đưa độc giả vào một phần tư quyển truyện thì ông bà Hương Cả Cần đã qua đời. Kiều Lan và Kiều Liên đã có chồng và theo chồng ra ở riêng. Thiện Cảm cưới một cô vợ tên Hồng Ánh vốn đảm đang, biết phải quấy, cư xử mềm mỏng với mẹ con bà Tư Hiền. Thiện Tố theo mẹ ra ở ngôi nhà gần nhà từ đường của ông bà Hương Cả Cần.

Cẩm Hương trong thời gian ở trọ nhà ba Tư Hiền, được tiếp xúc nhiều lần với Thiện Tố, lúc đầu nàng hơi ác cảm với chàng, nhưng nàng không ngờ đó là mặt trái của tình yêu.

Chàng thanh niên nầy cao lớn, có khoảng 1 thước 75 phân chớ không chơi. Chắc là Từ Hải trong truyện Kiều bay vọt ra ngoài đời chớ gì? Vừa nghĩ tới đây, Cẩm Hương cảm thấy vui vui. Nhưng nàng vẫn bực vì nụ cười hắn ngạo nghễ, khuôn mặt hí hởn trong dễ ghét làm sao ấy! Hắn có dáng hiên ngang, vai rộng, mặt rắn rỏi, tay chân cứng cáp, đi đứng chững chạc. Đây là mẫu người vừa trí thức vừa phong trần. Nhỏ Ái Mỹ và nhỏ Ánh Nguyệt, Thục An thường ca tụng mẫu thanh niên như vậy. Ái Mỹ vo vảnh:

- Tao ưa tài ử Clark Gable trong phim "Cuốn theo Chiều Gió" vừa trí thức vừa phong trần, trong có vẻ thạo đời. Đó mới là đấng quân vương trong mộng của tao.

Thục An lim dim cặp mắt ốc bươu:

- Tao cũng vậy Những thanh niên hiên ngang, hùng trai như vậy mà chịu cưới tao, chắc tao ăn chay một tháng 15 ngày để cám ơn Trời thương Phật độ.

Ánh Nguyệt bình tĩnh hơn:

- Tao có đọc áo Ciné Miroir, biết được anh chàng Clark Gable đó học hành dở ẹc và miệng mồm hắn có vấn đề, nên đạo diễn phải bắt hắn giữ vệ sinh tối đa khi đóng những màn cụp lạc hun hít với nữ diễn viên. Nhưng nếu gặp chàng có bằng Thành Chung mà bảnh trai, xinh trai, dễ thương trai, lại có cái miệng thơm mát, thì con Ánh Nguyệt nầy không niêm phong trái tim đâu nghen.

Bỗng dưng, hôm nay chợt nhớ tới lời ba con xảnh xẹ đó, Cẩm Hương tức cười quá. Nàng vội nghiêm mặt kẻo "đối phương" coi thường mình. Nàng cũng nhận thấy tên nầy có cái mỉm cười láu cá, cặp mắt sáng ngời, nụ cười ngạo nghễ, trông hao hao giống Clark Gable thiệt đó. Nếu đứng bên cạnh hắn, nàng cảm thấy mình mềm mại như cây lệ liễu đứng bên cây thanh tùng hùng tráng. Nhưng nàng chợt thấy mình ví von như vậy là đề cao "địch thủ" quá đáng. Hắn mà là cây thanh tùng hả? Còn khuya! Hắn đâu xứng đáng làm cây có tên đẹp như vậy. Hắn phải là cây cốc, cây còng, cây môn ngứa, cây mù u... có tên xấu xí như vậy mới đúng chớ bộ!...

(MGTTD, các trang 53, 54)

Rồi Cảm Hương và Thiện Tố thông cảm nhau, yêu nhau say đắm. Kiều Lan và Kiều Liên từ lâu cay cú vì chị em họ không có khoa bảng trong khi Thiện Tố ăn học thành công. Nay, thấy Cẩm Hương trội hơn họ về nhan sắc, học thức và tánh nết nên họ quyết phá đám để cho mối lương duyên sẽ rả tan trước khi hình thành. Nhân trong xóm có cô Ngọc Huệ vốn là gái xinh đẹp, duyên dáng, tốt bụng, chánh trực dù có tật ăn hàng như chim mỏ khoét; cô ta trở thành công cụ để hai nàng Kiều ra tay phá hoại cuộc tình của thằng em khác mẹ kia:

Cô tươi mát trong chiếc áo dài nhung màu tím, cổ cao, quần lụa trắng. Tóc cô vấn bính, quấn nhiều vòng và kẹp bằng chiếc nơ bướm bằng nhung đen phía sau ót. Cô đeo suu bộ ngọc trai màu ngà voi, gồm có: bông tai, chuỗi, cà rá và vòng tay... Ngọc Huệ tô son hồng đào, giồi phấn sương sương, dậm phấn hồng phơn phớt. Trông cô đẹp hẳn lên.

Nhưng ai có thể ngờ sau cặp môi trái tim cười đẹp như hoa nở đó, lại là cái miệng ăn hàng hết chỗ chê! Cô ăn xàm xạp tối ngày. Thịt phay nhai ngấu nghiến, thịt gà thiến ăn tràn miệng vẫn còn thèm, chả nem ních sạch bách, tôm kho gạch cũng chẳng chừa, dừa cô cũng ưa, dưa cô cũng thích, mít cô không chê... Ai biết được đôi mắt viền đen kia sáng ngời lóng lánh khi nghe chuyện tiếu lâm, chuyện ngồi lê đôi mách... Đây là mẫu thiếu nữ hạnh kiểm thưa thớt, tánh tình bông lông nhưng tâm địa hiền lành, giàu lòng từ thiện, kẻ dữ người hiền đều mến chuộng:

(MDTTD, trang 338)

Hồi Thiện Tố và Ngọc Huệ còn nhỏ, trong cuộc chuyện trò thân mật, ông bà Hương Cả Cần có bảo ông nội bà nội Ngọc Huệ rằng khi cả hai lớn lên, họ sẽ cưới Ngọc Huệ cho Thiện Tố. Do đó, Kiều Lan và Kiêu Liên bảo Cẩm Hương rằng Ngọc Huệ là hôn thê của Thiện Tố. Cho nên Cẩm Hương đau khổ quyết chặt đứt mối tình với người yêu, dù Thiện Tố năn nỉ nàng cho tới cạn lời, dù ông Hai Cung và bà Tư Hiền đính chánh cho thế mấy đi nữa. Nhưng về sau, tình cờ gặp lại Ngọc Huệ, Cẩm Hương được cô ta cho biết rằng trong vòng ít lâu cô ta sẽ vu quy, người chồng tương lai cô ta trước kia ở Cai Lậy, gần nhà cha mẹ cô ta, về sau thiên cư về Vĩnh Long lập nghiệp. Đó mới chính là người yêu của cô ta, còn Thiện Tố chỉ là bạn cùng lớp hồi cả hai ngồi bậc tiểu học vậy thôi. Tới chừng đó, Cảm Hương mới yên lòng để cho Thiện Tố cưới nàng làm vợ.

* Song song mối tình giữa Cẩm Hương và Thiện Tố, còn có lối sống thay đổi của Thiện Cảm. Vốn quen thói phong lưu, ăn chơi bạt mạng, Thiện Cảm vụt cảm thấy chán nản lối sống truy hoan của mình. Tình cờ đọc quyển Bùn Lầy Nước Đọng của Hoàng Đạo trong nhóm Tự Lực Văn Đoàn. Chàng sanh ra cảm khái, quyết sống cuộc đời có ý nghĩa: giúp đỡ người nghèo khó, cải thiện nếp sống dân quê. Chàng viết văn theo tôn chỉ xây dựng cuộc tân sinh hoạt theo chủ trương của nhóm Tự Lực Văn Đoàn; chàng kiến tạo ấp mới theo bước chân của Hoàng Đạo. Hai công việc đó đều nhờ sự giup đỡ và khích lệ của vợ chồng Thiện Tố. Không ngờ chàng thành công trên văn đàn và rồi ấp mới của chàng được thực hiện đúng như niềm mơ ước của chàng.

Nghe vợ chồng Thiện Tố đi thăm ông bà nhạc ở xa và dự đám cưới cậu em út của vợ trở về chiều hôm qua, vợ chồng Thiện Cảm đến chơi, chồng khoe với Thiện Tố:

- Toa ơi, moa vừa mới lập cái ấp mới cho tá điền. Nhà nhà trong ấp đều thoáng khí, mặc dù là vách bùn trộn với trấu hay rơm, mái lợp lá xé hay lá chầm, nhưng cũng che mưa che nắng được mấy mùa. Ở giữa ấp moa cất cái trạm để mỗi tuần có y tá vào phát thuốc cho dân, còn những thứ thuốc thông thường như chữa nhức đầu, đau bụng, trầy giò, đứt tay chảy máu thì lúc nào cũng chứa trong thùng để ở nhà ông trưởng ấp. Có lớp Bình Dân Học Vụ nữa. Hôm nào vợ chồng toa có rảnh, mời ghé qua, coi có góp thêm ý kiến gì không ?

Thiện Cảm đưa cho Cẩm Hương ấn bản quyển tiểu thuyết mới ra. Cẩm Hương ngắm nghía cái bìa màu lam có tranh vẽ cảnh thôn quê dưới vầng thái dương chói rạng, bảo:

- Cái tựa sách Ánh Sáng Đồng Quê của tác phẩm, chắc là muốn nói lên ánh sáng văn minh tân tiến rọi đến cảnh đồng ruộng quê mùa chớ gì?

Hồng Ánh hớt chồng trả lời:

- Chị nói đúng đó. Cái ấp mới do chồng em chắt chiu xây dựng phần lớn nhờ anh Thiện Tố đỡ đầu từ vật chất lẫn tinh thần Hôm nay tụi nầy đến đây ngoài việc tặng sách còn để báo tin ấp đã tạm xong và cám ơn anh chị.

Cẩm Hương vui vẻ hỏi:

- Thím có thai được mấy tháng rồi?

Hồng Ánh cười:

- Hơn 5 tháng nay thôi. Khi em sanh xong nhờ anh chị làm cha mẹ đỡ đầu cho đứa nhỏ.

Cẩm Hương cười tươi, sốt sắng:

- Rất sẵn lòng

Cẩm Hương nhìn chăm chú Thiện Cảm rồi nhìn chồng. Hai anh em họ có vài nét giống nhau. Thiện Tố cao ráo, khỏe mạnh, hùng tráng bao nhiêu thì Thiện Cảm mảnh khảnh, văn thái tinh hoa tao nhã bấy nhiêu. Từ khi thành công trên con dường văn nghiệp, Thiện Cảm chững chạc hơn, không còn đía dóc ba hoa nữa. Chàng trầm mặc hơn. Nàng tự hào là vợ chồng nàng biết khơi dậy một thiên thần trong một con người hư hỏng.

Nàng nhìn qua Hồng Ánh. Cô ta biết ăn diện chải chuốc để làm đẹp lòng chồng. Nhưng cô ta vẫn hồn nhiên giản dị, không kiểu cách điệu đà, không đánh lưỡi sửa giọng khi nói chuyện. Cô hồn nhiên, hịch hạc, cười nói véo von, pha trò duyên dáng và có chừng mực.

Khi khách ra về, Cẩm Hương làm mặt lạnh và liếc xéo chồng rồi nghiêng bình tích rót trà ra uống. Thiện Tố áy náy nhìn vợ cười cầu tài, rồi ôm choàng lấy vai nàng. Nàng lách khỏi vòng tay chồng, mắt xoáy vào mặt chàng. Thiện Tố nhìn vợ ngập ngừng:

- Anh giúp Thiện Cảm làm em phật lòng sao?

Cẩm Hương ngún nguẩy:

- Hỏng biết!

Thiện Tố nắm tay vợ tha thiết, khổ sở:

- Xin lỗi em!

Thấy dáng điệu chồng thiểu não, Cẩm Hương bật cười thành tiếng:

- Sao anh lại xin lỗi? Anh đã làm những gì mà em định khuyên anh làm. Anh biết không? Bấy lâu nay, thấy Thiện Cảm đổi tánh tình, làm việc thiện nguyện. Còn anh thì êm ru bà rù làm em mắc cở thầm. Bây giờ em mới cảm thấy thoải mái khi gặp Hồng Ánh. Anh làm em hãnh diện với chính mình không chọn lầm người chồng và còn là người bạn đồng tâm...

(MTTD, các trang 365, 366, 367)

Trong quyển *Một Góc Trời Thôn Dã*, có 6 cô cựu nữ sinh trường Áo Tím là Thục An, Ái Mỹ, Thụy Châu, Ánh Nguyệt hợp với Cẩm Hương thành nhóm Ngũ Nữ La Sát. Về sau có thêm Nguyệt Mi trở thành nhóm Lục Nữ La Sát. Sáu vai phụ ấy làm cho tác phẩm trở nên xôn xao tuổi dậy thì và gợi lại tuổi mộng mơ trong khung cảnh sân trường, lớp học, bảng phấn, cửa gương. Không khí tác phẩm trở nên sinh động khi tác giả dựng lên cảnh họp mặt của họ. Trong đó, Ánh Nguyệt hoạt náo nồng mặn duyên dáng nhất:

... Con chằng lửa Thục An bảo:

- Làm đờn bà thì phải thương chồng hơn cha mẹ. Ông bà mình thường nói: "Vông đồng trổ đỏ bờ sông/ Mẹ kêu con dạ, thương chồng con theo".

Con ma nương Ái Mỹ tán đồng:

- Mầy nói đúng đó Thục An. Cha mẹ nuôi mình chừng 20 năm hoặc hă mấy năm thôi. Còn chồng mình thì nuôi mình tới già, tới chết.

Con nữ tặc Thụy Châu chợt nhớ ra:

- Mấy cô xẩm trước khi lấy chồng, cứ khóc ra rả trong buồng, khóc rống lớn lên cho thiên hạ biết mình đau xót sắp xa cha mẹ...

Con hồ ly tinh Ánh Nguyệt trề môi dài cả thước :

- Lấy được ông chồng toại ý, tao đương thèm khóc. Còn kết hôn với cái thứ ôn hoàng dịch lệ thì tao khóc rỉ rả, khóc nỉ non để trù ẻo cho đám cưới trở hành đám ma chơi !

Cẩm Hương cười ha hả :

- Ánh Nguyệt ơi, lòng da mầy hiền lành như bông bí, như dưa leo, như rau lang rau muống luộc. Vậy mà mầy ăn

nói nghe dữ tợn, gớm ghiếc không hà. Coi chừng mắc khẩu nghiệp đó nghen.

Ánh Nguyệt trề môi nói rán, nói thêm:

- Kệ em! Chớ sống với kẻ không yêu, bị nó nài hoa ép liễu thì em chỉ còn có nước trù ẻo nó chết sớm để em rảnh nợ. Chôn nó rồi em đi xe kiếng.

Cả bọn trợn mắt hỏi đi xe kiếng để làm chi? Nhỏ cười ngỏn ngoẻn rồi cất giọng thẻo thọt hò: "A ơi... Bước lên xe kiếng đi viếng mộ chồng"/"Mộ chưa cỏ mọc tron lòng thọ thai... à ơi...".

(MGTTD, các trang 46, 47)

Kiều Lan và Kiều Liên cũng là hai nhân vật làm cho không khí câu chuyện trong tác phẩm sinh động hẳn lên. Tác giả dùng họ làm nhân vật phản diện để tạo sự mâu thuẩn cho cả một hệ thống tình tiết của câu chuyện và cũng để bày tỏ cái óc khôi hài tinh nhuệ của mình khi nhận xét tình đời. Hai cô Kiều ghen ghét cái hạnh phúc của thằng em khác mẹ đã đành mà còn không mấy hoan nghinh cái thành công của thằng em ruột:

Lúc hay tin Thiện Tố khéo tay trang hoàng ngôi nhà mới của mình, hai cô Kiều liền rủ Thiện Cảm tới thăm. Kiều Lan chê bai:

- Thằng Thiện Tố dại dột, lo trang Hoàng o bế sách vở, không để dành tiền mua gach tráng men lót nền nhà.

Kiều Liên phụ họa chị:

- Đúng rồi, gạch tàu dùng để lót sân đúng điệu hơn, chớ đâu để mà lót nền nhà!

Bà Tư Hiền mời lũ con chồng uống trà. Thiện Tố không trả lời hai chị, vì trong mắt họ, có cái gì mà chàng làm tốt làm đẹp bao giờ đâu. Thiện Cảm săm soi tủ sách tấm tắc:

- Từ khi đọc sách của nhóm Tự Lực Văn Đoàn, tui mới biết quý sách báo. Thật là tao nhã, tui thiệt tình phục lăn Thiện Tố!Thế nào tui cũng sắm cái tủ như vậy.

Kiều Liên nguýt thằng em ruột, mỉa mai:

- Thôi cho tao can đi. Dòng họ mình đã có một học giả rồi. Ai cần mượn cái mặt mẹt mầy đóng vai trí thức rồi bày đặt viết văn. Mầy chẳng có bằng cấp nào lận lưng hết.

Thiện Cảm sừng sộ lại:

- Chị bớt chót chét lại đi. Bằng cấp có dính dáng gì đến việc viết văn? Có bằng cấp mới viết văn được sao? Thật là đầu óc nhỏ hẹp như cái vú cau!

Kiều Lan õng ẹo:

- Tui cấm chồng tuị coi tiểu thuyết. Thời buổi nầy mấy ông bà văn sĩ hay đề cao tình yêu. Chồng tui nhẹ dạ. Nếu rủi ảnh nhiễm tư tưởng lãng mạn trong tiểu thuyết, ảnh sẽ mềm lòng lỗng dạ mỗi khi gặp con lành con lủng nào đó ở ngoài chợ thì phiền toái cho tui lắm. Lòng dạ tui chặt chịa, cứng cỏi thì tui có quyền coi tiểu thuyết.

Kiều Liên bị em nạt không cự lại, vo vảnh:

- A -di-đà Phật! Chồng tui thích coi đá banh thôi. Nhưng hễ ảnh gặp mấy con lành tốt mã, mấy con lủng lẳng

lơ thì cặp mắt ảnh chớp lia chớp lịa, thấy thật ứa gan!

(MGTTD, các trang 210, 211)

* Trong *Một Góc Trời Thôn Dã* có thêm một vận sự: Trong tai nạn xe cộ, Cẩm Hương được người hành khách cùng một chuyến xe đò cứu giúp. Chàng ta yêu thầm nhớ trộm nàng, xây mộng lứa đôi với nàng. Nhưng mối tình đó chỉ là mối tình đơn phương vừa tượng tình mà chưa kịp thành tựu đến ngưỡng cửa hôn nhân thì phải tan rã vì Cẩm Hương báo tin nàng kết hôn với Thiện Tố. Nếu bỏ vận sự nầy cũng không sao. Còn có nó, tác phẩm thêm phần hào hứng đôi chút vì mối ẩn tình của người đồng hành cùng chuyến xe đò với Cẩm Hương không có gì đặc sắc lắm. Lại nữa, cuộc hờn ghen của Cẩm Hương kéo quá dài làm cho độc giả sốt ruột. Đáng lẽ tác giả để dành giấy viết về nếp sống và nhân sinh quan của hạng tân học vào buổi giao thời như hai cậu em của Cẩm Hương, của Nguyệt Cúc (hôn thê của cậu em út) thì chị đào cho tác phẩm một chiều sâu đáng kể hơn.

Sự thành công của tác phẩm ở chỗ tạo cho mỗi nhân vật một cá tánh khác biệt, trừ hai chị em Kiều Lan và Kiều Liên như đúc từ một cái khuôn. Xin kể các nhân vật quan trọng xoay chung quanh hai nhân vật chánh (Cẩm Hương và Thiện Tố) và những nhân vật then chốt (hai cô Kiều, Thiện Cảm, Hồng Ánh và Ngọc Huệ). Bà Cả Cần tôn trọng huyết thống, ông Hai Cung dù đã sa ngã nhưng vẫn là người có lương tâm, bà Tư Hiền tuy hiền lành nhẫn nhục nhưng vẫn vướng tật chì chiết lúc tâm sự với Cẩm Hương, bà Hai Cung vẫn là người có căn tánh tốt đẹp chớ không hoàn toàn xấu xa ác độc, cha mẹ bà Tư Hiền hiền lành và chất phác.

Tác giả rất thích miêu tả: tả người, tả cảnh, tả tâm tình, tức là tạo đầy đủ chất liệu để đúc kết cái nền mống lẫn cái lâu đài văn chương vững chắc.

Về nghệ thuật tả người, xin cùng đọc đoạn hai cô Kiều phục sức và trang điểm trong dịp đám cưới Thiện Tố:

Kiều Lan và Kiều Liên muốn nổi bật hơn cả cô dâu nên trước đám cưới cả tháng, hai cô hẹn nhau xuống chợ tỉnh đặt may mỗi người một chiếc áo dài "mốt" bằng gấm đỏ, bâu áo cao chống cổ, tay phùng cao. Hai cô đều mặc trang phục giống nhau. Họ đeo bông tòn teng, dây cổ, dây tay bằng hột xoàn chiếu lấp lánh... Trông họ đẹp và lạ mắt thật. Nhưng áo quần và trang sức nầy nếu trên một thân hình có dáng dấp thanh cảnh thì tuyệt! Khổ một nỗi hai nàng Kiều đã nhiều lần sanh đẻ, ăn uống không giữ gìn, dù cái bụng không lớn lắm, nhưng thân thể lệch lạc, tướng đi hai hàng, ngó vào là biết hai mụ xề ngay. Trước đó cả tháng, hai nàng nhịn ăn để giữ eo thon, mông gọn. Nhưng khổ nỗi cái bụng dưới, tức là cái nây bụng phồng ra như có độn trái dưa hấu cắt đôi. Hai nàng còn nhờ thím xẩm Lầy Phá (Lệ Hoa), vợ bé ông Bang Quảng Đông dùng chỉ se trên da mặt để lấy lông mang, cùng tỉa cặp mày cong như viền trăng non, như cái mống chuồng vậy. Hai nàng biết tướng đi của mình không dẻo, nên uốn éo mình xà, mông đưa qua bên trái, rồi sàn qua bên mặt làm mấy bà mấy cô dọn đám dưới bếp có dịp nói hành nói tỏi rồi cười khúc khích.

(MGTTD, các trang 337, 338)

Tác giả Dư Thị Diễm Buồn rất khoái phần tả cảnh. Cho nên trong tác phẩm *Một Góc Trời Thôn Dã*, cảnh vật cứ nườm nượp hiện dưới ngòi bút liến thoắng và trơn tru của chị. Ít có nhà văn gốc Nam Kỳ có cái mẫn cảm với phần miêu tả như chị.

Trong những thửa ruộng loang loáng nước, ngăn cách nhau bởi những bờ mẫu ngoằn ngoèo chia ruộng ra có miếng hình vuông, hình chữ nhựt, hình xéo... còn rộng hay hẹp là tùy theo diện tích của mỗi miếng ruộng. Những bụi lúa mập, tua tủa lá vươn cao rậm rạp và xanh lặt lìa như đỡ nâng bông lúa đòng đòng ngậm sữa quằn nặng hột. Những bụi lúa trồng san sát nhau thành những hàng ngang hàng dọc thẳng tắp chạy dài đến tận chân vườn xa lắc xa lơ. La đà trên ngọn lúa, bầy chuồn chuồn xanh, đỏ, tím, vàng, cam, hồng... đủ màu sắc, bay qua lượn lại tìm bắt muỗi. Thỉnh thoảng cây lúa rung rinh, hay quặn lên làm chao động mặt nước do lũ cá rô, cá sặc, cá lóc... hám ăn nhào lộn, rượt đuổi nhau, hoặc tranh giành đớp mồi. Những chú cào cào, sâu, bọ vô tình rơi xuống. Những con ốc bươu đen, sùi bọt trắng đeo từng hùm từng đám trên cụm lác, cụm đương mọc từ đáy nước. Nước ruộng trong veo, nhìn thấy rõ bầy cá bãi trầu, cá lòng tong, cá bạc đầu lội nhởn nhơ.... Gió sáng mát rượi. Trên gò nổng xa xa, đàn vịt trời, le le, chằn nghịch... đang rỉa lông. Bầy chim áo dà, chích chòe gọi nhau bên chòm bông cỏ, bông gạo. Ven ao có hàng cây điên điển nở từng chùm hoa vàng phơi phới, nghiêng nghiêng in bóng dưới lòng ao, mặt bằng phẳng nước.

(MGTTD, trang 179)

Cảnh nhà của song thân của cô thôn nữ Hiền dưới mắt bà Cả Cần được tác giả trình bày như sau:

Bà Cả dòm khắp nhà. Tuy là nhà lợp lá xé, vách tre, nền đất nện, nhưng đâu đó được quét tước sạch sẽ. Bàn thờ, bàn ghế, tủ áo, cái đi-văng... đóng bằng gỗ rẻ tiền như thao lao, mít, nhưng được lau chùi bóng láng. Chiếc bàn dài đặt giữa nhà, hai ghế trường kỷ đặt hai bên có vẻ tươm tất hơn. Ba con Hiền cho biết, bàn ghế đó do người bác ruột qua đời để lại cho. Bàn thờ có bát cắm nhang tráng men xanh vẽ bát tiên ngồi chơi cờ bằng mực chàm đậm. Dĩa quả tử vẻ tám thứ trái cây ở thành dĩa: lệ chi (trái vải), long nhãn, phật thủ, đào tiên, mộc lý, mộc qua, lựu, trái xá lị. Bàn thờ không có lư hương, chân đèn, đèn lưu ly gì cả. Chỉ có bài vị thờ cha mẹ và ông bác sơn son thếp vàng. Trên bàn dài là bình trà bằng sành lớn, cỡ 4 bàn tay vòng có vẽ hình con đại cẩm kê (gà trống cồ, mồng đỏ, lông màu lửa, cổ và ức giát lông màu xanh). Trên khay có 6 cái tách sành lại vẽ gà tre, có lẽ không cùng một bộ với bình tích, nhưng nhìn chung thì tất cả như cùng chung một thứ men, cùng một kiểu vẽ. Trên 4 cột nhà ở giữa chỉ treo liễn kiếng Lái Thiêu. Còn trên vách thì treo liễn giấy bồi màu vàng nghệ, màu cánh sen, màu đọt chuối gợn sóng ngân nhũ. Trên nền ngân nhũ là bài thơ chữ Nho viết bằng lối chữ thảo. Mà con Hiền bảo là do ông bác để lại để vào ngày Tết trang hoàng nhà cửa. Trên mỗi tấm tranh là một bài cổ thi chúc xuân mà vợ chồng bà không biết đọc chữ Nho nên không biết nghĩa thú trong thơ ra sao.

(MTTD, các trang 94-95)

Sự mô tả khung cảnh mộc mạc quê mùa của tác giả Dư Thị Diễm Buồn mang một ý nghĩa sâu xa. Chị muốn gợi lại khung cảnh gần gũi và thân thương cho những kiều bào cùng thế hệ hoặc cùng trang lứa với chị trở lên để tất cả cùng nhau trên nẻo thời gian tìm lại, được đắm hồn sống trong một chặng nếp sống cổ truyền của dân tộc đã từng ghi biết bao dấu ấn trong tình hoài cố hương vọng cố quốc. Trong lúc miêu tả, chị quăng mình trọn vẹn vào đối tượng, vào chủ đề một cách nồng nhiệt thành khẩn, bằng tâm tư hoài vọng.

* Bước sang qua quyển *Thời Biển Lặng Sông Trong*, tác giả đưa câu chuyện lớp con của hai nàng Kiều, của Thiện Tố và của Thiện Cảm vào thời kỳ nước Việt Nam bị con sông Bến Hải ngăn đôi, dân Miền Nam Việt Nam được sống sung túc dưới chánh thể Đệ nhất Cộng Hòa. Thế có nghĩa là, chị bỏ qua thời kỳ chiến tranh Đông Dương giữa Pháp và Việt Minh, cái thời kỳ gay go nhất mà những cây bút phụ nữ sinh vào đầu thập niên 50 không thể nào thấu hiểu qua những chứng nghiệm máu xương của dân tộc.

Trong truyện này, đại gia đình ông Hai Cung có đủ con trai, con gái, dâu và rể sống cùng xã hay cùng quận Cai Lậy. Vợ chồng Kiều Lan, vợ chồng Kiều Liên và vợ chồng Thiện Tố từ quyển *Một Góc Trời Thôn Dã* đã ở riêng, chỉ trừ vợ chồng của Thiện Cảm vẫn ở dưới mái nhà thừa tự của cha mẹ. Về lũ cháu của ông Hai Cung, thì con của hai nàng Kiều Lan và Kiều Liên và con của Thiện Cảm đa số đã sinh cơ lập nghiệp ở phương xa, duy chỉ có hai cô con gái của cặp Thiện Tố & Cẩm Hương là còn ở với cha mẹ đầy đủ. Sống với vợ chồng của Kiều Lan chỉ có cô con gái út tên Kiều Nga. Sống với vợ chồng Kiều Liên chỉ có con gái út tên Kiều Phương. Sống với vợ chồng Thiện Cảm là cậu con trai áp út trong hàng ngũ lũ con tên Thiện Cần và cô con gái út tên Hồng Nguyệt.

Kiều Phương khá xinh đẹp, giỏi đóng kịch và ca hát trong những kỳ văn nghệ do nhà trường tổ chức vào dịp phát lễ phần thưởng. Tố Tâm kiều nhược, hiền lành, khép kín với người lạ, nhưng cởi mở với người thân. Tố Tiên, khỏe mạnh, sinh động, cởi mở với tất cả mọi người, thường ao ước được du học ở ngoại quốc.

Kiều Nga hiền lành, thùy mị, có năng khiếu làm thơ từ thuở 13 tuổi. Hồng Nguyệt có văn tài tự bẩm sinh; nhưng cô tật ở chân, mặt rỗ. Nhưng cô thông minh và đôn hậu, biết khắc phục cái bất hảo của thể chất và ở dung mạo để thành công rực rỡ trên đường đời. Thiện Cần bảnh trai, liến láu, ưa bông đùa nghịch ngợm. Cậu giống cha ở chỗ đắc mèo, tán gái thành công, nhưng không thọ hưởng một chút văn tài nào của cha. Cậu là một điểm tươi sáng rực rỡ, gây cho không khí u trầm trong gia tộc một sinh động hào hứng.

Ngoài ra thân với chị em Tố Tâm và Tố Tiên còn có Tuyết Mai, bạn chung lớp với Tố Tâm. Cô này mồ côi mẹ, bị bà kế mẫu, các người con gái riêng của bà và lũ em cùng cha khác mẹ xéo xắt đày đọa. Cuối niên học năm đó, Kiều Phương, Tố Tâm, Thiện Cần và Tuyết Mai cùng đậu bằng Trung Học Đệ Nhất Cấp, Còn Kiều Nga thi đậu vào lớp Đệ thất. Tố Tâm theo Tuyết Mai về chơi quê ngoại của bạn. Đó là làng Hòa Lộc thơ mộng nằm ven sông Mỹ Lương êm đềm. Tại đây, cả hai gặp Khải Tuấn, anh chàng sinh viên đẹp trai sắp tốt nghiệp trường Quốc Gia Hành Chánh. Nhưng Tố Tâm lẫn Tuyết Mai không cảm thấy mình bị cú sét ái tình. Tại làng Hòa Lộc cả hai được ăn những món thổ sản địa phương, được hưởng thú vui thôn dã như cảnh đập lúa trong đêm trăng. Trong chuyến thủy trình về Cai Lậy, chiếc tàu thủy bị chìm vì chở quá khẳm. Hành khách đều được cứu sống. Nhưng Tố Tâm làm cho bà nội, cha mẹ và cả đại gia đình phải một phen điêu đứng vì lo lắng. Nhưng chính nhờ tai nạn này mà Tố Tâm gặp được anh chàng Quận trưởng Đào Vũ Kỳ Trân để rồi cả hai gặp cú sét ái tình tuy không nổ ầm ỉ nhưng vẫn làm cho tim họ bàng hoàng dao động.

Trong dịp lễ phát phần thưởng cuối năm cho các học sinh ưu tú trường Đốc Binh Kiều, đạo diễn điện ảnh Hoàng Tâm chợt thấy các cô nữ sinh tham gia vào các tiết mục văn nghệ trình diễn rất vừa ý. Cho nên ông ngỏ lời chọn một số nữ sinh mà ông ta cho rằng có thể đóng phim được, trong số đó có Tuyết Mai, Kiều Phương và hai chị cô Tố. Nhưng cả bọn phải lên Sài Gòn để trải qua cuộc thử test gay go theo cách thức dự một cuộc thi tuyển do hảng phim tổ chức. Tuy nhiên, Tố Tâm lẫn Tố Tiên từ chối vì cả hai muốn tiếp tục việc đèn sách. Chỉ có Tuyết Mai và Kiều Phương nhận lời. Tuyết Mai không có tiền sắm sửa y phục và các món trang sức trước khi đi dự thi tuyển lựa tài tử thì vợ chồng Thiện Tố và bà Tư Hiền bỏ tiền ra giúp cô. Vì ban giám khảo bị một áp lực nào đó do bạo quyền thúc đẩy nên vào kết quả cuộc thi thì Tuyết Mai đứng hạng nhì, Kiều Phương đứng hạng ba. Còn giải khôi nguyên thuộc về Nhan Như Thúy Ngọc, một cô thiếu nữ nhan sắc kém cỏi. Điện ảnh gia Hoàng Tâm bực tức lắm. Cho nên khi nắm vai trò vừa viết kịch bản vừa làm đạo diễn cho phim Tấm Cám, tuy ông phải giao vai Tấm cho cô Nhan Như Thúy Ngọc, nhưng khi viết kịch bản, ông cố tình đôn vai Cám do Tuyết Mai đảm nhiệm lên cao, tạo thêm một vai nòng cốt cho Kiều Phương. Kết quả: Nhan Như Thúy Ngọc chẳng những bị Tuyết Mai lấn át bóng sắc lẫn nghệ thuật diễn xuất mà còn bị Kiều Phương làm lu mờ ở nghệ thuật diễn tả hồn nhiên. Thế là từ đó tên tuổi Tuyết Mai và Kiều Phương lên vùn vụt như diều tung hoành trong gió lộng, còn cô Nhan Như Thúy Ngọc phải âm thầm rút lui vào bóng tối. Tuyết Mai và Kiều Phương còn luyện giọng để hành nghề ca hát nữa.

Trong buổi khánh thành Viện Dưỡng Lão do ông Tỉnh Trưởng tỉnh Định Tường (Mỹ Tho) tổ chức, Tuyết Mai được mời cắt băng khánh thành vì cô ta đã tặng cho ban thành lập viện một số tiền to. Tuyết Mai nhã ý mời gia đình Thiện Tố đến dự buổi tiếp tân lẫn dạ yến và dạ vũ tại dinh Tỉnh Trưởng. Chỉ có

Cẩm Hương cùng Tố Tâm và Tố Tiên đến dự. Tố Tâm gặp lại Đào Vũ Kỳ Trân và Khải Tuấn. Trong khi nàng và Kỳ Trân xoắn xít nhau thì Tố Tiên và Khải Tuấn quyến luyến nhau. Nhưng sau đó, cả hai không liên lạc nhau. Tố Tiên học cho xong bậc trung Học Đệ Nhị Cấp và thi đỗ Tú Tài. Còn Khải Tuấn thì ra trường, trở thành công chức và làm việc ở Sài Gòn.

Hồng Nguyệt trở thành nhà văn chuyên nghiệp, có kết bạn văn chương với một ký giả Pháp gốc người Ba-lan tên Ilya Polanski. Anh chàng này hành nghề tự do, không cộng tác nhất định với một tờ báo nào hay một hảng thông tấn nào, mà người trong nghề gọi là ký giả "free lance". Kiều Nga trong chuyến về thăm quê nội ở Bình Chánh, vào dịp dự lễ ở Thánh thất Cao Đài, gặp anh chàng Tây lai vốn là thợ nguội xuất thân ở sở Ba-son (Hải Quân Công Xưởng) có lương lậu cao. Mẹ chàng vốn có đạo Cao Đài nên chàng tháp tùng theo bà dự lễ. Cả hai bắt đầu yêu nhau và hứa hẹn thực hiện cuộc sống lứa đôi.

Đào Vũ Kỳ Trân ráo riết tìm cách chiếm đoạt trái tim của Tố Tâm và đi đến cuộc hôn nhân hạnh phúc. Hai người bạn thân của chàng là Lê Phước Nghiệp và Hoàng Khiết Tịnh về sau trở thành thân bằng quyến thuộc của Tố Tâm và Tố Tiên. Lê Phước Nghiệp kết hôn với Tuyết Mai. Hoàng Khiết Tịnh se duyên chỉ thắm với Kiều Phương dù chàng ta góa vợ và có con riêng. Còn Thiện Cần quyến rũ hai cô nữ sinh, tặng cho mỗi cô một cái bầu nên song thân cậu phải đem họ về nuôi. Cả hai ghen tương nhau, dậy giặc hà rầm làm cậu bực tức đau khổ, không biết cách nào làm cho cảnh nhà dược trong ấm ngoài êm.

Tố Tiên lên Sài Gòn lưu học và ở chung với Tuyết Mai. Tình cờ cô gặp lại Khải Tuấn. Cả hai yêu nhau say đắm. Nhưng sau bao lần bất đồng ý kiến, sau bao cơn cãi cọ vì tự ái, Tố Tiên qua Mỹ du học. Khải Tuấn vẫn bền lòng đợi nàng trở về.

Bốn năm sau, Tố Tiên hồi hương. Bà nội nàng ở ngôi nhà từ đường để săn sóc ông nội nàng vì bà chánh thê của ông đã qua đời. Kiều Nga đã kết hôn với anh chàng Tây lai tên Yves Ronsin mà cô ta gọi trài trại là Yêu Rồng Xanh. Hồng Nguyệt vẫn độc thân để tâm trí thảnh thơi phụng sự văn nghiệp đang hồi lừng lẫy của mình. Tuyết Mai vẫn hành nghề trình diễn ca nhạc và đóng phim. Kiều Phương giải nghệ để cùng chồng khuếch trương việc thương mại đang hồi bành trướng và thịnh vượng. Riêng hai cô vợ không giá thú của Thiện Cần đều bồng con về cha mẹ ruột, lấy chồng khác, nhưng vẫn cho con mình lui tới với ông bố hào hoa lẫn đào hoa của chúng. Chàng cưới một cô vợ khác ôn nhu và hiểu biết hơn hai cô vợ sư tử Hà Đông kia. Chàng mở tiệm bán và sơn sửa xe gắn máy, tìm được hạnh phúc trong cuộc sống lứa đôi chung lòng chung hướng, đồng sàng đồng mộng cùng người vợ có giá thú.

Kết cuộc, Tố Tiên sau bao năm bôn ba trên con đường sự nghiệp, thành hôn với Khải Tuấn.

* Trong tác phẩm *Thời Biển Lặng Sông Trong*, các nhân vật thuộc

giai cấp trung lưu và thuộc thế hệ đang độ hoa niên vào 5 năm chót của thập niên 50 đã bước vào một thế hệ được ánh sáng văn minh tân tiến soi rọi. Phụ nữ đã ý thức sự bình quyền với các đấng tu mi nam tử, họ từ bỏ khuê phòng để ra đời mưu sinh. Khi lớn lên, họ không quá chú trọng vào công việc trao giồi công dung ngôn hạnh rồi đợi chồng đến cưới hỏi. Họ chọn ngành nghề để đeo đuổi trước khi kết hôn.

Vận hội mới bắt đầu. Các trường tiểu học được mở mang khắp mọi quận lỵ và ở các xã ấp gần quận lỵ hay gần các miền ngoại ô tỉnh lỵ. Các tỉnh bậc trung đã có một trường trung học công lập và vài trường trung học tư thục. Còn các tỉnh lỵ nhỏ thì chỉ có một trường trung học tư thục mà thôi.

Quận Cai Lậy là một địa danh cách trung tâm thành phố tỉnh Mỹ Tho 23 cây số. Nó nằm bên Quốc Lộ 9, tức là trên tuyến đường quan trọng đưa đón du khách và các tay buôn bán xuôi ngược từ Sài Gòn xuống vài tỉnh vùng Tiền Giang và tất cả tỉnh miền Hậu Giang. Từ thuở bình minh nền Đệ nhất Cộng Hòa nó đã là một nơi thị tứ khá hoạt náo và phồn thịnh. Cư dân ở đây tiếp xúc khá nhiều nếp sống theo cao trào văn minh tân tiến nên họ không chênh lệch với thị dân ở Thủ Đô Sài Gòn bao nhiêu. Cho nên các nam sinh, các nữ sinh cùng các công chức ở đây đều là những kẻ thấm nhuần óc tiến thủ, đều có thể thu góp một cách dồi dào những kiến thức về một nền văn hóa trên đà phát triển thuận lợi.

Bởi đó, nữ sĩ Dư Thị Diễm Buồn thường tạo ra các nhân vật bậc trung lưu đủ cấp bậc cao thấp lớn nhỏ. Chị không thích tạo những nhân vật nông phu cày sâu cuốc bẫm và những nhân vật thôn nữ chân lấm tay bùn. Tạo những nhân vật cổ lỗ hay những nhân vật quê rít quê rang thì quá xa vời với cái xã hội và cái thế giới mà chị đã sinh ra và lớn lên. Những nhân vật chậm tiến như thế thì cái xã hội của họ dưới ngòi bút của chị không thể sinh động được; chị phải nhờ óc tưởng tượng thêu dệt thêm ít nhiều chi tiết. Vả lại qua tác phẩm *Một Góc Trời Thôn Dã* và tác phẩm *Thời Biển Lặng Sông Trong*, tác giả muốn nói lên cái hay, cái đẹp của Miền Nam Việt Nam tự do. Lẽ dĩ nhiên, cảnh đồng quê chỉ nên lót nền mờ nhạt cho những cô cậu học sinh yêu nhau da diết chứ không nên xen nhiều lần, chui lắm lượt vào cuộc sống của họ. Họ phải được hưởng ánh sáng văn minh để tình yêu của họ thêm mới mẻ như tình yêu của lớp thanh thiếu niên trong phim ảnh Hoa Kỳ đang chiếm rộng rải trên thị trường Việt Nam.

Dư Thị Diễm Buồn thương yêu cưng chiều những nhân vật hiền lương hoặc những nhân vật thông minh và biết cư xử vuông tròn, ăn ở phải đạo. Họ đâu thể nghèo hèn mà dẫu có nghèo như Tuyết Mai thì cũng không được dốt nát và phải có ăn học chút đỉnh hoặc phải có tài hoa. Nhất là họ phải có nhân diện và vóc dáng trội hơn bàng dân thiên hạ. Đào Vũ Kỳ Trân, Lê Phước Nghiệp và Tố Tâm dù có mảnh khảnh thì hai chàng kia vẫn được chị ca ngợi là đẹp rắn chắc theo kiểu trượng phu nam tử, còn nàng nọ cũng được chị so sánh vẻ thướt tha của cây lệ liễu. Chàng Hoàng Khiết Tịnh tuy mập mạp nhưng được tác giả tặng thêm vẻ bảnh trai như nam tài tử điện ảnh Rod Taylor. Còn cô Hồng Nguyệt có chân thấp chân cao và mặt rỗ hoa mè hồi nhỏ, nhưng vì cô ta hiền lành, tài hoa lỗi lạc nên tác giả thay thế Ông Trời cho cô gặp ông thầy bó ngải Chiêm Thành kéo dài cái chân thấp vài phân để nó xấp xỉ với chân cao, và chị đóng cho cô ta đôi giày đế mỏng đế dầy để cô ta có dáng đi thăng bằng, thướt tha và uyển chuyển. Chưa hết! Chị còn truyền lịnh cho những vết rỗ trên khuôn mặt cô ta phải theo thời gian mà lì đi để da mặt cô ta trơn láng.

Chân dung và cách phục sức của các nhân vật trong *Thời Biển Lặng Sông Trong* tuy không được miêu tả chăm chút, nhưng cũng khá chu đáo. Xin đọc đoạn hai chị em Tố Tâm và Tố Tiên đi dự cuộc dạ yến và dạ vũ tại Dinh Tỉnh Trưởng:

Tố Tâm Tố Tiên như cặp sanh đôi. Hai chị em có những đường nét khuôn mặt thanh tú và hao hao giống nhau. Hai cô chỉ khác Tố Tâm mảnh mai có mái tóc để dài lưng chừng lưng, còn Tố Tiên nồng nàn sinh lực với mái tóc đen ngắn đến cổ, vén gọn hai bên mép tai. Đêm nay hai cô ăn mặc và trang sức cũng giống nhau, áo dài tay phùng bằng gấm Thượng Hải màu hồng, nổi những cành bạch mai trên nền gấm rập rờn ánh bạc. Cả hai đeo bông giọt mưa bằng ngọc trai, vòng cổ, vòng tay bằng ngọc trai. Quần lụa trắng, mang giày bít mũi với gót cao. Mái tóc đen như nhuộm mực nằm trong chiếc "băng-đô" hồng xõa bồng trên bờ vai thon gầy mảnh khảnh của Tố Tâm. Làn da trắng của cô được dậm lên lớp phấn hồng nhẹ, dưới ánh đèn điện trông cô hết sức bình thường. Nhưng trước cái vẻ cao sang và nét quý phái trời ban đó, ai trông thấy, cũng khó lòng mà quên đi trong giây lát.

Còn Tố Tiên dáng thanh thoát không bằng chị, cô hơi thấp hơn, nhưng có vẻ tươi mát hơn chị bởi nước da trắng như gà bóc, nụ cười vui tươi hớn hở đi với đôi mắt to ngời sáng. Cái nhìn vô tư cô đầy tự tin. Và lúc nào trên miệng cô cũng sẵn sàng chớm nở nụ cười càng lâu càng cảm thấy cô rất dễ thương tạo cho người đối diện nhiều mỹ cảm lẫn thiện cảm.

(TBLST, các trang 241, 242)

Còn chân dung của Khải Tuấn, một chàng thanh niên thuộc thành phần ưu tú của xã hội trung lưu cấp cao được tác giả phác họa như sau:

Khải Tuấn có tướng khỏe mạnh, cao ráo phải một mét bảy chứ không ít. Nước da ngăm, cái ngăm khỏe mạnh hồng hào như da rái lựu rám nắng. Mái tóc anh bồng bềnh trên vầng trán vuông, cao và rộng. Chân mày rậm. Cặp mắt to, tròng đen ngời sáng nhiều hơn tròng trắng như phớt màu xanh lợt của men sứ. Anh đi đứng thong thả, nói cười vui vẻ, tế nhị. Hôm đó, Khải Tuấn mặc chiếc áo tay ngắn màu kem, quần nâu sậm. Cái mốt thời nay, các cô cậu thường hay đeo dây chuyền mỏng, bằng vàng 18k, dài gần tới rún và miếng mê-đai hình bầu dục có lồng ảnh giữa hai mặt kiếng. Chiếc đồng hồ mạ vàng lớn mặt, dây cũng mạ vàng gồ ghề tương xứng với mặt đồng hồ. Anh mang giày da bóng loáng, miệng luôn cười tươi, ưa pha trò nên trông trẻ trung hơn trong bộ veste màu xanh đậm đêm dạ tiệc năm nào.

(TBLST, trang 305)

Đặc điểm chót trong văn chương của Dư Thị Diễm Buồn là chị hào sảng với độc giả. Chị thết đãi các nhân vật trong mọi tác phẩm của mình những món ăn quốc túy quốc hồn rất thường xuyên, rất phong phú ê hề, không tiện tặn, không bỏn sẻn. Độc giả nhờ vậy cũng được... ăn hàm thụ luôn. Nhưng có điều hơi lạ lùng là không bao giờ chị cho các nhân vật mình ăn bất kỳ món mắm nào. Hỏi ra, chị vốn dị ứng với món quốc túy quốc hồn đậm tình dân tộc này. Thỉnh thoảng, chị biểu diễn tài nữ công gia chánh của mình bằng chỉ vẽ cho độc giả làm một vài món ăn địa phương (như các món ăn cỏ truyền ở quận Cai Lậy). Và cũng hình như chị chỉ đãi độc giả ăn các món ăn Nam Kỳ Lục Tỉnh chứ không đãi các món ăn miền Bắc hay các món ăn miền Trung. Có lẽ về ẩm thực, chị có dị ứng hoặc kỳ thị với các món ăn ngược lên hướng Bắc xa xôi chăng?

* Trong truyện có thêm hai mối tình quan trọng nữa. Đó là mối tình giữa Đào Vũ Kỳ Trân và cô Thoại Hoa. Cô này có học thức, giỏi việc mưu sinh, thông minh, quyền biến, cư xử theo con nhà thượng lưu trong xã hội. Nhưng Đào Vũ Kỳ Trân chỉ thương mến cô ta, chứ không yêu đương say đắm như đối với Tố Tâm. Không hiểu Thoại Hoa có vì tự ái hay vì nhút nhát mà không chịu tỏ tình trước với Kỳ Trân? Nàng mòn mỏi đợi chàng bật đèn xanh trước, nhưng chàng cứ bật đèn đỏ, rồi bật đèn vàng, nên nàng đành đậu chiếc xe tình ái tại chỗ. Sau cùng,Thoại Hoa đi qua Pháp học tu nghiệp (tác giả không nói tu nghiệp về ngành nghề gì) cốt nhờ không gian và thời gian chôn mối ẩn tình của nàng.

Mối tình thứ hai là mối tình giữa Khải Tuấn và nữ dược sĩ Vân Trang. Cô này là chị ruột của Vân Hạnh, mà cô Hạnh lại là bạn tâm đầu của Tố Tiên. Cả hai chia tay mà cả cô Trang lẫn Khải Tuấn chẳng ai ngậm ngùi lưu luyến huống hồ là đau khổ tổn thương? Mối tình này gượng gạo, lỏng lẻo, chẳng những không dậm chân tại chỗ mà coi bộ đang hồi suy thoái. Cho nên Vân Trang cương quyết cắt đứt cuộc tình phai thắm lạt hương kia đi. Có như thế, Vân Trang thảnh thơi đi lấy chồng, còn Khải Tuấn tha hồ vẫy vùng trong cuộc đùa bóng giỡn trăng với Tố Tiên để rồi trầm lụy si mê nàng.

Nếu bảo rằng *Thời Biển Lặng Sông Trong* là tiểu thuyết đồng quê theo trường phái văn chương hiện thực thì chưa chắc đúng. Ở đây, trong bối cảnh nửa chợ nửa quê, tác giả thăng hoa vào những giấc mơ danh vọng chói chang, những ước vọng đến những địa vị nguy nga tráng lệ dưới bóng mặt trời, rồi rủ rê độc giả bơi lội trong những ảo tượng lộng lẫy do chị un đúc, sản sinh . Những giấc mơ, những ước vọng ấy được thể hiện ở hai cô gái tỉnh ly, một liệt vào bậc trung lưu cấp thấp (Kiều Phương), một còn cựa quậy trong cảnh nghèo hèn (Tuyết Mai), nhưng bỗng dưng nhờ tài năng thiên bẩm vụt trở thành minh tinh màn bạc. Chúng còn thể hiện qua cô gái có tật chân và xấu xí từ lúc nhỏ (Hồng Nguyệt) và qua cô gái hiền lành khờ khạo, không có cá tính (Kiều Nga); rồi đó cô đầu trở nên một nhà văn lừng danh, cô sau trở thành một nhà thơ lỗi lạc. Hai cô gái lao vào vực văn nghệ trình diễn và hai cô gái lao vào môi trường văn chương thi phú, nếu không được trai tráng xun xoe ve vãn thì cũng lấy chồng giàu. Còn hai nữ nhân vật vai chánh là Tố Tâm và Tố Tiên đều lấy chồng nhà giàu, học giỏi, đẹp trai hoặc bảnh trai. Riêng cô chị thì đậu tú tài vào đầu mùa nền Đệ nhứt Cộng Hòa tại miền Nam Việt Nam, bằng đó rất hiếm quý vào thuở đó, huống chi bằng cao học của cô em đã từng du học ở Mỹ.

* Dư Thị Diễm Buồn vốn chủ trương văn dĩ tải đạo. Chị chịu ảnh hưởng nền luân lý cổ truyền của nhà sĩ Nguyễn Đình Chiểu: Trai thời trung hiếu làm đầu/ Gái thời tiết hạnh làm câu trau mình. Nhưng vào thời đại nam nữ bình quyền, chị không đành lòng để cho nàng phục tùng chàng theo truyền thống gọi dạ bảo vâng. Lúc còn đá lông nheo với nhau, lúc yêu nhau và lúc hứa hôn với nhau, nàng có thể cải vả với chàng rầm rĩ, chì chiết chàng dằng dai bởi tự ái ổn thương, bởi ghen tuông sa đà. Nhưng khi cả hai nên vợ nên chồng rồi thì nàng trở nên mềm mỏng ngọt ngào với chồng.

Trong hai truyện dài Một Góc Trời Thôn Dã và *Thời Biển Lặng Sông Trong* ít có nhân vật gia nhập vào quân ngũ, trừ Đào Vũ Kỳ Trân, Lê Phước Nghiệp và Hoàng Khiết Tịnh vì thuở đó dân miền Nam an hưởng thái bình, chưa có ngòi lửa chiến tranh ngún cháy khắp phần đất nước tự do nên chưa có lịnh Tổng Động Viên. Cho nên dù vốn yêu lính nhưng tác giả chỉ có thể tạo ra những lính kiểng lính huê, ngồi ngoáy bút ở văn phòng và họ chưa thể tỏ ra anh dũng trong các cuộc hành quân diệt địch.

Dư Thị Diễm Buồn cũng chủ trương luôn chuyện ở hiền gặp lành. Trong hai tác phẩm này, người ác đúng nghĩa rất hiếm. Bà Hai Cung xéo xắt đày đọa tình địch lúc đầu, nhưng về sau lại tỏ ra tử tế với bà Tư Hiền và đứa con của chồng. Hai nàng Kiều quyết lòng chia uyên rẽ thúy thằng em khác mẹ của mình vì mặc cảm hơn vì hiểm ác. Tuy nhiên khi con gái của Thiện Tố gặp nạn, cả hai tỏ ra thông cảm với Cẩm Hương, ân cần an ủi nàng.

Còn thêm một đặc điểm nữa, bao giờ các nhân vật chánh của Dư Thị Diễm Buồn cũng được trời ban thưởng: nam nhân vật thì hùng tráng ở sắc vóc và trượng phu ở cách sống, còn nữ nhân vật thì diễm lệ yêu kiều, tâm tánh hiền lương. Lại nữa, họ còn được Thượng Đế lì xì một hậu vận tốt đẹp hiển vinh giống như hậu vận các nhân vật chánh trong cổ tích, trong truyện thơ, trong các tác phẩm diễm tình của nữ sĩ Barbarra Cartland (Anh) hoặc của đôi uyên ương tiểu thuyết gia Delly (Pháp).

Dư Thị Diễm Buồn ưa viết những lới mắng mỏ và chì chiết với các nhân vật ác độc (nhân vật phản diện), ưa nói xóc hông xóc óc họ. Nhưng điều đó chứng minh tâm địa chị rất tốt lành, rất can đảm. Có lẽ chị nghĩ rằng mình chẳng cần các độc giả trí thức rởm rang khó tánh, hạng ưa chê bai văn chương nêu lên cái Thiện. Thứ văn chương dưới tầm mắt cao ngạo của họ là lỗi thời. Con đường văn chương tải đạo của chị đã mở sẵn từ khi chị bắt đầu cầm bút và chị tha hồ hăm hở xông pha lên đường, trối kệ những miệng lẵn lưỡi mối được ngụy trang đó là miệng lưỡi thông minh uyên bác của bọn ngụy trí thức. Nếu chị nghĩ như thế thì các tác phẩm của chị lọt vào quảng đại quần chúng dễ như bỡn và sẽ trường tồn với cảm quan trong sáng của hạng độc giả thuần hậu và đơn giản trong cách suy nghĩ.

Hồ Trường An
(*trích Quê Nam Một Cõi)*

(Bài sưu tầm "Vuông Chiếu Của Luân Hoán". Trên *Google")*

HỘP THƯ TÒA SOẠN

Ban Biên Tập chúng tôi hân hạnh đón nhận thư từ - Ý kiến của Văn Hữu, Thân Hữu Đọc Giả khắp nơi ...

Mọi Thư từ và Bài vở xin gởi về :

Báo Chính Văn
7005 Walter Avenue Sacramento CA 95828 - USA

Email : baochinhvan@gmail.com
hoặc : amyngoc@rocketmail.com

Tel: 916 230 6172 - 916 509 4445

Xin chân thành cảm tạ những lời khen tặng Khích Lệ của Đọc Giả, cũng như những Phê Bình của Thân Hữu - Văn Hữu.

Xin chân thành cảm tạ quý Văn Hữu:
-TS Trần Kiêm Đoàn, Nhà thơ Lê Trọng Nghĩa, Nhà thơ Lão Moc Hoàng Ngân Hà, Nhà thơ Duy An Đông, Nhà thơ Cao Mỹ Nhân, Nhà Báo Sơn Tùng, nhà thơ Nguyễn Phúc Sông Hương và nhiều Văn hữu khác... đã gởi tặng những Tác Phẩm và đồng ý đăng trên Giai Phẩm Chính Văn.

Ban Biên Tập chúng tôi đang và sẽ có gắng khắc phục để Giai Phẩm Chính Văn của chúng ta được hoàn hảo Tốt đẹp dù trong hoàn cảnh Báo chí thời Lưu vong rất ư là khó khăn.

THÂN KÍNH.

LỬA HÒA BÌNH

Truyện dài của nhà văn Sơn Tùng

Chương 5

Nhàn đã đưa ba đứa con tới ở với Thái, vì sự khẩn khoản của anh và cũng vì muốn ra khỏi căn nhà nhỏ của cô em út ở khu Nguyễn Tri Phương nay đã trở nên quá chật chội và bất tiện vì sự hiện diện của Hữu.

Những thay đổi diễn ra quá nhanh và quá mạnh khiến Nhàn như bị chóng mặt và mất định hướng. Trước kia, Nhàn có khuynh hướng chống lại khi có sự thay đổi nhưng nay có vẻ như cô đang buông trôi cuộc đời.

Nhàn không còn kịp suy nghĩ việc cô chấp nhận mối tình của Thái là đúng hay sai, và đem các con tới sống chung với anh ta là nên hay không khi cô vẫn còn là vợ của Lâm, ít nhất thì cũng về mặt pháp lý vì tờ hôn thú chưa bị hủy bỏ. Nhàn không biết rõ có yêu Thái hay không, hay đã chỉ hành động như trong một cơn mê sảng khi Thái làm cho cô cảm thấy an ninh hơn và cho cô một chỗ nắm trong lúc đang chới với giữa một dòng nước xoáy.

Khi ấy, mọi người như đang sống trong một cơn mê sảng. Mê sảng vì thua bất ngờ. Mê sảng vì thắng bất ngờ. Cả một đất nước đã sống trong sự mê sảng suốt năm năm và đang đi gần đến sự tan vỡ.

Kế hoạch tập thể hóa nông nghiệp ở thôn quê đã hoàn toàn thất bại. Các cuộc đánh tư sản ở thành thị là một thảm họa cho nền kinh tế không còn sản xuất. Mấy vụ đổi tiền bất ngờ đã làm người dân khánh tận. Một số ít người được ra khỏi các trại cải tạo nhưng phần đông vẫn chưa biết ngày về, và việc bắt bớ có thể xảy ra cho bất cứ ai, bất cứ lúc nào. Con đường thoát duy nhất cho mọi người: vượt biên.

Một lần nữa, dân Việt Nam lại đổ xô ra đi. Lần này không phải chỉ từ thành phố Sài-Gòn nhưng cả từ những xóm làng miền quê, từ cao nguyên đến các bờ biển. Không phải chỉ từ miền Nam mà cả từ miền Bắc. Không phải chỉ những người thua bỏ ra đi mà cả những người thắng. Cán bộ, công an, gia đình cách mạng cũng vượt biên, bỏ nước ra đi, không chấp nhận xã hội chủ nghĩa.

Các đài phát thanh ngoại quốc hàng ngày hàng đêm đưa tin về những làn sóng "thuyền nhân" tràn ngập các bờ biển ở Đông Nam Á và Hong Kong. Người ta ra đi bằng tàu sắt, tàu gỗ, và cả bằng những chiếc ghe nhỏ, phó mặc sinh mạng cho sóng bão, cướp biển, biên phòng. Phần đông ra đi bằng đường biển, nhưng cũng có không ít người ra đi bằng đường bộ, vượt qua hai biên giới hung hiểm và nước Campuchia không luật pháp. Một số ít đã cướp máy bay, cướp tàu ra đi.

Kẻ đi thoát, người bị bắt lại và ngồi tù, hay bỏ thây dưới đáy biển. Nhưng không có gì làm nhụt chí những người đã quyết định ra đi. Có người đi hàng chục lần chưa thoát, nhà cửa bị tịch thu, tiền bạc không còn, sống như những con thú hoang trong một xã hội mà con người chỉ chực ăn thịt nhau.

Thế giới sửng sốt trước những làn sóng người Việt Nam theo nhau bỏ nước ra đi, vì mọi người đã được các nhà báo thông thạo thời cuộc ở Tây phương bảo đảm rằng bi kịch Việt Nam sẽ chấm dứt một khi người Mỹ rời khỏi Việt Nam. Nay, thế giới không muốn tin rằng ngày 30-4-1975, ngày chấm dứt chiến tranh, chỉ là để mở đầu cho màn hai của bi kịch Việt Nam mà trong đó người Mỹ lại không đóng vai trò gì.

Thế giới càng sửng sốt và kinh hoảng khi biết chính nhà cầm quyền Hà-Nội cũng đã tổ chức tống dân ra nước ngoài qua một chương trình được gọi là đi "bán chính thức" để vơ vét vàng và tài sản của những người ra đi. "Bán chính thức" chỉ khác "đi chui"là chủ tàu phải nạp vàng cho nhà nước để khỏi bị bắt về tội vượt biên. Ra khơi rồi, số phận "thuyền nhân" đều giống nhau.

Vào đầu năm 1980, hàng triệu người đã bỏ nước ra đi – "đi chui" hay đi "bán chính thức", hàng trăm ngàn người đã mất xác dưới đáy Biển Đông hay trong rừng rậm phía Tây, và hàng triệu người khác vẫn còn xuôi ngược tìm đường ra đi. Không đủ khả năng để cả gia đình cùng đi thì cố gắng cho một người ra đi, thường là người chồng hoặc con trai.

Đã trở thành chuyện hàng ngày ở Việt Nam khi tối nay ông hàng xóm còn đi họp "tổ dân phố", sáng mai cả nhà đã biến mất, cửa đóng im ỉm cho đến khi công an tới kiểm kê, vơ vét tài sản. Cũng là chuyện bình thường khi một vài người trong

nhiều gia đình bỗng dưng biến đi, không một lời từ biệt bà con, bạn bè.

Người ta gặp nhau chỉ để rỉ tai nhau tìm đường đi. "Nếu có chân, cột đèn cũng đi". Hay, "những người còn ở lại chỉ là vì nghèo, hoặc nhát, hoặc ngu". Những câu truyền miệng thời thượng. Thật ra, việc đi hay ở không chỉ đơn giản như vậy. Nó là một quyết định cực kỳ quan trọng mà ít khi con người phải đối diện trong đời, liên quan đến những đêm suy tư, những ngày tính toán, những cân nhắc lựa chọn về các giá trị của đời sống. Mỗi cuộc vượt biên là một mạo hiểm phi thường, không phải chỉ là ném mạng sống vào một canh bạc rủi may mà nếu sống sót cũng còn cả một tương lai mù mịt trước mắt.

Khi được Nhã rủ đi, Nhàn đã lúng túng không biết quyết định ra sao. Nhã thúc:

- Chị còn hy vọng gì nữa ở xã hội này? Hay chị mơ tưởng... đồng chí Thái của chị sẽ là lá bùa hộ mạng của chị và con cái chị?

Nhàn ôn tồn trả lời em:

- Em lầm rồi. Đã từ lâu, chị không còn hy vọng hay mơ tưởng gì trong cuộc sống, không phải đợi đến bây giờ. Chị đã mất khả năng kháng cự và cả khả năng ước mơ. Chị cầu Trời khấn Phật cho gia đình em đi bình an. Để chị ở lại chăm lo cho má.

- Nếu chị bằng lòng đi thì em sẽ thuyết phục má cùng đi. Phần gia đình chị không cần đóng góp nhiều. Em đã kiếm đủ khách cho chủ tàu để mình cùng đi.

- Chị cám ơn em đã hết lòng lo cho chị và các cháu, nhưng chị cảm thấy chưa dứt khoát trong quyết định này. Chị chỉ xin em giúp chị một điều. Đem thằng Tony đi giùm chị. Nó muốn đi để tìm cha nó, và đó cũng là ước vọng cuối cùng của mẹ nó. Bà ấy có để lại một tấm ảnh và đia chỉ của cha nó.

Nhã nhận lời và chuẩn bị ra đi. Đêm cuối cùng, Nhàn nói dối Thái, đưa Tony về nhà em. Hữu đã đem con trai xuống Rạch Giá trước. Hai chị em nằm bên nhau, thì thầm nói chuyện suốt đêm. Nhắc lại những kỷ niệm xưa cũ, bàn bạc chuyện tương lai. Nhàn không ngớt xua đuổi nỗi sợ hãi sẽ không bao giờ gặp lại em nữa.

Đôi lúc Nhàn muốn vùng ngồi dậy, khuyên can em: "Thôi, em đừng đi nữa! Ngày mai muốn ra sao thì ra nhưng ít nhất chị em mình còn có nhau. Em đi nguy hiểm lắm. Chị sợ lắm!" Nhưng Nhàn đã kịp dừng lại. Cô đã biết quyết tâm của em. Đã có lần Nhã nói: "Mạng sống ai không quý? Nhưng khi cuộc sống đã mất hết ý nghĩa thì sinh mạng còn có giá trị gì?"

Sáng hôm sau, Nhã đã ra đi khi trời còn tối và bà Hai Thế chưa thức dậy. Trông cô bình thản như đi một chuyến buôn về tỉnh thường lệ. Vẫn bộ quần áo bình thường như mọi ngày, với chiếc túi vải đeo trên vai và đôi dép nhựa lẹp xẹp. Tony đi theo, không nói một lời, cũng không cầm gì trên tay. Nhàn đứng trong nhà, nhìn theo qua khe cửa, nước mắt trào ra. Nước mắt của xót thương và uất hận. Cô nhắm mắt lại, nắm chặt tay vào khung cửa và một câu hỏi vang lên trong óc: "Những con người này phạm tội gì mà phải trốn khỏi quê hương như những can phạm đại hình? Tại sao họ không có một khoảng không gian để sống trên đất nước này?"

Nhàn đã đứng như thế không biết bao lâu, cho đến khi trời sáng, bắt đầu một ngày khác buồn chán trên quê hương u ám.

Bà Hai Thế thức dậy, và linh cảm có chuyện bất thường. Hai ngày trước, Hữu dắt con đi, nói là về Bến Tre thăm gia đình bên nội. Nay đến lượt Nhã biến mất, không một lời từ biệt. Bà hỏi nhỏ Nhàn, giọng run run:

- Vợ chồng con Út giấu má, đem con nó đi rồi phải không?

Nhàn tới ngồi sát bên mẹ, nói thì thầm để đừng lọt vào tai hàng xóm:

- Chúng nó sợ cho má biết sẽ không chịu nổi cảnh chia tay. Má đừng lo nghĩ nhiều. Phật Trời và linh hồn ba linh thiêng sẽ phò hộ cho mọi người được bình an. Mai con sẽ đem Lisa và thằng Tuấn về đây ở với má.

Nhàn về lại căn nhà của Nhã, ngoài việc chăm sóc bà mẹ già còn để giữ căn nhà khỏi bị tịch thu, và khởi đầu cho những ngày chờ đợi buốt tim. Cũng như những người có thân nhân đi vượt biên, Nhàn sẽ phải thấp thỏm chờ đợi, từng giây từng phút, một bức điện tín từ một trại tị nạn đâu đó ở Đông Nam Á, hay từ một nước ở Tây Âu, Bắc Mỹ, Úc

Châu, hay có khi từ một nơi không ai mong đợi ở Phi Châu.

Nhàn nói thật với Thái việc gia đình Nhã đi vượt biên và lý do phải trở về với mẹ. Thái đón nhận một cách bình thản và nói:

- Không biết đến bao giờ mới chấm dứt cảnh lũ lượt kéo nhau ra đi này.

- Có lẽ cho đến ngày không còn người nào trên đất nước này, hay không còn cộng sản…

Bỗng Thái đứng vụt dậy như vừa tìm thấy một chân lý, thao thao nói:

- Anh đã nghe nhiều tiếng chửi Việt cộng, kết án Việt cộng. Nhưng không nghe những người trong Nam tự chửi mình, tự kết án mình… Chiến tranh là chiến tranh. Là mạnh được yếu thua. Nếu anh có chính nghĩa và có một cuộc sống tốt đẹp để bảo vệ, anh phải chiến đấu đến cùng. Tôi không hiểu sao những người có ngôi nhà đẹp như thế này lại bỏ chạy, không ở lại chiến đấu. Những kẻ ấy có đáng được hưởng một đời sống tốt đẹp không? Chiến tranh đời nay cũng không khác gì chiến tranh thời xưa. Phe chiến thắng thường là phường man rợ.

Chúng chiếm nhà cửa, tài sản, vợ con của những kẻ có đời sống văn minh hơn nhưng hèn nhát.

- Và em cũng là một chiến lợi phẩm của anh – tên lính của đoàn quân chiến thắng man rợ?

- Không hoàn toàn đúng. Chắc em cũng nghe nói người miền Bắc trông đợi được giải phóng hơn là đóng vai đi giải phóng. Họ cũng không anh hùng gì hơn dân miền Nam.

- Thật à?

- Sự anh hùng đôi khi chỉ là tổng hợp của nhiều sự hèn nhát. Người ta nối đuôi nhau vượt đường mòn Trường Sơn để bỏ xác trong Nam không phải vì anh hùng mà là vì hèn nhát, không dám chống lại những cái mệnh lệnh điên rồ.

- Anh là một tên Việt cộng thành thật. Thái ngồi xuống bên Nhàn, hạ thấp giọng:

- Và cũng là một kẻ hèn nhát vì chỉ dám nói những điều ấy với một mình em. Những gì

chúng ta đang được hưởng hôm nay là hậu quả của sự hèn nhát qua nhiều thế hệ, của nhiều người, của bên này và của bên kia. Chiến thắng Điện Biên, cải cách ruộng đất, giải phóng miền Nam... Bao nhiêu xương máu đã đổ ra cho một cuồng vọng đã được khởi đầu cũng bởi sự hèn nhát... Năm 18 tuổi, anh đã chứng kiến cảnh đấu tố bà ngoại anh, một người đàn bà thánh thiện. Sự sợ hãi đã làm anh tê cứng, các ông cậu của anh – những anh hùng kháng chiến chống Pháp – cũng chỉ đứng nhìn, không một phản ứng. Thế đấy, anh hùng, anh hùng!...Họ là những con người, hay là những công cụ?

Xúc cảm hơn hai mươi năm trước vẫn còn sức lay động một chiến sĩ cách mạng sau một cuộc chiến đấu dài và khốc liệt khiến Thái nghẹn lời, hai mắt long lanh, đưa hai bàn tay ôm đầu. Nhàn âu yếm vuốt nhẹ mái tóc đã loáng thoáng mấy sợi bạc của Thái, thì thầm:

- Em yêu anh.

Nhàn bỗng nhận ra đây là lần đầu tiên cô nói với Thái ba tiếng tuyệt diệu ấy. Khác với nam giới, người phụ nữ chỉ thốt ra ba tiếng ấy khi trái tim

họ thực sự bị rung động, và những âm thanh nhẹ nhàng nhiệm màu ấy có thể làm sụp đổ một băng sơn hay đốt cháy một kinh thành. Những âm thanh nhiệm màu ấy dường như không phát ra từ đôi môi nhưng từ một cùng thẳm vô tận nào, ngoài sự hay biết và kiểm soát của con người.

Ba tiếng ấy đã làm Thái rung động và ý thức một điều rất kinh khủng vừa xảy ra. Anh đã nói với Nhàn những điều chất chứa trong lòng bao nhiêu năm tháng chưa một lần nói với ai. Và bây giờ, một thế giới khác đã mở ra giữa hai người.

Thái quay lại, nhìn sâu vào đôi mắt đầy yêu thương của Nhàn hồi lâu, và nói nhỏ:

- Anh vừa giao đời sống của anh cho em.

- Còn anh thì đã nắm đời sống của em từ mấy tháng nay rồi.

Họ hôn nhau. Thái nói:

- Em có nghĩ đến chuyện chính thức hóa quan hệ của mình không?

- Nghĩ đến, và em sợ. Mỗi khi em quyết định làm việc gì quan trọng trong đời thì đều hỏng. Có lẽ cứ để như vầy hay hơn...

Vừa trở về nhà của Nhã, Nhàn đã được Tấn, anh công an khu vực tới thăm. Dân Lục tỉnh khoảng hai mươi tuổi, trông rất hiền, anh ta đảo mắt nhìn quanh căn nhà và nói với Nhàn:

- Gia đình chị Nhã đi rồi à? Bao giờ có tin thì cho em hay. Để cho tới đảo chắc ăn đã.

- Đi đâu mà tới đảo? – Nhàn lơ lửng. – Chỉ về thăm ông bà già chồng ở Bến Tre thôi.

Anh công an cười:

- Bến Tre hay bến Mã-Lai? Giấu em làm gì. Chị ấy đi được thì mừng cho gia đình. Khi nào có điện thì cho em hay để em báo cáo.

Nhàn im lặng vì thấy không nên nói gì thêm. Anh công an đã tỏ ra biết điều thì còn nói dối làm gi`, và Nhàn cũng chẳng mong gì hơn. Công an bây giờ rất dễ thương, và được gọi là "công an nhân dân" cũng không đến nỗi khôi hài. Họ rất thân thiện với nhân dân, nhất là nhân dân đi vượt biên. Một món quà nhỏ của những người này từ nước ngoài gửi về cũng bằng mấy tháng lương nhà nước. Nhàn đã định sau khi Nhã và mọi người đã tới nơi an toàn, sẽ cho Tấn một ít đồ của em để lại

trước khi giao nhà cho công an và dọn tới ở với Thái. Nhưng bây giờ phải im lặng chờ đợi.

Thời gian đợi tin là một hình phạt ác nghiệt cho thần kinh của những người ở lại. Đêm ngày ngong ngóng mong tin. Mặt trời lên là bắt đầu chờ đợi người đưa thư còn hơn là chờ đợi người tình, và tim đập thình thịch khi thấy bóng anh ta xuất hiện ở đầu ngõ. Anh ta dừng lại trước nhà, tim càng đập mạnh hơn. Nhưng không, chỉ là để phát một lá thư thường rồi vô tình bước đi. Thất vọng, và lại trông đợi ngày mai. Nhưng đêm tối sẽ hiện ra những ác mộng không có cách nào trốn thoát, với những thảm kịch xảy ra ngoài biển khơi. Tàu chìm vì bị công an biên phòng bắn, dông bão, hải tặc...hay ít hãi hùng nhất là bị bắt lại và đang bị giam tại một nơi nào đó...

Cứ chờ đợi như thế cho đến bao giờ nhận được một bức điện. Người ta sẽ rú lên như trúng số độc đắc, và có thể ôm hôn người đưa thư kèm theo với tiền thưởng rộng rãi. Thế giới bỗng trở nên huy hoàng và ngào ngạt hương hoa.

Nhưng, nếu bức điện không bao giờ đến? Người ta sẽ héo mòn và chết khô như cây cỏ trong mùa hạn hán. Thế giới sẽ u buồn, sầu thảm vĩnh viễn.

Sẽ không bao giờ còn có bình minh với tiếng chim. Và, sẽ ghét luôn cả người đưa thư.

Nhàn đã bắt đầu chờ đợi sau khi Nhã đi được một tuần – thời gian đủ để biết không bị bắt lại. Mỗi buổi sáng, trước khi đi làm cô đều dặn Lisa canh chừng người đưa thư và nhớ cho ông ta tiền thưởng nếu có điện tín. Mỗi buổi chiều, khi đi làm về Nhàn đều hỏi con: "Có điện tín không, con?" Một câu hỏi thừa thãi. Nếu nhận được điện tín, Lisa đã không đợi mẹ hỏi. Cô bé sẽ nhảy dựng lên, tay giơ cao bức điện, với gương mặt tươi như hoa và "reo lớn" bằng đôi mắt màu hạt dẻ long lanh niềm vui: "Thành công rồi!"

Nhưng đã hơn một tháng không có tin gì của Nhã. Thông thường, một tháng là thời gian trung bình để những người ở lại nhận được tin của những người ra đi, nếu cuộc vượt biên thành công. Sau một tháng mà không có tin tức gì, những người ở lại bắt đầu sống trong ác mộng thực sự.

Người ta sợ hãi nghĩ đến những tai nạn đã xảy ra cho người thân ngoài biển khơi, hay đang lênh đênh lạc hướng trên đại dương mênh mông nhưng không còn nước ngọt để uống, hay đã trôi dạt vào một đảo hoang nào đó và sẽ chết dần mòn không ai hay biết...

Nhàn sợ mỗi buổi chiều phải trở về nhà nhìn vẻ thất vọng của con và gương mặt sầu thảm của mẹ. Những bữa cơm thường diễn ra lặng lẽ trong không khí nặng nề. Dường như mỗi người đều bị ám ảnh về sự bặt tin của gia đình Nhã nhưng ai cũng sợ phải nói đến. Thỉnh thoảng Nhàn cố nói một câu chuyện gì khác để bầu không khí trở nên dễ thở hơn nhưng cũng chỉ chấm dứt trong nhạt nhẽo.

Mỗi ngày trôi qua là một ngày sự thật càng hiện rõ hơn trước mắt Nhàn: gia đình Nhã và Tony đã không tới được một trại tị nạn. Nhàn đi tìm hỏi thăm vài người có thân nhân cùng đi chung chuyến tàu với Nhã. Không một ai có tin.

Một buổi tối, không còn chịu nổi khối buồn đau đè nén trong lòng, bà Hai Thế vừa khóc sụt sùi vừa rên rỉ với Nhàn:

- Suốt đời ba má ăn hiền ở lành, có làm điều gì ác đâu... mà bây giờ trời phạt như vầy?...

Nhàn ôm mẹ an ủi, nhưng cũng là để trấn an chính mình:

- Mọi người đều ở trong cảnh này cả, má à. Đâu phải chỉ có gia đình mình. Má đừng lo nghĩ nhiều, lỡ bịnh. Con nghĩ dì Út chỉ chậm có tin thôi. Đánh điện từ các đảo rất khó khăn. Có người đi cả năm ở nhà mới được tin.

Đó là đốm lửa hy vọng duy nhất leo lét trong lòng mà Nhàn cố giữ cho khỏi tắt lịm. Nhưng đốm lửa ấy cứ nhỏ bé dần mỗi lần Nhàn nghe một người quen ra đi sau Nhã mà ở nhà đã nhận được tin. Nhàn thường ở lại qua đêm với Thái để tìm chỗ dựa tinh thần và để khỏi phải nghe tiếng khóc rấm rức thâu đêm của mẹ.

Một buổi tối, nằm với nhau trên giường, Thái nói:

- Em cần nhìn vào sư thật. Hơn ba tháng rồi. Tới đâu thì cũng phải có tin. Hay nếu bị bắt lại thì cũng phải biết đang bị giam ở đâu. Em nên đưa mẹ và hai đứa bé tới ở đây với anh để hàng ngày khỏi phải nhìn thấy căn nhà ấy cùng những đồ đạc chỉ gợi lên bao nhiêu kỷ niệm đau lòng...

Thái chưa nói hết, Nhàn bật lên khóc lớn, và trong một cơn phẫn uất đột phát, cô quay sang Thái vừa cào cấu anh vừa gào lên:

- Tôi ghét anh! Tôi ghét cộng sản! Tôi thù cộng sản!

Thái cố giữ tấm thân đang run lẩy bẩy của Nhàn. Khi Nhàn đã dịu cơn bi phẫn, Thái nhẹ nhàng nói:

- Anh không chối bỏ đã có một phần trách nhiệm trong những thảm kịch đang diễn ra, nhưng như anh đã nói với em, tội chính của anh là tội hèn nhát, và anh cũng đang mang những khổ đau không kém gì em và những người khác. Nỗi khổ đau của những con người còn có một lương tâm.

Nhàn thôi khóc, và rên rỉ trong vòng tay của Thái như một con mèo nhỏ. Cô không phải chờ đợi lâu để thực hiện lời khuyên của Thái.

Một buổi tối, Tấn tới gặp Nhàn và nói:

- Đã đến lúc em phải báo cáo sự vắng mặt của gia đình chị Nhã. Công an phường đã biết và em không thể kéo dài hơn được nữa. Bác gái và

chị chỉ tạm trú ở đây nên sẽ không được giữ căn hộ này. Nhà nước sẽ quản lý. Chị có định dọn đi đâu chưa?

- Cám ơn chú. Tôi sẽ dọn ra khỏi căn nhà này trong ba ngày. Chú coi trong nhà có món gì cần thì cứ lấy.

Anh công an nhân dân mừng ra mặt nhưng còn làm ra vẻ e ngại:

- Em không dám làm như vậy đâu. Chị cho em cái gì thì em xin cái đó.

Nhàn soạn ra vài món đồ đưa cho Tấn và nói:

- Ngày mai anh trở lại đây, muốn lấy gì thêm thì lấy.

Tuy nói vậy nhưng ngày hôm sau, Nhàn lấy các món đồ cần dùng và một số kỷ vật của Nhã dọn sang ở với Thái.

Bà Hai Thế không phản đối quyết định của con gái, nhưng từ ngày ấy tinh thần bà sụp đổ nhanh chóng, kéo theo sự suy đồi của thể chất. Bà mất trí nhớ trầm trọng, thường nói lảm nhảm một mình và bỏ ăn uống, nằm liệt trên giường, trên tay lúc

nào cũng cầm tấm ảnh chụp gia đình Nhã. Sáu tháng sau, bà Hai Thế qua đời sau khi bị ngã trong phòng tắm và hôn mê mấy ngày.

Nhàn đã hoàn toàn mất hết hy vọng về gia đình Nhã, nay lại thêm cái chết của mẹ, cô tìm nguồn an ủi nơi hai đứa con và tình yêu của Thái.

Công việc ở Sở Du Lịch tưởng là giúp Nhàn tạm quên nỗi buồn đau nhưng lại chỉ nhắc cô cay đắng nhớ tới thân phận bị đày ải kềm kẹp của người dân Việt Nam. Khách du lịch tới thăm Việt Nam tuy không nhiều, chỉ gồm một ít người Nhật và người Tây Âu, nhưng trông họ bình thản yên vui, hạnh phúc. Họ là những con người tự do, đến đây từ những miền đất tự do, họ đi để tìm thú vui và được tiếp đón niềm nở, ân cần. Còn người dân Việt Nam, sao phải sợ hãi trốn đi trong đêm tối để phải đương đầu với bao hiểm nguy và bị xua đuổi ở khắp nơi?

Phải chăng dân tộc này không đáng được sống như những con người, vì hèn nhát? Nhưng, những người đã và đang ra đi – những người trẻ, những người già, những thanh niên, những phụ nữ, những trẻ thơ...? Dù thành công hay thất bại và bỏ thây trong lòng biển, họ cũng đã nói lên một sự

phản kháng. Và bóng đêm vẫn bao trùm trên đất nước bất hạnh này, trong đó dường như không một ai biết tới hạnh phúc thật sự – kẻ thua cũng như người thắng. Nhàn nghĩ đến Thái, đến hai đứa con đang tới tuổi vị thành niên của mình với một tương lai vô vọng trước mắt. Cô lại nghĩ đến vượt biên, và nói ý định ấy với Thái.

- Em không thể chịu đựng lâu hơn cuộc sống này và không thể để hai đứa con của em ở đây, anh ạ.
- Rồi em làm gì?
- Anh biết rồi. Vượt biên.
- Cả gia đình cô Nhã và thằng Tony chưa đủ sao? Em không sợ à?
- Sợ chứ, nhưng chính anh đã kết tội sự hèn nhát. Chế độ này không cho con người một lựa chọn nào khác, ngoài sự hèn nhát. Em không muốn hai đứa con của em lại tiếp tục sống một cuộc đời hèn nhát. Anh hiểu rõ chế độ này hơn em. Nếu anh làm gì được để thay đổi thì làm đi. Nếu biết không làm gì được để chống lại guồng máy quái đản này thì hãy từ bỏ nó, cùng em ra đi. Em không ra đi để tìm một thiên đường, nhưng để thoát khỏi một địa ngục. Thiên đường là điều không có trên thế gian này, nhưng địa ngục thì có thực. Anh là một tên gác

cửa địa ngục hay cũng là một kẻ bị đày ải trong địa ngục? Anh xứng đáng có một đời sống khác hơn.

Thái bóp trán suy nghĩ hồi lâu và nói:

- Thôi được, anh sẽ cùng đi với em. Nhưng anh không muốn giao sinh mạng cho những người mà anh không biết là ai. Anh sẽ làm lấy, tổ chức lấy, và ra đi một cách an toàn.

Nhàn mừng rỡ ôm lấy Thái. Cô tin tưởng ở sự thành thật và khả năng tổ chức của Thái nên yên tâm chờ đợi ngày ra đi.

Sống chung với nhau được gần một năm, Nhàn tự coi như vợ của Thái, tuy không có ràng buộc gì về pháp lý. Nhàn kín đáo ngăn ngừa để đừng có con với Thái, nhưng cuối cùng cũng mang thai ngoài ý muốn, nhất là vào lúc đang chuẩn bị đi vượt biên. Cô không cho Thái biết và quyết định phá thai.

Phá thai không còn bị coi là một trọng tội như trong xã hội cũ. Trái lại, nhà nước khuyến khích phụ nữ phá thai để làm chậm lại đà gia tăng dân số đang bộc phát sau chiến tranh. Thủ tục phá thai rất đơn giản. Người phụ nữ chỉ cần ký vào một tờ

giấy là xong. Nhàn nghe nói về những tai nạn chết người vì thiếu thuốc men, thiếu nhân viên y tế đủ khả năng, nhưng cái sợ có thêm một đứa con trong lúc này lớn hơn những cái sợ khác. Và, Nhàn tới Bệnh viện Hùng Vương để xin được phá thai.

Cô mới mang thai được ba tháng và tự mua các thứ thuốc ngoài chợ trời theo yêu cầu của bệnh viện nên không trải qua nhiều đau đớn lắm. Cô nằm nghỉ tại bệnh viện vài tiếng đồng hồ và ra về.

Phá thai có vẻ là một công việc đơn giản với các nhân viên y tế, nhưng không đơn giản với người phụ nữ phá thai. Không kể sự nguy hiểm đến tính mạng, nó là một vết thương suốt đời trên cơ thể và trong tâm hồn người phụ nữ. Nhàn bị xao động mạnh sau khi trục đứa con ra. Cô có cảm giác tội lỗi và sợ hãi điều gì không hình dung rõ rệt. Cô trùm một chiếc khăn mỏng lên đầu và che kín hai tai, một phần để tránh gió, phần sợ gặp người quen tình cờ nhìn thấy mặt.

Trời đã gần tối và vừa dứt một cơn mưa lớn cuối mùa. Không khí mát lạnh.

Vừa ra khỏi cổng bệnh viện, Nhàn thấy một chiếc xích-lô đang chạy tới từ phía bên trái. Cô định giơ tay ngoắc nhưng kịp dừng lại và kéo vội khăn che kín mặt. Nhàn có cảm giác vừa trông thấy ma. Chân tay lạnh ngắt, cô quay vào trong, vịn một tay lên cánh cổng để đừng ngã xỉu. Cô không thể lầm được. Chính là Lâm đã đạp chiếc xe xích-lô vừa đi qua trước mặt.

Nhàn không biết đã đứng đằng sau cánh cổng bệnh viện bao lâu cho đến khi cảm thấy hồi tỉnh, thận trọng bước ra đường, đón một chiếc xe xích- lô khác và về nhà. Cô vào phòng ngủ, để nguyên quần áo, nằm ngửa lên giường, chân tay buông thẳng, mắt nhìn trừng trừng lên trần nhà.

Thái chưa về, chắc bận việc ở cơ quan hoặc đi đâu đó để lo tổ chức vượt biên. Thấy cử chỉ khác thường của mẹ, Lisa và Tuấn kéo nhau vào phòng Nhàn hỏi thăm.

Lisa ngồi xuống cạnh giường nắm tay mẹ, lo sợ nói:

- Tay mẹ lạnh ngắt. Để con lấy dầu cù là xức và cạo gió cho mẹ.

Nhàn vẫn nằm bất động và không trả lời khiến hai đứa bé hoảng sợ. Lisa đứng lên nói:

- Hay con gọi điện thoại vào cơ quan cho bố Thái về.

Nhàn giật bắn người, vội chồm dậy:

- Đừng, Lisa! Đừng gọi gì cả. Mẹ chỉ bị xây xẩm một lúc, chắc vì hôm nay làm việc nhiều.

Lisa dừng lại, mừng rỡ nhìn mẹ.

- Để con đi pha cho mẹ một ly sữa nóng.

Lisa ra khỏi phòng. Tuấn ngồi xuống bên cạnh mẹ. Nhàn quay lại ôm lấy thằng bé, vừa khóc vừa rên rỉ:

- Con ơi, chắc mẹ chết mất.

(còn tiếp)

Đây là cách bạn đối xử với tóc của bạn với mayonnaise

Bạn đang tìm kiếm một điều trị chăm sóc da tự nhiên?

Bạn đang tìm kiếm một điều trị chăm sóc da tự nhiên? Sau đó sử dụng mayonnaise cho tóc.

Tóc khô, khô, xỉn? Câu trả lời cho vấn đề này có thể đang chờ trong tủ lạnh hoặc tủ bếp. Chúng tôi tiết lộ lý do tại sao bạn không nên cho mayonnaise vào salad khoai tây và khoai tây chiên, mà còn là cách chữa trị cho tóc của bạn.

Với sự phong phú của các sản phẩm chăm sóc tóc, đôi khi nó có thể khá áp đảo để quyết định một biện pháp khắc phục. Bạn chắc chắn đã có một mái tóc tuyệt vời chữa bệnh đã ở nhà. Tuy nhiên, họ có thể sử dụng nhiều hơn trong salad khoai tây ... Có, mayonnaise có thể chăm sóc tóc và được sử dụng như một phương thuốc chữa bệnh hoặc mặt nạ qua đêm. Đây là lý do tại sao nhớt, dầu nhờn chăm sóc tóc của bạn và cách bạn sử dụng nó.

Tại sao bạn nên chăm sóc tóc của bạn với mayonnaise

Đặc biệt với mái tóc khô và bất thường, bạn có thể tiếp cận sâu vào ly mayonnaise. Mayonnaise được biết đến chủ yếu bao gồm dầu, giấm và trứng. Những thành phần này và không chỉ cung cấp hương vị thơm ngon, mà còn duy trì tóc, bằng cách loại bỏ ít chất béo sau khi ứng dụng Mayo.

Lòng đỏ trứng có lẽ đã quen thuộc với một số như là một biện pháp khắc phục nhà tinh vi cho tóc giòn và khô, bởi vì nó tặng rất nhiều protein hỗ trợ cấu trúc tóc. Ngoài ra, lòng đỏ chứa lecithin, một chất béo giống như chăm sóc và bảo vệ các sợi tóc.

Dầu, đặc biệt là dầu ô liu, là một loại kem dưỡng ẩm và màng bảo vệ tối ưu cho tóc. Ngoài ra, có tác dụng tích cực của sự xuất hiện của axit amin mayonnaise L-cysteine, giúp thúc đẩy sự phát triển của tóc. Mayo cũng cho tóc tỏa sáng và làm cho tóc xoăn mượt mà, mềm mại và mượt mà hơn.

Ngẫu nhiên, đối với nhiều người, mù tạt rõ ràng là một trong những công thức nấu ăn cơ bản của mayonnaise. Đặc biệt ở Nga, nhiều người thề rằng mù tạc kích thích sự phát triển của tóc. Nó không được chứng minh, nhưng gia vị cũng không gây hại cho tóc.

Đặc biệt với mái tóc lượn sóng, mayonnaise thực sự có thể mang lại những điều kỳ diệu. Đọc thêm về phương tiện để chăm sóc những lọn tóc đẹp.

Mayonnase cho tóc - một thay thế thực sự rẻ tiền cho rừng sản phẩm hoang dã. Cách tốt nhất để đạt được một mayonnaise hữu cơ toàn thân là cung cấp các thành phần bổ dưỡng nhất.

Tuy nhiên, bạn nên để ngón tay của bạn trên các biến thể với hương liệu bổ sung, vì chúng có thể sẽ làm hại tóc sớm hơn.

Nếu cần, bạn nên loại bỏ mayonnaise ra khỏi tủ lạnh ít nhất 30 phút trước khi dưỡng tóc, để nó nóng lên đến nhiệt độ phòng.

Nhẹ nhàng đổ mayonnaise vào tóc ẩm, đặc biệt là trong các thủ thuật.

Lây lan nước sốt và chải tóc của bạn tốt, tốt nhất là với một chiếc lược thô răng.

Đối với tiếp xúc, đặt một bọc nhựa xung quanh đầu của bạn và cuối cùng treo lên một chiếc khăn (Ngoài ra, bạn cũng có thể sử dụng một mũ tắm). Nhiệt được lưu trữ hỗ trợ hiệu quả chăm sóc của việc chăm sóc tóc mayonnaise, vì các chất chăm sóc có thể thâm nhập tốt hơn vào các nang lông.

Sau nửa giờ (hoặc lâu hơn nếu cần thiết) bạn có thể rửa spa bằng nước ấm và dầu gội nhẹ. Bạn cũng có thể để thuốc nhuộm tóc Mayo qua đêm. Khám phá thêm mười mẹo làm đẹp da và tóc sẽ khiến bạn đẹp hơn trong khi ngủ.

CỰU THIẾU NHI THÁNH THỂ GALANG HỘI NGỘ

Tối hôm đó đã khuya, tôi cầm đèn pin đi xem xét chung quanh các lều trại trong sân nhà thờ nơi các em thiếu nhi đang ngủ say sau một ngày sinh hoạt vui chơi. Bước đến gần một lều, tôi nghe bên trong có tiếng ho liên tục kèm theo tiếng khóc nấc nở. Vén cánh màn vải lên, dọi đèn pin vào bên trong lều tôi thấy có một em thiếu nhi ngồi trong khi các em khác đang nằm ngủ ngổn ngang. Tay nó ôm cổ như muốn ngăn chặn cơn ho để cho các bạn của mình được ngủ yên. Ra hiệu cho em bước ra khỏi lều rồi đi theo tôi đến lều của Ban Trực Trại. Tôi lấy chai dầu cù là cho nó bôi lên cổ, và trao cho nó một viên thuốc cảm lấy từ giỏ cứu thương. Trong lúc đó, một số huynh trưởng ngủ trong lều cũng đã thức dậy hỏi han và quan tâm đến em. Một trưởng nói nên liên lạc để báo cho cha mẹ của em biết nhưng một người khác quen thuộc với em cho hay em đi vượt biên không có thân nhân và hiện đang ở trong khu Nhà Trẻ. Thấy em có vẻ bớt ho và ngủ gục, tôi bước đến hỏi:" Anh nghe nói em đi vượt biên một mình phải không?" Ngước mắt nhìn tôi, em trả lời: "Em đi với ba" " Vậy sao em lại được ở Nhà Trẻ? Ba em đâu?" Nó buồn rầu đáp: " Ba em bị bệnh lúc trên ghe rồi ba em chết nên họ dụt ba em xuống biển". Thằng bé cúi đầu xuống đất có vẻ buồn tủi, còn tôi ngước mặt lên trời lặng lẽ, xúc động vì tội nghiệp cho bé thiếu nhi mới khoảng 12 tuổi mà đã nếm mùi đơn độc, mồ côi cha.

Ngày còn ở trại tị nạn, tôi đã nghe rất nhiều câu chuyện vượt biên, vượt biển: có tàu đi êm xuôi, có tàu chết máy lênh đênh trên biển rồi được vớt, có tàu hết lương thực, đói khát, bệnh tật, bị cướp, bị hải tặc hãm hiếp...Nhưng hoàn cảnh của đứa bé thiếu nhi mồ côi này làm tôi thật khó quên cảm xúc âu sầu của mình lúc ấy vì nó đã bơ vơ trong những ngày tháng sống trên đảo Galang, Indonesia.

May mà có những đứa nhỏ cùng lứa tuổi với nó đã gặp gỡ nhau trong Đoàn Thiếu Nhi Thánh Thể Galang. Mỗi tuần 2 lần, các em thiếu nhi trên đảo tụ họp lại để ca hát, học hỏi giáo lý, vai kề vai vui đùa bên nhau trong sân nhà thờ kể cả những ngày nắng, ngày mưa. Lâu lâu các em được các huynh trưởng tổ chức cho đi cắm trại, đi tắm biển, picnic, tập dượt và trình diễn văn nghệ cho người tị nạn trong trại vào các dịp lễ như Noel, Trung Thu, Tết....

Đã có hàng ngàn các em trong lứa tuổi thiếu nhi đến Galang sau những ngày vượt biển. Trong số đó có nhiều em không có cha hay mẹ hoặc cả hai. Các em này được ở khu Nhà Trẻ do Cao Uỷ Liên Hiệp Quốc và Linh Mục Dominici tài trợ. Nếu có cô, dì, chú, bác, anh chị trên 18 tuổi thì các em này được ở chung với họ. Là người tị nạn, ai ai cũng đã bỏ lại sau lưng mái ấm gia đình, bạn bè, xóm làng, con đường thân quen…để đến nơi miền đất xa lạ này.

Rồi có những lần bùi ngùi chia tay nhau để lên đường đi định cư ở một nước thứ 3. Những buổi tiễn đưa đầy nước mắt vì "một lần đi là một lần giã biệt". Ngày ấy chúng tôi không nghĩ là mình lại có thể gặp nhau giữa thế giới 5 châu 4 bể mênh mong này. Những bài ca não nề, luyến tiếc vì những ngày vui buồn bên nhau trong đoàn TNTT sẽ không còn nữa. Đứng thành vòng tròn ở cầu tàu Galang, trong nghẹn ngào chúng tôi hát lên những bài ca như những lời nhắn gởi, nhắc nhở nhau:" Bạn ơi đừng quên nhé phút giây sum vầy...." Tuy cách xa, mình nhớ nhau hoài..."

Khi chiếc tàu đưa người đi định cư rời bến, người ở lại cảm thấy bị mất mát, trống vắng vào những ngày họp đoàn, họp đội trong sân nhà thờ sau đó. Ai ai cũng miên man không biết bạn nào là người kế tiếp mình lại sẽ phải tiễn biệt, sẽ phải chia ly?

Trong những ngày cuối tuần của tháng 6 vừa qua từ ngày 20 đến 23, chúng tôi các cựu huynh trưởng và đoàn sinh ngày nào ở đảo Galang đã gặp lại nhau. Từ muôn phương chúng tôi đã đến Aptos, miền Bắc California để sống lại những ngày xưa thân ái. Trong số hơn 100 người đến từ nhiều tiểu bang của nước Mỹ và các nơi khác như Na-Uy, Canda, Úc... có một vài anh chị em tham dự lần đầu như linh mục Nguyễn văn Huấn đến từ Úc Châu. Địa điểm hội ngộ thật đẹp và yên tĩnh giữa nhiều cây xanh và núi đồi. Nơi này trước là tu viện của các sơ dòng kín người Mỹ nay đã được giao nhượng lại cho Đan viện Xitô Thiên Phước. Gần đó có một bãi biển thật đẹp nơi mà chúng tôi đã picnic đùa chơi gần một buổi chiều trên cát. Những trò chơi liên tục, vui nhộn được điều khiển bởi ThanhTrang, một cựu thiếu nhi Galang ngày nào nay là Huấn Luyện Viên của Phong Trào TNTTVN ở Hoa Kỳ. Mặc dù người trẻ nhất trong chúng tôi đã là U50 rồi nhưng những tiếng cười vang xa và tinh thần sinh hoạt vẫn còn rất hăng say, năng động như sóng biển dạt dào. Những bước chân nhỏ bé của chúng tôi ngày nào trên bãi biển Galang, đã lại được in dấu trên cát biển nơi này sau hơn vài chục năm kể từ ngày giã biệt Galang.

"Galang by Night" là một chương trình văn nghệ tự biên, tự diễn mà thời gian cho phép để chuẩn bị rất ngắn ngủi. Những vở kịch ngắn, ca, múa, nhảy bao gồm các đề tài khác nhau như: kỷ niệm vượt biên, lá rụng về cội, người con hoang đàng, Galang xưa và nay, bước đường tị nạn ở xứ người…. Nghe những tràng pháo tay rộn rã và những tiếng cười giòn giã trong đêm hôm ấy thì mới biết Galang got talent! Ai ai cũng vỗ tay reo vui trong suốt chương trình "cây nhà lá vườn" này nhờ tài điều khiển sân khấu rất chuyên nghiệp và rất linh động của 2 MC Thanh Trang và Khánh Dư. Rồi khi đêm đã về khuya, một số anh chị em khó ngủ đã ngồi lại tâm sự hay thổn thức bên nhau bằng những bản nhạc karaoke êm đềm. Các đấng nam nhi thì ham vui bằng những chai "dầu xanh" mát miệng!

Các bài giảng trong Thánh Lễ của cha Huấn, cha An (Dòng Ngôi Lời), thầy Tiến (Canada), và bài thuyết trình về Ơn Gọi của sơ Mai (Dòng Đaminh-Texas) đã giúp chúng tôi hướng tâm lên. Những chia sẻ về kinh nghiệm rất chân tình của các ngài trong các môi trường mục vụ khác nhau đã thu hút chúng tôi lắng nghe rất thích thú và đã học hỏi được nhiều điều hữu ích cho đời sống Kitô hữu giữa dòng đời. Tôi bị xúc động nhiều nhất trong những ngày hội ngộ này là đêm "lửa trại" tâm tình Galang. Quây quần bên nhau trong vòng tròn giữa bóng đêm, chúng tôi ôn lại những chuyện vui buồn ngày ấy trên đảo, trong đoàn TNTT khi mái tóc hãy còn xanh. Có lúc vui cười rộn rã vì kỷ niệm "ăn cơm cá mòi của Cao Uỷ..." hay là "áo em chỉ mặc một lần" cho cả tháng vì không có cái áo nào khác để thay....Có lúc, mọi người ngồi yên lặng, ngậm ngùi lắng nghe những câu chuyện đau thương, mất mát trên những chuyến tàu vượt biển. Có người tham dự đã sống trên đảo Galang một thời gian thật dài từ 4 đến 6 năm sau ngày trại bị đóng cửa. Họ đã chứng kiến những cuộc đấu tranh, tuyệt thực, tự thiêu, tự tử của người tị nạn bị cưỡng bách hồi hương. Có người đã khóc nghẹn ngào vì thân phụ đã qua đời và mai táng trên đảo Galang, nhưng sau nhiều năm gia đình vẫn không được phép di dời hài cốt đi bất cứ nơi đâu. Một vài tham dự viên đã trở về lại thăm trại tị nạn Galang mới đây cho biết bây giờ chẳng còn dấu tích gì nhiều ngoài nghĩa trang Galang 3, nhà thờ và một vài barrack ở Galang 2, một vài hình ảnh chưng bày và các con đường nhựa cong queo. Ngoài ra, chỉ thấy có cỏ cây um tùm và thú rừng trú ngụ. Galang ngày ấy bây giờ đã đổi thay thật nhiều, nhưng tình người, tình thân ái vẫn vang vọng trong tâm hồn của mỗi người chúng tôi như ánh lửa bập bùng giữa đêm khuya. Những câu chuyện kể lại chất chứa thật nhiều ký ức vui buồn khó quên.

"Gặp nhau đây rồi chia tay, ngày vàng như đã vụt qua trong phút giây...." là bài hát báo hiệu hội ngộ sắp tan hàng. Chúng tôi đã cùng nhau trải nghiệm, đã cùng nhau bước vào một thế giới khác thường trong cảm xúc, trong tình thân ái của những ngày vui bên nhau, ngày vui qua mau. Xin cám ơn quý cha, quý thầy của Đan viện Xitô Thiên Phước. Cám ơn quý anh chị em khắp nơi đã quy tụ về Hội Ngộ và những ai đã bỏ rất nhiều công sức để cho mọi người được cảm nhận chan chứa tình Chúa và tình người trong yêu thương, xum vầy.

Lá cờ Đoàn TNTT Galang đã được hạ xuống rồi xếp lại trước khi chúng tôi bắt tay nhau hát bài ca giã từ. Bài ca này chúng tôi đã hát cho nhau nghe rất nhiều lần nơi cầu tàu Galang ngày đưa tiễn nhau đi định cư. Nhưng hôm nay tiếng hát này không còn hoà lẫn với nước mắt và nghẹn ngào như xưa. Tiếng hát lần này chất chứa niềm vui và hy vọng. Rất mong chờ và hy vọng 2 năm nữa mình lại gặp nhau, lại xum vầy bên nhau một lần nữa, và những lần về sau nữa!

Bùi hữu Nghị

Galang 1980-81

**** Nghệ thuật che lấp sự bất tài cũng đòi hỏi không ít tài năng.***

Hệ thống giáo dục ở Đức như thế nào?

Das Schulsystem in Deutschland

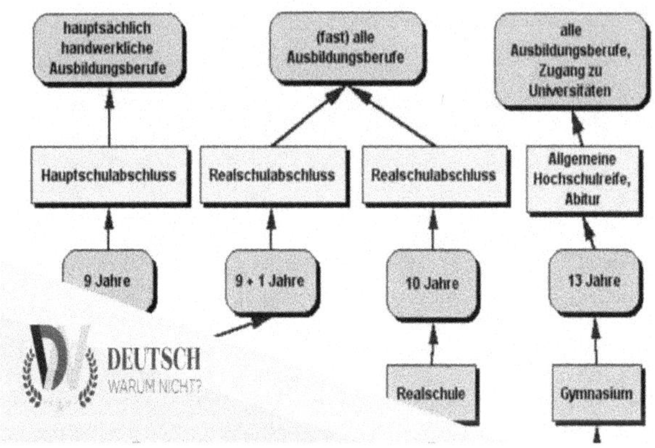

Ở Đức, tất cả các trẻ em đều phải đi học. Nếu như ở Việt Nam chương trình học thường là 12 năm thì với hệ thống giáo dục ở Đức, các bạn học sinh chỉ phải đi học đến hết lớp 9. Sau đó có thể ra trường và đi học nghề. Mỗi bang ở Đức đều có những quy định và chương trình giảng dạy riêng, các kì thi và kì nghỉ hè cũng khác nhau. Trẻ em ở Đức đi học hoàn toàn miễn phí, họ chỉ phải đóng những chi phí phụ như thuê sách giáo khoa, tiền đi dã ngoại với lớp hoặc quỹ lớp.

Hệ thống giáo dục ở Đức sẽ được chia thành các bậc cụ thể như sau:

Trước khi vào lớp 1 thì hầu hết các trẻ em đều sẽ đi nhà trẻ (Kita) và mẫu giáo (Kindergarten). Đến khi đủ tuổi đi học lớp 1 (6 tuổi) thì các bạn trẻ này sẽ phải vượt qua một kì thi ở trường để đảm bảo rằng bé có đủ khả năng theo học. Ngoài ra các bé cũng sẽ được kiểm tra về sức khỏe, ở đó các bác sỹ sẽ kiểm tra khả năng nghe, nói, nhìn, vận động của các bé. Nếu đạt đủ tiêu chuẩn, các bé sẽ được vào lớp 1, còn không sẽ phải học thêm mẫu giáo tiếp một năm.

Grundschule (hệ tiểu học):

Thường là 4 năm (có một vài bang kéo dài tới 6 năm). Ở đây các bé sẽ được học những môn như Toán, tiếng Anh, tiếng Đức, nhạc, họa, môn học sự vật và thể thao. Ngoài những môn học chính đấy ra thì ngay ở những năm học cấp 1 các bé đã được rèn luyện kĩ năng thuyết trình trước đám đông, cách ứng xử với thầy cô, bạn bè hay luật giao thông và các cách bảo vệ môi trường phân loại rác, không vứt rác bừa bãi…). Các buổi học thường kết thúc lúc 13h và các em không cần nhiều hơn hai mươi phút để làm bài tập về nhà.

Sau tiểu học, sẽ có ba hướng đi cho các bạn học sinh:

Hauptschule (dành cho học sinh từ lớp 5 đến lớp 9):

Chương trình này dành cho những em học sinh có học lực kém, khả năng tiếp thu chậm. Ở đây các em cũng sẽ được học những môn cơ bản, nhưng sẽ thiên về thực hành nhiều hơn. Sau khi học xong lớp 9, các em cũng sẽ được nhận bằng tốt nghiệp. Những bạn nào học lực tốt thì có thể chuyển sang hệ Realschule để học tiếp, còn không thì sẽ đi học nghề.

Realschule (dành cho học sinh từ lớp 5 đến lớp 10):

Chương trình này dành cho những em có học lực khá. Ngoài những môn cơ bản và tiếng Anh bắt buộc, các em còn được học thêm một ngoại ngữ khác (như trường mình là tiếng Pháp), những bài học kĩ năng khác như cách thuyết trình hay cách gõ văn bản bằng mười ngón tay.

Đầu học kì hai của lớp 9 thì các bạn sẽ đi thực tập khoảng hai tuần và sau đó sẽ phải viết một báo cáo thực tập dài 8-10 trang. Ngoài ra mỗi học sinh sẽ phải viết một bài tiểu luận nhỏ (được lựa chọn chủ đề trong khuôn khổ). Hết lớp 10, những bạn học khá giỏi có thể chuyển tiếp lên học Gymnasium, còn những bạn khác thì sẽ tiếp tục đi học nghề (v.d nghề nuôi dạy trẻ, ngân hàng, y tá, điều dưỡng, kế toán…)

Gymnasium (dành cho học sinh từ lớp 5 đến lớp 13):

Đây là bậc học dành cho những bạn học khá giỏi. Ở đây, mỗi học sinh sẽ bắt buộc phải học hai ngoại ngữ (như trường mình ngày xưa là tiếng Anh & tiếng Pháp hoặc tiếng Anh & tiếng Latinh). Tới lớp 12 thì sẽ bắt đầu tập trung vào học chuyên sâu và chia ra làm các môn Leistungskurse (môn chính) và Grundkurse (môn phụ). Các môn chính sẽ được học nhiều hơn và hệ số điểm thi cũng sẽ được nhân lên mấy lần. Lớp 11 hoặc lớp 12 mỗi học sinh cũng sẽ phải viết một bài tiểu luận dài 10-12 trang, sau khi có bằng tú tài thì các bạn ấy có thể đi học nghề hoặc học Đại học.

Hồi còn học ở Gymnasium thì trường mình hay tổ chức cho học sinh tới một trường Đại học nào khoảng một tuần để các bạn học sinh có thể tập làm sinh viên. Hầu hết tất cả các buổi sáng và hai buổi chiều học sinh sẽ lên giảng đường và được tự chọn tham gia các môn học mà các bạn ấy quan tâm. Những buổi chiều còn lại thì sẽ tham gia vào các buổi học thuyết trình hoặc lắng nghe các anh chị sinh viên chia sẻ về cuộc sống của một tân sinh viên. Đầu lớp 12 thì lớp sẽ đi dã ngoại (Studienfahrt) ở một đất nước nào đó, có thể là Pháp, Séc, Ý, Tây Ban Nha hay Anh. Mục đích là để cho các em học sinh được mở rộng tầm nhìn, được có cơ hội được học hỏi và sử dụng vốn tiếng anh và ngoại ngữ đã học.

Mật ong Manuka

Thường được thêm vào bữa sáng để tăng thêm vị ngọt, mật ong Manuka có thể mang lại cho bạn những lợi ích ngoài những lợi ích mà mật ong thông thường mang lại.

Đôi khi được gọi là 'vàng lỏng', loại mật ong đặc biệt này được nhiều người đam mê sức khỏe ưa chuộng.

Nhưng mật ong Manuka là gì và tại sao lại được nhiều người ưa chuộng như vậy? Hãy tiếp tục đọc để khám phá mọi thứ bạn cần biết về chất ngọt này và nhiều lợi ích sức khỏe mà nó có thể mang lại cho bạn.

Mật ong Manuka là gì? Mật ong Manuka là một loại mật ong độc đáo và được đánh giá cao, có nguồn gốc chủ yếu từ mật hoa của cây Manuka, có nguồn gốc từ New Zealand và một số vùng của Úc. Mật ong Manuka có thành phần hơi khác so với mật ong thông thường vì nó chứa methylglyoxal (MGO), một hợp chất tự nhiên được cho là có một số đặc tính kháng khuẩn. Việc phân loại mật ong Manuka thường dựa trên hàm lượng MGO, đóng vai trò là chỉ số về hiệu lực. Mức MGO càng cao thì hiệu lực càng lớn và lợi ích tiềm năng của mật ong càng lớn. Hệ thống phân loại độc đáo này cho phép bạn chọn loại **mật ong Manuka cụ thể phù hợp với nhu cầu và sở thích của mình.**

Cho dù đó là để sử dụng hàng ngày, hỗ trợ chăm sóc da hay giúp chống lại cảm lạnh. Mật ong Manuka được làm như thế nào? Mật ong Manuka được chế tạo thông qua sự hợp tác của ong mật, hoa Manuka và hoạt động của enzyme tự nhiên.

Những bông hoa độc đáo này chỉ nở một lần một năm trong vòng 2-6 tuần. Mọi thứ bắt đầu khi ong thợ thụ phấn cho hoa Manuka và lưu trữ mật hoa trong 'túi mật' của chúng. Sau đó, chúng quay trở lại tổ và truyền mật hoa cho ong nhà, những con ong này sẽ thêm enzyme vào mật ong để phân hủy và chuyển hóa thành đường. Tiếp theo, mật ong được lưu trữ bên trong tổ ong và được ong quạt để giúp làm khô và bảo quản mật ong. Sau đó, ong sẽ phủ một lớp sáp ong mỏng lên ô tổ ong để làm nguồn thức ăn dự trữ trong tương lai.

Thông thường, vào thời điểm này, người nuôi ong sẽ thu hoạch mật ong một cách có đạo đức.

Lợi ích của mật ong Manuka Bạn có thể tự hỏi mật ong Manuka có tác dụng gì. Không chỉ nổi bật với hương vị caramel đất, mà còn vì nhiều lợi ích sức khỏe được cho là của nó: **đặc tính kháng khuẩn và chống viêm.**

Nó có thể giúp ích cho những điều sau: Có thể giúp tăng cường chữa lành vết thương. Một số nghiên cứu đã phát hiện ra rằng mật ong Manuka có thể tăng cường chữa lành vết thương.

Điều này là do đặc tính kháng khuẩn và chống oxy hóa được báo cáo của nó, có thể cung cấp một số biện pháp bảo vệ chống lại nhiễm trùng đồng thời thúc đẩy quá trình chữa lành**. Có thể hỗ trợ làm giảm các triệu chứng ho. Nếu bạn bị ho, mật ong Manuka, giống như mật ong thông thường, có thể giúp làm giảm cơn ho.** Một nghiên cứu được thực hiện trên trẻ em bị ho cấp tính đã xác nhận điều này. Nghiên cứu nhấn mạnh rằng việc thêm mật ong vào thói quen của trẻ khi chúng có các triệu chứng ho có thể giúp giảm đau. Tuy nhiên, cần nghiên cứu thêm ở người lớn để tìm ra kết quả tương đương. Tiềm năng hỗ trợ sức khỏe tiêu hóa

Tác dụng chống viêm của mật ong Manuka có thể làm giảm tình trạng

viêm trong ruột, có thể hỗ trợ chức năng tiêu hóa và có khả năng làm giảm các triệu chứng liên quan đến tình trạng viêm, chẳng hạn như hội chứng ruột kích thích (IBS) hoặc bệnh viêm ruột (IBD). Mặc dù cần nhiều nghiên cứu hơn nữa, nhưng việc kết hợp mật ong Manuka vào chế độ ăn uống của bạn ở mức độ vừa phải có thể hỗ trợ hệ tiêu hóa một cách tự nhiên.

***Có thể bảo vệ sức khỏe làn da Sử dụng mật ong Manuka có thể giúp hỗ trợ sức** khỏe làn da của bạn. Điều này đã được chứng minh trong các nghiên cứu nhấn mạnh rằng việc kết hợp mật ong Manuka vào chế độ chăm sóc da của bạn có thể cung cấp sự hỗ trợ có giá trị trong việc giải quyết **các triệu chứng của bệnh chàm, nhờ vào đặc tính làm dịu và dưỡng ẩm đã biết của nó.**

Mật ong Manuka có thể được thoa trực tiếp lên da hoặc bằng cách nhỏ vài giọt vào sữa rửa mặt hoặc dùng như chất tẩy tế bào chết khi kết hợp với baking soda.

****Có thể thúc đẩy sức khỏe răng miệng Kết hợp mật ong Manuka vào thói quen chăm sóc răng miệng của bạn có thể giúp thúc đẩy sức khỏe nướu răng và giảm nguy cơ mắc các vấn đề về răng, nhờ vào khả năng ức chế sự phát triển của vi* khuẩn liên quan đến mảng bám

***. Có thể cải thiện các triệu chứng của bệnh sốt dị ứng phấn hoa

Các nghiên cứu đã chỉ ra rằng mật ong có thể làm giảm các triệu chứng của bệnh viêm mũi dị ứng, thường là khi mũi của bạn bị kích ứng bởi các chất gây dị ứng, đặc biệt là phấn hoa. **Có thể là do MGL (methylglyoxal) có trong Manuka**, có thể ức chế tình trạng chảy **nước mũi liên quan đến viêm mũi dị ứng**. Cách sử dụng mật ong Manuka Bây giờ bạn đã biết nhiều lợi ích của mật ong Manuka, bạn có thể tự hỏi làm thế nào để kết hợp nó vào thói quen của mình. Có vô số cách bạn có thể sử dụng mật ong Manuka, bao gồm: Để mở rộng thói quen làm đẹp của bạn bằng cách sử dụng như mặt nạ; rửa sạch sau 15-30 phút. Tạo một loại sữa rửa mặt và kết hợp như một bước đầu tiên trong chế độ chăm sóc da của bạn. **Thoa lên vết cắt hoặc vết thương nhỏ trước khi băng bó để giúp phục hồi. Thêm nó vào đồ uống nóng thay cho đường.**

(Amy tong hop)

Mối liên hệ giữa trứng và bệnh Alzheimer

Shai K.

Bệnh Alzheimer là một vấn đề ngày càng trở nên đáng lo ngại hơn theo năm tháng, không chỉ đối với mỗi cá nhân chúng ta mà còn đối với toàn thế giới. Mặc dù công nghệ hiện tại cho phép chúng ta sống lâu hơn nhưng điều đó không nhất thiết đảm bảo rằng chúng sẽ tốt và các nhà nghiên cứu cũng đang cố gắng giải mã vai trò của chế độ ăn uống của chúng ta trong nỗ lực tìm cách làm chậm quá trình thoái hóa não.

Trong một nghiên cứu mới được công bố trên Tạp chí Dinh dưỡng Hoa Kỳ, các nhà nghiên cứu đã bắt đầu kiểm tra xem liệu một loại thực phẩm khá cơ bản—trứng—có thể đóng vai trò nào đó trong cuộc chiến chống lại bệnh Alzheimer và chứng mất trí nhớ hay không, đồng thời mang lại nhiều lợi ích sức khỏe do nó mang lại. không ngạc nhiên khi phát hiện ra rằng nó là một trong những thực phẩm tốt nhất cho những ai mong muốn duy trì khả năng nhận thức ở độ tuổi lớn hơn.

Kết quả nghiên cứu: Trứng có thể giúp ngăn ngừa bệnh Alzheimer

Nghiên cứu xem xét mối quan hệ giữa việc tiêu thụ trứng và nguy cơ mắc chứng mất trí nhớ ở độ tuổi lớn hơn. Trong thời gian đó, dữ liệu từ 1,024 người tham gia Dự án Trí nhớ và Lão hóa cao điểm, trong đó độ tuổi trung bình của những người tham gia là 81.38 tuổi, đã được phân tích. Trong khoảng thời gian 6,7 năm, các nhà nghiên cứu phát hiện ra rằng ăn nhiều hơn một quả trứng mỗi tuần có thể giảm 47% nguy cơ mắc bệnh Alzheimer so với những người ăn ít trứng hơn.

Một phát hiện thú vị khác từ Dự án Trí nhớ và Lão hóa cao điểm là mức độ bảo vệ não khá giống nhau giữa những người ăn một quả trứng và những người ăn hai quả trứng mỗi tuần. Ngoài ra, họ còn phát hiện ra rằng choline – một chất có nhiều trong lòng đỏ – chịu trách nhiệm tạo ra 39% mức độ bảo vệ chống lại bệnh Alzheimer. Trứng cũng chứa axit béo omega-3 và lutein, hai chất đã được chứng minh trong các nghiên cứu trước đây là có tác dụng hỗ trợ sức khỏe não bộ. Các nhà nghiên cứu đã kết luận nghiên cứu của họ như sau: "Những phát hiện này cho thấy việc tiêu thụ trứng thường xuyên có liên quan đến việc giảm nguy cơ mắc chứng mất trí nhớ kiểu Alzheimer và bệnh lý Alzheimer, và mối liên quan này một phần được điều hòa bởi choline trong lòng đỏ."

Lợi ích bổ sung của trứng Ngoài vai trò bảo vệ não khỏi bệnh Alzheimer, trứng còn có rất nhiều lợi ích sức khỏe đáng kể khác, bao gồm: Giàu chất dinh dưỡng: Trứng rất giàu protein chất lượng cao và nhiều loại vitamin và khoáng chất như selen, riboflavin, phốt pho, axit pantothenic, vitamin A và axit folic. Duy trì sức khỏe của mắt: Trứng có chứa lutein và zeaxanthin, hai chất mà theo nghiên cứu có thể ngăn ngừa các bệnh và vấn đề làm suy giảm thị lực. Kiểm soát cân nặng: Protein trong trứng có thể hỗ trợ rất nhiều trong việc tạo cảm giác no và chỉ ở mức 18 calo. Lòng đỏ chứa 55-60 calo

Bạn nên tiêu thụ trứng như thế nào? Để tận dụng tối đa trứng và khả năng bảo vệ não khỏi bệnh Alzheimer, hãy cân nhắc áp dụng các mẹo sau: Cố gắng tiêu thụ ít nhất 1-2 quả trứng mỗi tuần Học cách kết hợp trứng vào các bữa ăn khác nhau: trứng bác, luộc chín, trứng tráng, hoặc chiên vào buổi sáng hoặc buổi tối, và trứng luộc chín như một phần của món salad cùng với bữa trưa. Khám phá các công thức nấu trứng mới mà bạn chưa thử—có một số công thức rất đơn giản, chẳng hạn như trứng luộc, trứng nướng và shakshuka. Nếu bạn lo lắng về cholesterol, hãy tham khảo ý kiến bác sĩ về lượng trứng phù hợp với bạn và nhớ rằng trong khi Nghiên cứu này có kết quả đầy hứa hẹn, điều rất quan trọng là phải duy trì chế độ ăn uống cân bằng và lối sống lành mạnh để bảo vệ não khỏi bệnh Alzheimer. Trứng chỉ là một bước nữa có thể hữu ích.

** Muốn thắng trong điền kinh thì tốt nhất là vừa chạy vừa... rải đinh.*

Trăm năm Kiều vẫn là Kiều
Ăn xong rửa chén là điều dĩ nhiên.

Mưa gió không thể làm tổn hại tảng đá to một chút nào, cũng vậy, lời nói ác độc và công kích không thể làm hại đến một người "vô ngã". Một người "vô ngã" chính là người đã vượt qua được các tầng thứ của sự tức giận, ngu si, ganh tỵ, chấp bám. Đó chính là người hưởng thụ được niềm vui thực sự, vì mọi đau khổ trên đời này, không thể làm tổn hại một sinh mệnh "vô ngã".

Thích nghe lời khen, không thích lời phê bình của người khác; ham muốn danh lợi, không muốn mất đi chúng, những tâm thái này đều giống như dây xích, xích chúng ta và nội tâm đau khổ lâu ngày lại với nhau. Chỉ khi vượt qua được chúng, chúng ta mới có thể kinh nghiệm được tự tại và niềm vui.

Ngạo mạn sẽ không làm bạn có được sự tôn kính của người khác, khiêm tốn ngược lại sẽ làm cho người khác tôn kính.

CONRATULATION

Kính Tặng
Ba Trần Văn Ngà & Mẹ Trần Thị Bích Nga
(1965-2025)
Út Quỳnh Ngọc

NGA-NGÀ kỷ niệm ngày vui
SÁU MƯƠI Năm chẵn ngọt bùi có nhau
Bốn viên Ngà-Ngọc* kết giao
Dâu hiền Rể quý vẹn câu nghĩa tình.

Ông CHÍN MƯƠI, vẫn Mình Mình
Bà TÁM MƯƠI TÁM, ơi Mình Mình ơi
Tám con chín cháu, ơn Trời
Bách Niên Giai Lão trọn đời yêu thương!

* Minh Ngọc - Phương Ngọc
Bảo Ngọc - Quỳnh Ngọc

Nếu Ai Hỏi Việt Nam Có Điều Gì Đặc Biệt ?

- Dennis Prager

Hình internet

Nếu ai hỏi Việt Nam có điều gì đặc biệt, tôi sẽ trả lời rằng, Việt Nam là đất nước của những điều vô lý được coi như là chân lý và những chuyện ngược đời được coi như là lẽ đương nhiên:

- Dân tộc ta có lịch sử 4 ngàn năm dựng nước và giữ nước nhưng phải đến thế kỷ 20 mới có 1 người được cho là "đẻ ra cả dân tộc" !

- Có 1 tổ chức tự phong cho mình là tổ chức duy nhất có thể lãnh đạo được đất nước và bất kỳ ai không tin vào điều đó đều bị cho là "thế lực thù địch".

- Tổ chức này luôn tự nhận là trung thành với chủ nghĩa Mác-Lê nhưng đến cả 1 lý thuyết quan trọng vào loại bậc nhất của chủ nghĩa Mác-Lê họ cũng làm ngược lại. Đó là "mâu thuẫn là nguồn gốc của sự phát triển" nhưng họ lại không bao giờ chấp nhận 1 tổ chức nào đối lập với họ, có nghĩa là họ không chấp nhận có sự mâu thuẫn.

- Họ luôn nói rằng giai cấp công nhân là giai cấp giữ vai trò lãnh đạo nhưng thực ra giai cấp công nhân ở Việt Nam đang lo đi làm tăng ca kiếm ăn từng bữa nói gì đến lãnh đạo ai.

- Họ luôn tự hào khi nhận mình là đầy tớ của nhân dân, chỉ tiếc là ở xã hội này ông chủ thì đi wave tàu và ở nhà cấp 4 còn đầy tớ thì ở biệt thự và đi xe hơi.

Mỗi lần ông chủ cần đầy tớ giúp việc gì thì phải làm đơn xin xỏ, đút lót tiền bạc...

- Nghe nói lương công chức nhà nước ba cọc ba đồng nhưng người ta lại đua nhau bỏ ra cả trăm triệu đồng để xin vào biên chế..

- Người dân còng lưng nộp thuế nuôi cán bộ nhưng mỗi khi cần cán bộ giúp việc gì thì họ phải đi xin, nài nỉ, bôi trơn và họ coi đó là chuyện bình thường.

- Nhà nước của dân, do dân và vì dân nhưng người dân thì chẳng được quyền lựa chọn người lãnh đạo.

- Muốn biết thông tin chính xác về tình hình trong nước thì phải đọc báo chí của nước ngoài và muốn lên tiếng ủng hộ chủ quyền biển đảo thì hãy lên mạng hô hào, chớ dại ra đường biểu tình mà phải vào ngồi nhà đá.

- Công an thì ngày càng đông nhưng tội phạm thì ngày càng tăng, người dân bị mất trộm mà lên báo công an thì bị coi như kẻ đi ăn trộm vậy. Muốn được giải quyết thì đừng nói nhiều nhé, tiền đâu đưa mau. Nhưng ngạc nhiên là dân họ ngoan lắm, đưa tiền xong còn cảm ơn, giống như họ vừa được ban phát đặc ân vậy.

- Pháp luật thì khắt khe nhưng khi dân phạm luật thì họ bỏ tiền ra để chạy tội, vậy thì tội gì mà không ban hành thật nhiều thứ luật khắt khe !

- Cứ chửi thời Pháp thuộc sưu cao thuế nặng nhưng thời nay thuế má đâu có kém, ví dụ như mua 1 lít xăng là đóng hơn 10 ngàn tiền thuế đó.

- Suốt ngày tuyên bố chống tham nhũng nhưng càng chống, tham nhũng lại càng tăng, càng tinh giảm biên chế thì công chức lại càng đông.

- Bệnh viện, trường học thiếu thì không chịu xây mà suốt ngày đổ tiền vào xây tượng đài, bảo tàng để làm cảnh. Công ty nhà nước nào cũng báo lỗ nhưng lương lãnh đạo thì ở trên trời và đặc biệt chẳng bao giờ thấy phá sản.

- Suốt ngày chê bai các nước tư sản nhưng động tý là lại đi ngửa tay xin tiền viện trợ.

- Nông sản ế phải đem đổ bỏ nhưng ở chợ thì bán tràn lan nông sản của TQ, kiểm lâm thì đi phá rừng, hải quan tiếp tay cho buôn lậu.

- Sinh viên ra trường thất nghiệp, để nhường chỗ cho con cháu quan chức dốt nát vào làm.

- Nhưng nghịch lý lớn nhất vẫn là, đất nước đói nghèo lạc hậu nhưng đảng thì lại quang vinh muôn năm...

- Và cuối cùng là tuy có nhiều điều vô lý như thế nhưng nhân dân họ vẫn lặng im, họ cam chịu, họ sợ hãi...

Dennis Prager

Ngày hết hạn thực phẩm:

Những điều cần biết
Được đánh giá về mặt y khoa bởi Melinda Ratini, MS, DO vào ngày 21 tháng 9 năm 2021
Tác giả: Katy Hebebrand

Hiểu về ngày hết hạn thực phẩm

1. Ngày bán trước

2. Ngày tốt nhất nếu sử dụng trước

3. Ngày sử dụng trước (BEST BEFORE)|

Các sản phẩm thực phẩm thường có một số loại ngày hết hạn. Các nhà sản xuất và cửa hàng đôi khi sử dụng các cách diễn đạt khác nhau cho ngày hết hạn. Tìm hiểu ý nghĩa của các ngày đó và cách bạn biết thực phẩm có tốt hay không.

Hiểu về ngày hết hạn thực phẩm

Những ngày bạn thấy trên nhãn thực phẩm *thường không liên quan* đến tình trạng thực phẩm bị hư hỏng.

Thay vào đó, những ngày đó cho bạn biết thực phẩm giữ được hương vị và kết cấu tốt nhất trong bao lâu. Luật liên bang không yêu cầu ngày chất lượng thực phẩm, ngoại trừ trên sữa bột dành cho trẻ sơ sinh.

Bạn có thể thấy những cách diễn đạt khác nhau trên nhãn sản phẩm. Thực phẩm có thể để được bao lâu dựa trên cách diễn đạt đó?

******* Bằng cách hiểu các thuật ngữ hết hạn, bạn có thể hiểu rõ hơn về thời gian thực phẩm của mình còn tốt.***

1. Ngày bán trước Các sản phẩm lạnh thường có ngày bán trước trên nhãn. Các cửa hàng sử dụng ngày này để biết khi nào nên lấy sản phẩm ra khỏi kệ. Bạn có thể ăn thực phẩm sau ngày bán trước.
2. Ví dụ, các sản phẩm từ sữa có thể sử dụng được trong 1 tuần sau ngày bán trước. Trứng an toàn trong 3 đến 5 tuần sau ngày bán trước.
3. Ví dụ về thực phẩm có ngày bán trước bao gồm:
   ****** Sữa , Sữa chua ,Kem Trứng ,Thịt ăn trưa Hỗn hợp, salad 2. Ngày sử dụng tốt nhất Ăn thực phẩm trước ngày này để có hương vị và chất lượng tốt nhất. Thực phẩm của bạn không bị hỏng sau ngày này, nhưng có thể bị khô hoặc không còn ngon nữa***
   . Ngày đóng gói. Các nhà sản xuất và nhà bán lẻ sử dụng ngày này để theo dõi và luân chuyển hàng tồn kho. Các sản phẩm thực phẩm sử dụng ngày đóng gói bao gồm:
   *** Hàng đóng hộp
   Bánh quy, Bánh quy, Gia vị Thực phẩm của bạn có thể để được nhiều tháng hoặc thậm chí nhiều năm sau ngày này nếu được bảo quản đúng cách.
   ******Bao** bì bị hỏng có lỗ, vết lõm hoặc vết phồng. Không ăn thực phẩm từ bao bì bị hỏng vì có thể không còn ngon nữa. Không ăn thực phẩm có mùi hôi.*
4. **Ngày hết hạn**

***Ăn thực phẩm trước ngày này để có chất lượng tốt nhất.
Các nhà sản xuất chỉ định những ngày này cho các sản phẩm thực phẩm. Thực phẩm của bạn có thể để được lâu sau ngày hết hạn.

5. **Ngày hết hạn Ngày hết hạn sử dụng các cụm từ như "hết hạn vào" hoặc "không sử dụng sau" cho các sản phẩm**.
6. Ngày hết hạn được sử dụng trên các sản phẩm thực phẩm như: Sữa bột cho trẻ sơ sinh Thức ăn cho trẻ em Vitamin Thuốc không kê đơn Hỗn hợp làm bánh Bột nở Pectin
***
Các sản phẩm này có ngày hết hạn vì chúng có thể không còn hoạt động như cũ sau ngày được ghi trên bao bì. Men có thể không hiệu quả bằng. Thuốc có thể không mang lại kết quả tương tự. Hỗn hợp làm bánh, mứt và thạch có thể không có kết cấu mong muốn.

5. **Ngày đảm bảo chất lượng** Các nhà sản xuất và nhà bán lẻ sử dụng cách diễn đạt này trên các sản phẩm có thời hạn sử dụng dài. Các sản phẩm thực phẩm của bạn có thể vẫn còn sử dụng được sau ngày đảm bảo chất lượng. Chúng có thể mất đi một số hương vị hoặc kết cấu có thể thay đổi. ***Hãy nhớ rằng chất lượng không giống với sự an toàn.***

*****Các sản phẩm thực phẩm có ngày đảm bảo chất lượng bao gồm:**
-Mì ống và phô mai đóng hộp
Súp đóng hộp-
***Các mặt hàng bánh nướng Ngũ cốc –
-Bơ đậu phộng—
-Mayonnaise
*****Hướng dẫn chung về độ tươi**

Khi thực phẩm được giao đến nhà bạn, chúng sẽ có thời hạn sử dụng nhất định. Hướng dẫn này chỉ là ước tính.

Khoảng 90% người dân ở Hoa Kỳ không hiểu ngày hết hạn trên nhãn thực phẩm. Họ vứt bỏ thực phẩm vẫn còn sử dụng được hoặc có thể đông lạnh để dùng sau. Thực phẩm của bạn có thể có thời hạn sử dụng lâu hơn hoặc **ngắn hơn một chút tùy thuộc vào cách bạn bảo quản**: Sữa có thời hạn sử dụng **là 7 ngày trong tủ lạnh. *Bảo quản ở ngăn sau tủ lạnh để có nhiệt độ lạnh nhất*.**
*****Trứng có thể để được từ 3 đến 5 tuần.** Giống như sữa, bạn nên bảo **quản trứng ở phía sau tủ lạnh**.
*****Thịt xay và gia cầm có thể để được 1 hoặc 2 ngày trong tủ lạnh. Nếu bạn định sử dụng sau, hãy đông lạnh ngay. Thịt và gia cầm đã nấu chín có** thể để được từ 3 đến 4 ngày khi bảo quản trong tủ lạnh.
****Thịt ăn trưa có thể để được 2 tuần trước khi mở và 3 đến 5 ngày sau khi* mở.
*** **Cơm khô hoặc mì ống có thể để được 1 đến 2 năm trong tủ đựng thức ăn.**

Sau khi chế biến, có thể để được 3 đến 4 ngày trong tủ lạnh.

***Bít tết có thể để được 3 đến 5 ngày trong tủ lạnh.

*****Trái cây đóng hộp có thể để được 12 đến 18 tháng trong tủ đựng thức ăn. Sau khi mở, có thể để được 5 đến 7 ngày nếu bảo quản trong tủ lạnh.**

Tránh lãng phí thực phẩm Bạn có thể cảm thấy muốn vứt bỏ thực phẩm sau khi hết hạn sử dụng. Nhiều người nghĩ rằng thực phẩm khiến họ bị bệnh sau ngày hết hạn. Các bệnh do thực phẩm không phải là kết quả của quá trình phân hủy tự nhiên. Vi khuẩn phát triển trong thực phẩm bị ô nhiễm, vì vậy hãy đảm bảo bạn bảo quản thực phẩm đúng cách. Nếu thực phẩm để ở nhiệt độ phòng

****Bạn có thể cảm thấy muốn vứt bỏ thức ăn sau khi hết hạn sử dụng

Nhiều người nghĩ rằng thức ăn khiến họ bị bệnh sau ngày hết hạn. Các bệnh do thực phẩm không phải là kết quả của quá trình phân hủy tự nhiên. Vi khuẩn phát triển trong thực phẩm bị nhiễm bẩn, vì vậy hãy đảm bảo bạn bảo quản thực phẩm đúng cách.

Liên quan**: Chỉ số BMI của bạn là bao nhiêu? Tính toán tại đây Nếu thực phẩm để ở nhiệt độ phòng lâu hơn 2 giờ, hãy vứt bỏ. Sau khi chế biến bữa ăn, hãy cất thức ăn thừa nhanh chóng để tránh bị nhiễm bẩn**.

Bạn cũng có thể giữ cho quầy bếp và bề mặt chế biến thực phẩm sạch sẽ và không có vi khuẩn có hại.

Nếu bạn không định sử dụng thực phẩm ngay, hãy đông lạnh thực phẩm. Vi khuẩn không thể phát triển ở nhiệt độ đóng băng, vì vậy đông lạnh sẽ kéo dài thời hạn sử dụng của thực phẩm.

Bạn có thể đông lạnh sữa, bánh mì và pho mát. Nếu bạn định đông lạnh trứng, hãy đánh tan trứng trước và bảo quản trong hộp kín. Kéo dài thời hạn sử dụng của sản phẩm bằng các kỹ thuật bảo quản tốt hơn.

Ví dụ bao gồm: Bọc thân cây bông cải xanh trong khăn giấy ẩm Bảo quản cần tây trong giấy bạc Cho măng tây vào cốc có nước

Chia sẻ :

"Tôi đã sống trong những hộ gia đình sử dụng rất nhiều sữa, và tôi rất hiểu rằng nếu bạn không mở bình và giữ lạnh, nó vẫn giữ được chất lượng tốt sau ngày hết hạn đáng kể. Mẹo lớn với sữa (thực sự là bất kỳ sản phẩm từ sữa nào), chỉ lấy sữa ra khỏi tủ lạnh khi bạn cần, không bao giờ đặt sữa lên bệ bếp. Tôi chỉ lấy sữa ra với một chiếc cốc đã chuẩn bị sẵn để đổ đầy, và tôi sẽ để lại ngay trong tủ lạnh khi dùng xong, đó là một kiểu "nghi thức dùng tủ lạnh" mà tôi tự học được, thực sự giúp giảm lãng phí."

(Amy tổng hợp)

NGÓN TRỎ ĐÂU RỒI EM

Hình minh họa - Source: Online

Lá cờ vàng ba sọc đỏ
Xuất hiện lần đầu tại thủ đô Hà Nội
Trong viện bảo tàng cuộc chiến Việt Nam
Tranh tối tranh sáng ngày nhận mặt anh em

Đã gọi là chiến tranh
Thì phải có hai hay nhiều phe lâm chiến
Và khi cuộc chiến tàn
Thì phải có bên thắng bên thua

Lớp lớp người xông pha
Qua sắc áo màu cờ
Những chiến sĩ vô danh
Và những anh hùng liệt nữ

Đã hiến đời mình vị quốc vong thân
Cho dẫu bên nầy Pyrenee là chân lý
Và bên kia là sai lầm hay ngược lại
Nhưng mỗi phía bao phiến đời lận đận
Chẳng đồng chiều nên phải trái có đường riêng

Lớp hậu sinh như em
Có đứa nhìn ra núi là núi sông là sông
Có đứa tâm cạn trí mòn hận thù thui chột
Nhìn núi sông qua lăng kính mịt mù
Của quá khứ trái chiều theo chiến tuyến

Hôm nay tôi nhận ra hình em
Đưa ngón tay giữa như muốn phô thân xác lõa lồ
Học đòi theo kiểu Mỹ Ghetto
Để bày tỏ cảm tình thương ghét
Em nỡ lang thang xó chợ vỉa hè

Em xuất thân từ phương nao
Mà não trạng nhuộm chàm buồn đến thế
Tâm hồn nám đen hạnh kiểm lu mờ
Để chào lá cờ quá khứ kiểu hơn thua

Tôi nhớ màu cờ và thương em bé nữ
Nạn nhân truyền đời nhuộm bạc hết thanh xuân
Trời không xanh và mây không trắng

Em chẳng nghe thấy gì ngoài tiếng cú
kêu trăng

Em sinh ra sọc buồn sao lặn
Bởi những cặp kính màu căng mắt nhìn
nhau
Vẽ thì nhiều mà tình thật chẳng bao
nhiêu
Màu mắt mẹ chỉ còn trơ ngấn lệ

Tôi ước mơ một ngày tuổi dại đời em
Ngón tay giữa sẽ thay bằng ngón trỏ
Thay trầm luân thành chỉ hướng cho đời
Thế hệ trẻ Việt Nam ơi

Cần một tấm lòng
Đừng đợi

Sacramento mạnh Thu 2024
Trần Kiêm Đoàn

**** Đừng tự hào vì nghèo mà học giỏi.***
Hãy tự hỏi vì sao giỏi mà vẫn nghèo

Để Chính Văn được tiếp tục phục vụ Quý vị... Đọc giả xin hãy tiếp tục ủng hộ và giới thiệu đến bạn bè, thân hữu... đọc báo Chính Văn.

Chân thành cảm tạ.

Nhẫn không phải lúc nào cũng mong " Dĩ hoà vi quý "luôn nói không mỗi khi xung đột!

Không ai hoàn hảo, đừng vội kìm nén cảm xúc bản thân
Sẽ gây ảnh hưởng xấu đến những mối quan hệ cũng như chính sức khỏe tinh thần.

Mọi việc tranh cãi hoàn toàn có thể được khắc phục! Việc né tránh hay chiều lòng người khác cũng là hành vi tiêu cực !

Đôi khi nhiều việc tranh cãi là cần thiết vô cùng, Đảm bảo liên hệ vẫn tốt, người có trí tuệ biết dùng:
Hòa giải, thỏa hiệp, hợp tác theo những cách hợp lý và lành mạnh!

Thiết lập và duy trì những giới hạn khó khăn cần tránh ! Đừng cố gắng quá mức để trở nên tử tế với tất cả mọi người! Chỉ cần thể hiện thiện chí hợp tác với nụ cười.

Thật ra "chúng ta không ai là không sai lầm, không oan trái "Hãy nêu rõ quan điểm, mục tiêu vấn đề đang tranh cãi. Rồi quay vào bên trong để rọi lại tâm mình. Cho đến khi cảm nhận được sự an bình. Có sự thấu hiểu đủ đầy và khả năng kết nối trong tất cả mọi thứ!

Nhẫn có nhiều loại tuỳ theo cách hành xử (1)
Nếu phân chia theo ý nghĩa, lại có bên ngoài và bên trong.
Bên ngoài vì danh lợi , uy quyền nên cứ chiều lòng
Bên trong, thấy rõ do vô minh,
sân hận tham ái nên tha thứ hỷ xả
Và không cần tránh né vẫn vượt qua chướng ngại tất cả

nói ra là Bạc Im lặng là vàng, nhưng có khi phải nói ra để không phải hờn dỗi

Người Đức Đức có câu " hãy uống trà và chờ đợi "

Qua cuộc bầu cử ở Mỹ cả thế giới sôi nổi tranh luận (và không còn là đàm luận) mà đã kích nhau. Sỉ nhục nhau kể cả những ngôn tự chợ búa , khó nghe ví dụ " thằng Trump là thằng đê tiện, ai bầu cho nó là ngu....vv và vv "

Khi chúng ta đến trường. Trước 1975 có môn giáo dục... ở Đức thì từ mẫu giáo cũng được giáo dục lịch sự và không được sỉ nhục người khác bằng những từ ngữ tổn thương...

Nhưng từ cuộc bầu cử tất cả những thú tính (háo thắng /cố chấp) của người VN đã được bộc lộ ra.

Văn minh là gì ? Văn minh là nhốt con thú rừng rú trong cơn người vào lồng !

Chúng ta đang được may mắn có giáo dục và đang được ở một xứ văn minh có dân chủ có tự do ngôn luận nhưng nhưng tự do ngôn luận không có nghĩa là tự do phỉ báng… sỉ nhục cá nhân khác...

Nhất là những vấn để thật sâu xa. Liệu chúng ta đã đủ trình độ để xét đoán ??? Và cũng nên nhớ câu của Cựu TTJohn F. Kennedy "hãy hỏi chúng ta đã làm gì cho quốc gia, không nên đòi hỏi Quốc gia đã làm gì cho mình".

Cũng đừng quên chúng ta ở ngoại quốc cũng chỉ là Dân tộc thiểu số… tha phương cầu thực…!

KIDNEY SUPPORT

Công thức này được sử dụng để tạo điều kiện lưu thông máu tốt hơn và phân tán sự ứ đọng và tích tụ để thúc đẩy vi tuần hoàn của thận để tạo điều kiện chuyển hóa nước lành mạnh, tăng cường và duy trì các chức năng khỏe mạnh của thận.

Công dụng:

1. Giảm đau nhức và đầu gối mềm nhũn
2. Giảm Lumbago (Đau thắt lưng, đau nửa người)
3. Tăng tiết tinh trùng
4. Chữa xuất tinh sớm

Giúp điều hoà huyết áp, cholesterol là nguyên nhân gây ra đột quy, công thức ngàn năm từ Âu châu.

TRUHERBS USA® bio-pharma

ĐẠI LÝ TRUHERBS

Chuyên viên tư vấn
Amy Ngọc: 916 230 6172

- TAMMY Tel: 408-420-1042
- THANH Tel: 916-267-5680
- Angels Beauty (khu Grand Mall Sanjose) Tel: 408-297-1688
- Tina Thanh Tel: 916-267-5680
- Hao Nguyen MN Tel: 612-790-5846
- HONG PHAT GIFTSHOP Tel: 972-495-0282 / 214-470-0223
- AV-DIRECK Tel: 714-829-8224
- MY TIEN Tel: 916-743-1447
- HONG PHUC Tel: 916-266-1430
- KIM THANH Tel: 408-420-1042

TINH CHẤT NGHỆ CỦA CÔNG TY CHÚNG TÔI CÓ ĐỘ TINH CHẤT CURCUMIN CAO

Turmeric Curcumin Complex Proprietary Blend Turmeric (Curcuma longa) (root), Turmeric (Curcuma longa) (root) (from 10:1 extract)

Supplement Facts

·Serving Size: 1 Quick Release Capsule
·Servings Per Container: 180

Amount Per Serving	% Daily Value
Turmeric Curcumin Complex Proprietary Blend Turmeric (Curcuma longa) (root), Turmeric (Curcuma longa) (root) (from 10:1 extract)	800 mg

*Daily Value not established.

Other ingredients:
Gelatin Capsule, Rice Powder, Vegetable Magnesium Stearate, Silica

Directions:
For adults, take 1 quick release capsule daily, preferably with a meal.

WARNING:
If you are pregnant, nursing, taking any medications or have any medical condition, consult your healthcare professional before using this or any other nutritional supplement. If any adverse reactions occur, immediately stop using this product and consult your doctor. Not intended for use by persons under the age of 18. If seal under cap is damaged or missing, do not use. Keep out of reach of children. Store in a cool, and dry place.

Bạn đã tìm thấy One-Stop-Shop cho Vitamin & Thực phẩm bổ sung tại Công thức của chúng tôi được chế tạo tại cơ sở sản xuất "Được chứng nhận GMP" của riêng chúng tôi. Chúng tôi xác minh sản phẩm với các cơ quan bên thứ ba đã đăng ký với FDA để đảm bảo chất lượng và độ tinh khiết. Mỗi sản phẩm đều trải qua hàng trăm lần kiểm tra, trong quá trình sản xuất và sau sản xuất. Hơn nữa, chúng tôi có thể đảm bảo với bạn rằng mọi thứ trên nhãn của chúng tôi đều phù hợp với những gì có trong Vitamin & Thực phẩm bổ sung của chúng tôi.

Không có Gluten
Không biến đổi gen
Không có đậu nành
Không có màu nhân tạo
Không có hương vị nhân tạo
Không có chất tạo ngọt nhân tạo
Không có chất bảo quản
Không có lúa mì
Không có men
Không có sữa
Không có đường lactose

About Turmeric:
A Tropical perennial native to South and Southeastern Asia, Turmeric (Curcuma longa) can reach a height of 6 feet. It is a member of the ginger family, and bears long, dark green leaves that sprout from a brightly colored yellow-orange system of roots, or rhizomes. Turmeric's rhizomes have seen a wide range of use, from culinary applications as a spice (most notable giving curry its signature color) to Hindu religious ceremonies and folk wellness practices.

Ingredients: Organic Turmeric (Curcuma longa) Root

Directions: As a spice, add 1/8 teaspoon to your favorite dishes.

PRODUCT OF INDIA
MADE IN USA

Best before 12/31/2023

HERBAL SPICE

WWW.TRUHERBSUSA.COM

ORGANIC
TURMERIC EXTRACT
CURCUMA LONGA

100 Capsules

With Turmeric Root Ground (Organic)

Net WT 11 oz (311gr)

COMPLIANCE WITH JAPANESE GMP STANDARD

- 100% Certified Organic
- 100% Satisfaction Guarantee

Marilyn Monroe

Cuộc sống riêng đầy thăng trầm, những vai diễn đa dạng và nhiều cá tính trên màn ảnh đã giúp "biểu tượng sex" Marilyn Monroe đúc kết thành những câu nói bất hủ và mang đậm tính cách của cô.

Không chỉ là một phụ nữ đẹp, gợi cảm, hấp dẫn và tài năng, Marilyn Monroe còn là một phụ nữ thông minh, cá tính và luôn muốn khẳng định mình.

"Tình dục là một phần của tự nhiên. Tôi là người tuân theo tự nhiên"

"Cơ thể con người sinh ra là để được ngắm nhìn chứ không phải bị che đậy"

"Tôi đọc thơ để lưu giữ thời gian"

"Tôi tin rằng, mọi chuyện xảy ra đều có một nguyên nhân nào đó. Con người thay đổi để bạn học cách cho đi mọi chuyện, mọi thứ xảy ra không như ý muốn để bạn biết trân trọng những giây phút tốt đẹp, bạn tin vào những lời nói dối để rút ra rằng, đừng tin tưởng bất kỳ ai trừ bản thân mình, và đôi khi mọi chuyện tốt lành cùng tan tỡ để những thứ tốt đẹp hơn xuất hiện"

"Tôi không muốn kiếm tiền, tôi chỉ muốn trở nên hoàn hảo"

"Tôi là một phụ nữ đích thực và tôi thích điều đó"

"Bên dưới lớp trang điểm và đằng sau nụ cười, tôi chỉ là một cô gái lúc nào cũng mong có cả thế giới"

"Thật tuyệt khi cả thế giới biết bạn, thậm chí chỉ là một ngôi sao gợi cảm, hơn là chẳng được ai biết *tới"*

"Tất cả chúng ta đều là ngôi sao và chúng ta xứng đáng tỏa sáng lấp lánh"

"Tôi chưa bao giờ lừa dối ai. Tôi chỉ để người ta tự lừa dối mình. Họ không muốn tìm hiểu xem tôi là ai. Thay vào đó, họ tạo ra một nhân vật cho tôi. Tôi không tranh luận với họ. Họ yêu một con người không phải là tôi".

"Tất cả những cô gái nhỏ đều xứng đáng được ngợi khen xinh đẹp cho dù sự thật không phải thế"

"Nếu bạn có thể khiến cô cô gái bật cười, thì bạn có thể khiến cô ấy làm mọi thứ"

"Tôi không biết ai đã tạo nên những đôi giày cao gót nhưng tất cả phụ nữ trên thế giới này đều mắc nợ người đó"

"Tôi thích làm những thứ mà các nhà kiểm duyệt cấm đoán"

"Tôi không bận tâm nếu phải sống trong thế giới của một người đàn ông, miễn là tôi là người phụ nữ duy nhất sống trong đó"

"Tôi không nghĩ mình là một diễn viên giỏi. Tôi hiểu mình như thế nào. Tôi có thể cảm nhận được mình thiếu tài năng như món đồ rẻ tiền tôi mặc trong người. Nhưng, lạy Chúa, tôi muốn học, muốn thay đổi và muốn tiến bộ"

"Một cô gái khôn ngoan sẽ hôn nhưng không yêu, không nghe, và không tin và bỏ đi trước khi bị bỏ"

"Tôi từng xuất hiện trên một cuốn lịch nhưng chưa bao giờ đúng giờ"

"Hollywood là nơi mà họ có thể trả cho bạn một nghìn đô la để đổi lấy một nụ hôn và 50 cent để có được tâm hồn của bạn. Tôi hiểu, bởi tôi thường xuyên từ chối những lời mời đầu tiên và được đưa 50 cent ra trước mặt"

"Những chú cún không bao giờ cắn tôi. Chỉ có con người mới làm thế"

"Tôi cũng có cảm xúc. Tôi vẫn là một con người. Tất những gì tôi muốn là được yêu mến bởi chính con người tôi và tài năng của tôi"

"Ai nói, đêm chỉ dành để ngủ?"

"Tôi biết mình thuộc về công chúng và thế giới này, không phải vì tôi có tài hay xinh đẹp mà là vì tôi chưa bao giờ thuộc về bất kỳ thứ gì hay bất kỳ ai khác"

"Tôi thường ở bên một ai đó. Tôi không cần phải chạm vào họ. Thậm chí là không nói chuyện. Một cảm xúc thoáng qua giữa hai chúng tôi. Như vậy để nhận ra mình không hề cô đơn"

"Đàn ông luôn nghĩ các cô gái giống như những cuốn sách. Nếu bìa sách không hợp mắt họ, họ sẽ không buồn đọc những gì bên trong cuốn sách"

"Những ông chồng về cơ bản chỉ tốt như những người tình bởi họ có thể phản bội vợ mình"

"Vài người không tốt bụng chút nào. Nếu tôi nói tôi muốn trở thành diễn viên, họ sẽ nhìn vào ngoại hình của tôi. Nếu tôi nói muốn phát triển, muốn học nghề thì họ sẽ bật cười. Họ không mong tôi nghiêm túc với công việc của mình"

"Mọi người có thói quen nhìn vào tôi như thể tôi là một cái gương thay vì là một con người. Họ không thấy tôi, họ chỉ thấy những suy nghĩ của chính họ"

"Đầu tiên, mọi thứ diễn ra thật trong sáng và vui vẻ nhưng khi Billy quay đi quay lại cảnh đó và đám đông toàn nam bật cười rồi vỗ tay nói "Nữa đi, nữa đi Marilyn, hãy cho chúng tôi thấy nhiều hơn thế". Khi đó cảnh quay vui vẻ trở thành cảnh "nóng".

"Thật sai lầm khi một người đàn bà mong đợi một người đàn ông xây dựng thế giới theo ý thích của cô ấy mà không tự kiến tạo nó cho mình".

"Đàn ông luôn nghĩ những mối tình trong quá khứ của một người đàn bà sẽ làm hỏng tình yêu hiện tại của cô ấy dành cho mình. Họ thật ngu ngốc và yếu đuối. Một phụ nữ có thể mang lại một thứ tình cảm hoàn toàn mới mẻ cho những người đàn ông mà cô ấy yêu"

"Nếu tôi bị ám ảnh bởi những nguyên tắc thì có lẽ tôi chẳng dám đi đâu cả"

"Tất cả những gì một cô gái cần là một người đàn ông chứng minh cho cô ấy thấy rằng, không phải tất cả đàn ông đều giống nhau"

"Điều tuyệt vời nhất với tôi là một giấc ngủ, và ít nhất khi đó tôi có thể nằm mơ"

"Thà trở nên lố bịch còn hơn là làm một người tẻ nhạt"

"Sự nghiệp là một điều tuyệt vời nhưng bạn không thể ôm ấp nó trong một đêm lạnh giá"

"Khi bạn còn trẻ và khỏe mạnh, bạn có thể lên kế hoạch tự vẫn vào Thứ hai và chỉ cần qua Thứ tư là bạn lại cười vang vui vẻ trở lại"

'Một cô gái bình thường luôn biết rất rõ những hạn chế của mình nhưng một cô gái khôn ngoan luôn biết cô ấy chẳng có khiếm khuyết nào"

"Cô ấy là một cô gái luôn biết cách làm mình vui kể cả khi buồn bã. Và điều đó thực sự quan trọng"

Trong suốt cuộc đời đầy vinh quang và biến động của mình, nữ hoàng sắc đẹp Marilyn Monroe đã có nhiều lời khuyên đáng giá về cuộc sống, công việc và tình yêu dành cho phụ nữ. Để có được hạnh phúc, phái đẹp nên sống cuộc đời của chính mình, yêu thương bản thân, tìm niềm vui từ những điều xung quanh.

'Hãy mỉm cười với cuộc sống vì có nhiều điều tươi đẹp trong đó'

Bạn đang chán nản với hiện tại? Tương lai mờ mịt trước hết? Hay mọi thứ thật là khó khăn? Thật sự thì ai cũng có vấn đề phải bận tâm nhưng lo lắng lại chẳng mang lại lợi ích gì. Ngược lại, lạc quan mới là "liều thuốc" hữu hiệu.

Cho dù có xảy ra chuyện gì, gặp khó khăn đến đâu thì phái đẹp hãy nhìn nó trên khía cạnh tích cực nhất. Có như vậy, bạn mới đủ sức mạnh để vượt qua trở ngại và trở nên mạnh mẽ hơn. Hãy khám phá những niềm vui nhỏ bé xung quanh mình và luôn nhớ rằng, ngày mai vẫn luôn là một ngày mới.

'Đôi khi xui xẻo xảy ra đơn lẻ, tốt đẹp thường đến cùng lúc'

Khi có những điều xảy ra ngoài mong muốn của bạn như một tình yêu đổ vỡ, rắc rối trong công việc, các mối quan hệ đến đâu…hãy nhớ rằng, những xui xẻo này chỉ là nhất thời tìm đến đến thử thách bạn. Nếu vượt qua được nó, bạn hẳn sẽ được nếm mùi quả ngọt. Điều quan trọng là chỉ cần bạn giữ vững niềm tin, không phản bội lại lý tưởng của chính mình thì mọi rắc rối sẽ không có cơ hội đánh gục bạn.

'Có công việc thật tuyệt, nhưng bạn không thể cuộn mình vào nó trong đêm đông'

Công việc không thể sưởi ấm phụ nữ trong đêm đông, còn vòng tay của người chồng thì có thể. Theo quan điểm của Marilyn Monroe, phụ nữ cần học cách cân bằng giữa công việc và gia đình. Phái đẹp cần công việc để độc lập về tài chính và thể hiện bản thân, nhưng mải mê theo đuổi sự nghiệp thì không nên. Những người phụ nữ thành công thường rất cô đơn. Họ có thể được chào đón ngoài xã hội, nhưng lại lẻ loi trong chiếc căn nhà của mình. Xét cho cùng, không phải là công việc mà chính tình thân mới là thứ đồng hành cùng ta đến cuối cuộc đời.

'Cố gắng trở thành người khác là một sự lãng phí bản thân'

Bạn không có nghĩa vụ phải lòng hài lòng tất cả và làm hài lòng tất cả cũng chưa chắc là điều hay ho. Có câu nói rằng: “Tôi không biết chìa khóa của thành công là gì, nhưng tôi biết chìa khóa của thất bại là cố gắng làm vừa lòng tất cả mọi người”. Hãy nhớ rằng, trăm năm chỉ là hữu hạn, hãy sống cuộc đời của chính mình để không hối tiếc về sau.

'Phụ nữ chẳng nên thiết tha người không cần họ'

Là phụ nữ, hãy hiểu và trân trọng giá trị bản thân. Với một người đã không cần đến bạn thì không nên níu kéo làm gì, nhất là trong vấn đề tình cảm. Tình yêu có muôn hình vạn trạng nhưng chẳng có cuộc tình nào bền vững nếu một trong hai bên không cần đến nhau.

'Đừng vì một lần thất bại mà tưởng rằng sẽ luôn thất bại'

Sai lầm, thất bại là điều không thể tránh khỏi trong cuộc sống. Nhưng có sai lầm mới có trưởng thành, có vấp ngã mới có lớn khôn. Vì thế, bạn chẳng nên vì một lần vấp váp mà đã vội chùn bước. Thất bại trong quá khứ đã mang lại cho bạn một bài học vô giá trong tương lai.

'Nếu có thể làm phụ nữ mỉm cười, cô ấy nguyện làm tất cả vì bạn'

Câu nói này gần như là một lời khuyên mà Marilyn Moroe dành cho các đấng mày râu. Phụ nữ tưởng phức tạp mà thực ra rất đơn giản. Chỉ cần được yêu thương và trân trọng, nàng sẵn sàng làm tất cả vì đối phương. Muốn trở thành người đàn ông hạnh phúc nhất thế giới, trước hết hãy trân trọng người phụ nữ ở bên cạnh mình.

Tường Vi

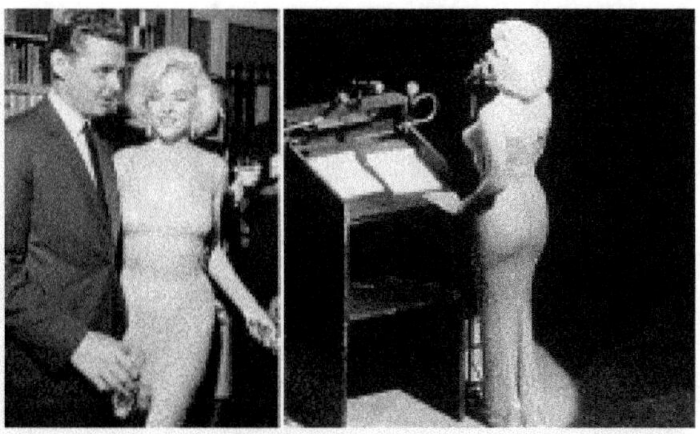

Marilyn Monroe mặc đầm sexy hát mừng sinh nhật Tổng thống Kennedy

8 mẹo trang điểm biến Marilyn Monroe từ cô gái tầm thường thành 'biểu tượng sex'

THƠ TRÍ THẮNG

Bước Chân Hành Giả

Đầu Đà hạnh nguyện lan xa
Bước chân hành giả không nhà du phương
Nam Trung đất Bắc nẻo đường
Trên miền đất nước dặm trường nắng mưa
Lòng người chưa thỏa ý vừa
Mong về xứ Phật năm xưa tu hành
Ngàn dặm chân ý tâm thành
Cùng nhóm Tăng sĩ thực hành vân (chân) du
Xuyên qua nước bạn mặc dù
Khó khăn ngôn ngữ trí tu vẫn bền
Thuận nghịch lắm đổi truân chuyên
Cầu xin Phật lực trợ duyên độ trì.

Trí Thắng.01/02/25

TẠI ANH ?
TẠI Ả ?

Tô-Ngọc

Kể từ ngày 30-4-1975 đến nay, trong nước lẫn ngoài nước, việc thay chồng đổi vợ như thay áo sơ mi, mà đối với một số người đã là một biểu hiện của sự "văn minh tiến bộ" và "nam nữ bình quyền". Hôn lễ trước bàn thờ gia tiên hay trong giáo đường, trong chừng mực, giá trị đã không bằng mảnh giẻ rách !

Vậy thì... tại anh, tại ả ? Hay... tại cả đôi bên ?

Nhiều người thường cho rằng người Âu Mỹ không có đạo đức trong luyến ái hôn nhân, do đó vợ chồng bỏ nhau là chuyện xảy ra thông thường... Theo thiển ý, nhận định trên có phần võ đoán và không công bằng. Dù văn minh tiến bộ, nhưng những người Âu Mỹ con nhà đàng hoàng vẫn có đời sống hôn nhân rất đạo đức, chẳng khác gì các cụ người Á đông chúng ta trước đây : vợ chồng tương kính như tân, ăn ở với nhau tới khi răng long đầu bạc.

Mặc dầu chủ nghĩa cá nhân được đề cao trong xã hội Âu Mỹ, nhưng những nam nữ thanh niên con nhà gia giáo đến tuổi lập gia đình vẫn thường hỏi ý kiến cha mẹ hoặc những người bề trên, và vấn đề "môn đăng hộ đối" không phải không được đặt ra... Sự phá lệ thường đưa tới những đáng tiếc trong hôn nhân, mà kết quả là những vụ ly dị, hoặc tin tức xấu xa mà một số báo lá cải hay nhòm ngó vào, nhất là trong giới cung đình quyền quý : chẳng hạn như chuyện công chúa Margaret và ông chồng phó nhòm Tony Armstrong, chuyện thái tử Charles và hoàng tức Diana v.v...

Một hiện tượng thường thấy trong cộng đồng Việt Nam hải ngoại, là hầu hết các vụ ly dị đều do phía phụ nữ khởi tố, dù rằng vợ chồng lấy nhau đã có cháu nội cháu ngoại, và bà sở dĩ sang được tới Hoa Kỳ lãnh oen-phe với mê-đi-keo chữa bệnh cũng nhờ trên dưới 10 năm tù của chính đức ông chồng.

Trước 1975, ông là sĩ quan mai vàng mai bạc trên vai, có tà loọc theo hầu, đi đâu cũng được tiếp đón long trọng... Nay hết thời, ở vào tuổi trên 60 nhưng lại chưa đủ 65 để hưởng SSI, xin đi rửa chén cũng không ai thèm mướn. Trong khi đó những bạn hoặc thuộc hạ của ông mau chân hơn, sang Mỹ từ 1975, nay đã có cơ sở làm ăn khang trang, nhà cửa bề thế...

Bà không thấy sự khó khăn lúc ban đầu của những người tới trước này, họ cũng khốn khổ - có khi còn hơn vợ chồng bà ngày hôm nay - mà hiện thời chỉ thấy họ "ngon lành", còn chồng mình thì đúng là thứ vứt đi, nhất là sau những năm tù đầy đâm ra lẩm cẩm, và cái "khoản kia" xem chừng xìu xìu ển ển chẳng ra làm sao ! Cung cách trả bài của ông thật ra chỉ làm bà... "chua cả miệng", phải mất công đi tắm !

Nhìn vào gương, sau thời gian tẩm bổ với thực phẩm do foodstamps của Bộ Canh Nông Mỹ cung cấp, bà thấy mình trẻ hẳn ra... Da dẻ mỡ màng bóng bẩy, đôi môi mọng đỏ, đôi mắt mơ màng... So với ông thì thật là một trời một vực ! Mỗi lần có việc đi với ông, ông lõm cõm cái xe cà là tàng đời 1979-80, sao mà nó mất thể diện thế ! Trong khi đó bạn của bà phây phây bên vô-lăng chiếc Lexus, Mercedes hay tồi ra cũng Honda Acura 1990.

Không thể được, sang Mỹ tức là bắt đầu một cuộc đổi đời... Xung quanh bà biết bao nhiêu người mời đón, bà không chớp thời cơ, hội nhập ngay vào xã hội mới khi còn có người mến mộ, thì còn chờ đến bao giờ ?

Có bà vừa tới Mỹ chừng 2-3 tháng đã nạp đơn xin ly dị chồng... Trong khi chờ đợi tòa xử, bà bồ bịch tùm lum, hết ông Mercedes đến ông BMW, rồi tới ông Porches, ông Juagar... Ông nào cũng hứa bà ly dị xong là cưới liền. Chà, phụ nữ An-nam-ta bên Mỹ thật đắt giá như tôm càng xanh !

Nhưng ra tòa xong xuôi, một năm, hai năm rồi ba năm... Chẳng thấy có ai "xin bàn tay". Các ông Mercedes, BMW, Porches, Jaguar biến đâu mất... Bà phải tìm một công việc gì đó để làm... Nhưng chữ nghĩa có được bao lăm, mà cái tuổi trên 50 thì coi như về vườn. Làm cho Mỹ thì không được rồi, đành "gà què ăn quẩn cối xay" với cộng đồng người Việt vậy... Thôi thì liệu cơm gắp mắm, miễn sao đủ tiền share phòng và ngày hai bữa chỉnh tề là quý, còn ốm đau thì nhờ nhà nước !

Người viết nêu chuyện trên với một số bè bạn sang Mỹ từ 1975, mọi người đều nói :

- Bọn có tiền ở Mỹ chúng nó có thiếu gì chỗ đi chơi ! Các em sinh viên mắt xanh mũi lõ, túng tiền cho "xào khô" với giá 15-20 tỳ... Mát xa An-nam ta thì chi 35 tỳ hợp pháp cho chủ, còn khoản kia là năm chịch, nhưng dĩ nhiên phải kín đáo... Vào động Đại Hàn thì 120 tỳ, các em trẻ thơm như đào xi-nê, an ninh bảo đảm, kỹ thuật tuyệt vời... Nhưng tất cả đều phải xài ca-pốt, chán bỏ mẹ ! Mà không xài, lỡ aids một cái là bỏ mạng sa trường... Còn các bà từ Việt Nam mới qua, già một tý cũng được, nếu mau chóng chịu hội nhập vào giới enjoy, thì dĩ nhiên "ông đại sứ" sẽ được mời đi chỗ khác chơi, vì đã có cơ quan IOM lãnh việc bảo đảm an ninh trước khi lên máy bay, khỏi sợ aids hay tim la cà lồ gì ráo trọi !

Thì ra cái giá trị đích thực của sự đón mời hứa hẹn chính là con dấu IOM đóng trong hồ sơ bệnh lý xuất cảnh của bà, gửi từ Sài Gòn sang Bangkok rồi từ Bangkok chuyển về Mỹ ! Hay nói toạc móng heo ra là làm tình với các bà thuộc đối tượng này bọn chơi bời bên Mỹ khỏi phải xài tới công-đom, "không bao giờ ngăn cách đâu em", thế thôi !

Chồng chúa vợ tôi

Bà xã người viết có một bà bạn khá thân, vì là hàng xóm lâu năm... Hai người gặp lại nhau hôm đi chợ Đại Thành. Hỏi, mới biết bà bạn đã ly dị chồng từ ba bốn năm nay. Lý do : ông chồng cả ngày chỉ uống rượu, chửi vợ mắng con, chẳng chịu làm ăn gì hết.

Bà vợ và đứa con gái lớn nhận may "gia công" quần áo qua trung gian một nhà thầu. Ngoài ra, mẹ thì bán hàng cho một siêu thị, còn con gái thì làm hầu bàn cho một tiệm phở... Những đứa khác tuy còn đi học, nhưng cũng giúp đỡ mẹ và chị cắt chỉ, hoặc nhận và giao hàng. Còn ông chồng, thì rượu vào là chửi, kể công lao khó nhọc, vào tù ra khám, chạy đôn chạy đáo nuôi nấng vợ con : "Đù má, không có ông thì cả lò nhà chúng mày chỉ có đi mò cua bắt ốc, suốt đời không ngóc đầu lên được... Nay định dở trò hống hách làm tàng với ông hả ?"

Bà bạn kể chuyện, rơm rớm nước mắt... Cho tới khi gặp lại vợ chồng tôi, bà bạn - dù đã ly dị chồng - vẫn ở vậy nuôi các con. Bà nói : "Hạnh phúc của tôi bây giờ là nhìn thấy các cháu nên người !"

Vợ chồng tôi thực tình muốn hàn gắn lại cho hai người. Tôi tìm cách gặp lại ông hàng xóm cũ, lúc đó sống bằng tiền G.A., với 115 đô foodstamps. Qua vài lần tới chơi và nhậu nhẹt, tôi đưa ý kiến tái hợp lại cho hai người, thì ông đùng đùng nổi giận chửi luôn cả tôi... Lúc này tôi mới thấy bà bạn của cô vợ tôi đã có lý do chính đáng khi đưa chồng ra tòa.

Đúng là "thầy chạy, hết thuốc chữa" !

Chê Mít trẻ, lấy Mỹ già

Một anh bạn trẻ - gọi là trẻ, nhưng năm nay cũng trên 50 - tù chung với tôi một thời gian khá lâu. Anh bị CS bắt tại chiến trường Khe Sanh. Trong cuộc trao trả tù binh không thấy có tên anh... Người yêu của anh lấy chồng, sanh được hai con rồi cả gia đình vượt biên sang Mỹ hồi đầu năm 1980. Trong cuộc hải trình khi tới đảo thì người chồng chết. Người vợ sang Mỹ, sớm hôm tần tảo nuôi nấng hai con học hành đỗ đạt. Anh bạn ra tù, được tin người yêu đang ở Mỹ nhưng vì lòng tự trọng cũng không dám thư từ... Nhưng gia đình người yêu đã biên thư cho cô gái biết.

"Tình cũ không rủ cũng tới", người con gái biên thư cho người yêu cũ với lời lẽ thật mặn nồng. Anh bạn nhận thư lòng vui khôn tả. Anh không giận người yêu đã bỏ anh đi lấy chồng trong khi anh đi tù. Tù CS thì biết ngày nào ra, trong khi đời người con gái chỉ có một thời... Anh nghĩ thế. Nhưng bây giờ ở hai thế giới khác biệt cách nhau cả một đại dương bát ngát liệu có còn gặp lại nhau ?

Trong thư, người bạn gái góa chồng động viên tinh thần anh, hứa hẹn : *"Anh và em đã mất mát quá nhiều... Chúng mình hãy làm lại từ đầu, gắng bù đắp lại tất cả những gì đã mất. Con em đã lớn, vài năm nữa chúng có thể tự lập... Còn lại là chúng mình, chỉ có chúng mình... Vợ chồng rau cháo có nhau, anh đừng suy nghĩ và mặc cảm gì hết, anh yêu quý !"*

Anh bạn hoàn toàn tin tưởng nơi lời lẽ trong thư. Người yêu của anh thuộc loại học thức, có tư cách và là con nhà gia đình đàng hoàng... Trong thời gian chờ ngày phỏng vấn đi Mỹ, anh vẫn lui tới thăm hỏi gia đình người yêu, và trong nhà thì mặc nhiên coi anh như là rể tương lai. Anh đã từ chối nhiều đám mai mối, những thiếu nữ trẻ đẹp con nhà giàu hoặc con gái chủ hàng vàng... Cái giá từ 5 đến 10 cây vàng và nuôi ăn cho tới ngày lên máy bay, nở rộ từ 1985 đến 1992 cho các ông sang Mỹ theo diện H.O.

Ngày anh tới Mỹ cùng với cha mẹ, ngoài người bạn bảo trợ còn có cả người yêu của anh tới phi trường đón gia đình anh. Đích thân người yêu anh lái xe đưa đi làm các thủ tục giấy tờ, khám bệnh, xin trợ cấp v.v...

Sau khi mọi việc xong xuôi, người yêu của anh đã nói với anh như thế này :

- Em luôn luôn kính trọng anh, chúng ta đã từng có thời yêu nhau... Nhưng bây giờ cuộc sống đã đổi khác, em không còn hợp với anh và anh không còn hợp với em nữa... Em đã khổ suốt bao nhiêu năm trời trên đồng đất xứ người, làm việc quần quật ngày cũng như đêm để nuôi mình và nuôi các con ăn học, nay em cần phải sống cho ra sống... Em cần có người offer cho em một đời sống thoải mái... Với ai em có thể che đậy hay nói dối, nhưng với anh thì không... Hiện có một kỹ sư hàng không người Mỹ sắp về hưu cầu hôn với em. Ông ta từng giúp đỡ mẹ con em trong những lúc khó khăn...

Anh bạn tôi chết lặng người... Nhưng vốn chai lỳ vì nhiều năm "nội trú" trong "Đại Học Máu" của CS, anh lấy hết bình tĩnh nói với người anh từng yêu thương và tin tưởng :

- Khi sang đây anh đã tiên liệu... Điều em nói không làm anh ngạc nhiên. Cuộc sống ở đây buộc chúng ta phải thực tế, phải nhìn vào sự thực. Anh quý em ở thành thực, nghĩ sao nói vậy như ngày xưa... Em nói đúng, trong xã hội mới này chúng ta hoàn toàn không còn thích hợp với nhau nữa... Anh cám ơn em đã nói ra điều đó trước anh... Nhưng dù trong tình huống nào, thì anh vẫn quý trọng em, như khi còn ở quê nhà...

Mới đây tôi gặp lại anh. Mời về nhà chơi, anh tâm sự với tôi :

- Bà bồ cũ của tôi bây giờ khổ lắm... Lúc mới lấy ông kỹ sư hàng không sắp về hưu bà tưởng mình sẽ được như Grace Kelly lấy ông hoàng Monaco... Ai dè sau tuần trăng mật (vé máy bay do hãng tặng cho nhân viên làm việc lâu năm) một tháng sau mới lòi ra tòa biệt thự tráng lệ với hai hồ bơi nước nóng nước lạnh ông kỹ sư mua còn phải trả lối 15-16 năm nữa mới hết nợ ngân hàng... Tiền hưu của ông sau khi trừ các khoản nợ, hóa đơn mua hàng trả góp v.v... cũng chẳng còn được bao nhiêu, nên bà phải hành nghề hớt tóc mới có tiền tiêu riêng và thỉnh thoảng gửi về giúp gia đình bên nhà... Ông kỹ sư tuy già nhưng còn tráng kiện lắm, hàng ngày ông uống vitamine E và C, lại chịu khó chạy bộ... nghĩa là còn lâu mới chết ! Nếu ông chết đi, không biết của chìm của nổi của ông có được bao nhiêu, hoặc ông đã sang tên cho mấy đứa con của vợ trước hay cho ai, thì bà cũng cóc biết. Nghe nói bà muốn ly dị nhưng ông kỹ sư không chịu... Bao nhiêu dự tính của bà đều trật lấc. Tôi tự hỏi không hiểu sao bà sang đây trước tôi cả chục năm mà lại không rút được chút kinh nghiệm nào của những người đi trước mình ?

Tôi hỏi anh bạn :

- Tại sao cậu biết rõi như vậy ?

Anh bạn đáp :

- Có gì đâu... Chả là vì gia đình bà bên Việt Nam nghe nói bà lấy chồng kỹ sư Mỹ, trăng mật nghênh ngang, nhà cửa thênh thang, mà lâu lâu mới thấy gửi tiền về, khi một trăm khi năm chục, liền biên thư bảo : *"Gửi cho vàii chục ngàn đô lấy vốn làm ăn, chứ gửi lắt nhắt tiêu bậy hết, không làm được việc gì"*. Bà đành phải biên thư nói thật với nhà về cuộc sống của bà hiện tại : hai đứa con với chồng cũ tuy làm ra tiền nhưng chúng đều có gia đình riêng, lại ăn tiêu theo kiểu Mỹ đủ sống là may, còn bà thì cũng phải đi cày... mà còn khổ vì mũi bị dị ứng với mùi thuốc hóa chất trong tiệm hớt tóc bà làm... Thằng em trai út của bà bên Việt Nam, vốn là học trò cũ của tôi khi cậu ta học lớp 6 lớp 7, liền photo nguyên con lá thư của bà gửi về nhà, rồi gửi sang cho tôi !

- Bà ấy có thường lại thăm cậu ?

- Thỉnh thoảng... Lúc nào tới chơi là quà cáp hậu hĩ biếu ông bà già tôi, mặt mũi lúc nào cũng cười vui tươi rói... Bà lái chiếc Lincoln láng coóng của ông chồng kỹ sư... Quần áo đắt tiền, phấn son lộng lẫy... Trông rõ là người giàu sang phú quý, ai thấy cũng đều thèm... Nếu không có bản photo thư của bà, đứa nào bảo bà khổ nhất định là tôi đánh vỡ mặt nó ra ! Nhưng cũng chính vì bản photo đó mà khổ, ông ạ !

- ?

- Tôi khổ vì... phải đóng kịch ! Phải vui vẻ, phải ngu ngốc nhìn nhận bà đang sống sung sướng hạnh phúc với ông chồng Mỹ kỹ sư hàng không mà bà lựa chọn, đang được chồng yêu quý offer thừa mứa tiện nghi như một bà hoàng ! Nếu bà biết rằng tôi đã biết tất cả sự thực về cuộc sống hiện nay của bà như thế nào, thì việc gì sẽ xảy ra cho bà ? Tôi cũng phải dối luôn cả ông già bà già nhà tôi, không cho biết chuyện này...

Nói đến đây thì anh bạn tôi hai mắt đỏ hoe...

Thì ra trên cõi đời này càng biết nhiều thì lại càng khổ lắm... Và, có biết bao nhiêu người đang phải gánh chịu cái trạng huống như người tình cũ của bạn tôi ? Y như chuyện xưa kể về cái "lều thơ" của ông Trạng Quỳnh, mà khách đi đò sang thăm khi trở về gặp ai hỏi thì đều trả lời đúng như ông Trạng ghi trong lều như vầy : "Đù mẹ thằng nào bảo thằng nào !"

Giai cấp mới

Sau 30-4-1975, một giai cấp mới nở rộ : giai cấp cán bộ. Nhiều bà vợ của các sĩ quan VNCH sau khi chồng đi tù, đã trở thành vợ, thành người tình của giai cấp mới này. Trong sách lược của CS có chương nói rấút kỹ về khoản này, mục đích phá nát kỷ cương xã hội theo luân thường đạo lý Á đông từ nghìn xưa để lại. Nhờ đó một thằng đi ở đợ mới dám lột truồng bà chủ ra mà làm cái công việc suốt bốn đời từ ông cố nội tới hắn chưa bao giờ dám nghĩ, chứ đừng nói đến dám làm !

Trong khi đó thì "cô Nhíp" Nguyễn Trung Kiên, "nữ chiến sĩ biệt động thành" dẫn xe tăng T.54 của bộ đội cách mạng vào dinh Độc Lập (rồi trở thành tài tử màn bạc đóng lại vai trò nằm vùng đi ở đợ của mình trong gia đình ông đại tá tên Hoàng nào đó), lấy ông chồng chính cống là Quan cách mạng, huy chương huân chương đầy ngực, bằng khen với lẵng hoa treo chật nhà, thì chỉ một thời gian không lâu, sau khi sanh đứa con, liền gút-bai cơm ai nấy ăn, giường ai nấy ngủ... Vì cô Nhíp đã ngửi ngay thấy cái mùi "cách mạng" của đức ông chồng nó chẳng thơm tho như báo Đảng đề cao !

Nhờ có công trạng, cô Nhíp được biên chế vào đơn vị hải quan ngay tại phi trường Tân Sơn Nhất... Bây giờ thì cô "làm kinh tế" với Việt-kiều, hoặûc với "lính Ngụy". "Lính Ngụy" tuy thất thế nhưng tư cách chắc chắn đàng hoàng hơn đám vô sản chuyên chính nhà cô rất nhiều.

Trong khi ở hải ngoại, thì anh tài-lọc, anh tài xế lái xe cho ông tướng ông tá, nhờ chịu khó cày, chịu khó xông xáo việc gì cũng làm không ngại gian khổ... chẳng bao lâu đã có sự nghiệp... Còn lại một thiểu số tướng tá quen chỉ tay năm ngón, lúc nào cũng tưởng mình đương quyền cao chức trọng, tiền bạc đem theo thay vì lo làm ăn lập lại cuộc đời, thì vung tay cờ bạc đĩ điếm cho đã, hết tiền ỳ xác ra... Lúc còn thời, tự cho mình là "danh tướng" cần phải có "giai nhân", như Hạng Võ có Ngu Cơ... Quyền thế trong tay, tiền bạc đầy két làm gì mà chẳng được... Nay sang Mỹ hết tiền thì tình cũng hết, hiện nguyên hình là tướng Quảng Laộc, bà vợ trẻ đẹp nhảy sang thuyền anh tà-loọc hay tài xế cũ... Âu cũng là chuyện thường tình !

Nói vậy thôi chứ cái hào quang tướng tá của mấy ông cũng vẫn còn le lói như nắng quái chiều hôm... Bà chủ tiệm mát-xa ở San Francisco, bà chủ motel ở New York v.v... xưa kia là con bé bán vé số Kiến Thiết "mua số sổ liền" ở bến xe, lài con bé bán bia ôm hay "tả sủi quầy" trong Chợ Lớn, ra nước ngoài sau nhiều năm "quậy bạo" bỗng ăn nên làm ra... Nay nghiễm nhiên trở thành bà chủ đông bạc lắm tiền, thuộc giới cao cấp, thì cái thằng ma-cô "bồi gọi gà", hay anh lơ xe chồng cũ không thể nào tồn tại...

Các bà liền ra tay tế độ với người trầm luân, là những ông tướng ông tá Quảng Lạc bị đời đá đít ! Thế là bà chủ mát-xa bỗng trở thành bà trung tướng A, bà chủ motel nghiễm nhiên là bà đại tá B. Người ta tổ chức những buổi tiếp tân, xưng tụng gọi nhau bằng cái chức vụ khươm mươi đời cho đỡ thèm đỡ nhớ ! Chẳng cơm cháo bổ béo gì, nhưng đốúi với các ông Quảng Lạc ít ra cũng cảm thấy ấm lòng nơi đất khách !

Nhưng các bà chủ tiệm mát-xa, chủ motel này cũng khôn chán... Nhiều bà đã lấy tới bốn năm đời chồng tướng tá, người vài năm, người vài tháng... Nuốt miếng cơm của các bà cũng khó lắm... Nghĩa là, ông cũng phải làm một công việc gì đó cho bà. Chẳng hạn lái xe đưa bà đi thu tiền, trông coi cửa hàng, hoặc làm sổ sách, đi chợ nấu ăn, cắt cỏ đổ rác v.v... và bà mỗi tháng sẽ chi cho ông một số bạc mà lẽ ra bà mướn người khác làm ! Còn việc phục vụ ái tình - tức là đóng vai trò con heo nọc - thì với cái tuổi trên 60 của các ông, lại nữa khi còn trẻ rượu chè ăn chơi cho đẫy vào, bây giờ chắc chắn máy móc cũng "chẳng ra làm sao". Muốn tìm ông Lao Ái hay ông Chín Củi thì các bà nhờ tới "gigolo" (điếm đực) chuyên nghiệp, mà giới này thì là... nghề của nàng, rành sáu câu hơn ai, qua mặt các bà sao được !

"Sinh vi tướng, tử vi thần", sống làm tướng chết làm thần, sách xưa viết vậy. Nhưng trên cõi đời này có mấy người được như Hoàng Diệu, Võ Tánh, Ngô Tùng Châu, Phan Thanh Giản và gần đây nhất là Nguyễùn Khoa Nam, Lê Văn Hưng, Trần Văn Hai v.v… ?

Nghĩ mà buồn thay cho cuộc đổi đời !

***

HỘP THƯ TÒA SOẠN

Ban Biên Tập chúng tôi hân hạnh đón nhận thư từ - Ý kiến của Văn Hữu, Thân Hữu Đọc Giả khắp nơi ...

Mọi Thư từ và Bài vở xin gởi về :

Báo Chính Văn
7005 Walter Avenue Sacramento CA 95828 - USA

Email : baochinhvan@gmail.com
hoặc : amyngoc@rocketmail.com

Tel: 916 230 6172 - 916 509 4445

Xin chân thành cảm tạ những lời khen tặng Khích Lệ của Đọc Giả, cũng như những Phê Bình của Thân Hữu - Văn Hữu.

Xin chân thành cảm tạ quý Văn Hữu: -TS Trần Kiêm Đoàn, Nhà thơ Lê Trọng Nghĩa, Nhà thơ Lão Moc Hoàng Ngân Hà, Nhà thơ Duy An Đông, Nhà thơ Cao Mỹ Nhân, Nhà Báo Sơn Tùng, nhà thơ Nguyễn Phúc Sông Hương và nhiều Văn hữu khác... đã gởi tặng những Tác Phẩm và đồng ý đăng trên Giai Phẩm Chính Văn.

Ban Biên Tập chúng tôi đang và sẽ có gắng khắc phục để Giai Phẩm Chính Văn của chúng ta được hoàn hảo Tốt đẹp dù trong hoàn cảnh Báo chí thời Lưu vong rất ư là khó khăn.

THÂN KÍNH.

THẮNG KHÔNG KIÊU, BẠI KHÔNG NẢN

KIỀU MỸ DUYÊN

Người Việt tị nạn ở Mỹ gần 50 năm, năm nay ứng cử viên người Mỹ gốc Việt nhiều nhất ở những nơi có người Việt tị nạn. Ứng cử viên từ chức Thượng Nghị Sĩ của liên bang đến dân biểu liên bang, Thượng Nghị Sĩ tiểu bang, dân biểu tiểu bang, giám sát quận hạt, giám đốc vệ sinh của thành phố, v.v., có người thắng, có người thua.

Ông bà mình thường nói "Thắng không kiêu, bại không nản" hay "Thua keo này, bày keo khác". Thua lần này, đừng nản chí, tiếp tục làm lại. Khi thua thì mình phải ngồi với những cố vấn của mình và bàn luận tìm ưu và khuyết điểm của mình và tự hỏi:

- Mình có đủ tiền để vận động tranh cử vừa rồi không?

- Mình làm việc có tích cực trong việc tranh cử này hay không? Mình để bao nhiêu thì giờ để vận động tranh cử?

- Có ai biết mình là ai không?

- Mình có sinh hoạt trong cộng đồng của mình, có làm việc từ thiện, có tham gia trong các sinh hoạt của cộng đồng như: tôn giáo, xã hội, giáo dục?

- Mình ăn ở có được đồng hương thương mến không? (Ăn ở được thương là quan trọng nhất trong cuộc đời này.)

Làm chánh trị khó lắm, làm dâu trăm họ, có thể người này thương mình, người khác ghét, nhưng làm sao để người thương mình nhiều hơn ghét thì tốt hơn.

Một bài học đáng ghi nhớ như sau: sau khi Tổng Thống Kennedy thắng cử, ký giả hỏi thân phụ của Tổng Thống:

- Vì sao con ông thắng cử một cách vẻ vang?

- Tiền.

Hai ký giả khác cũng hỏi câu hỏi như thế, thân phụ của Tổng Thống Kennedy đều trả lời giống nhau:

- Tiền.

Tiền là yếu tố rất quan trọng trong cuộc tranh cử vào bất cứ chức vụ nào, nhưng tiền không phải quyết định tất cả. Có ứng cử viên nhiều tiền gấp mấy lần đối thủ nhưng vẫn thua như thường. Chắc quý vị còn nhớ ứng cử viên Chris Phan vừa ở chiến trường vùng Vịnh về California, cấp bậc Trung Tá, là luật sư đi xe đạp gõ cửa từng nhà xin phiếu, gây quỹ hơn $6,000, sau khi trừ chi phí còn $5,000, vẫn thắng cử nghị viên thành phố Garden Grove. So với đối thủ thì Chris Phan thua xa, nhưng nhờ tấm lòng quyết tâm, cố gắng, ăn ở nhiều người thương. Bây giờ, Chris Phan là chánh án di trú liên bang trong hội quân nhân người Mỹ gốc Việt. Nhưng trường hợp đó hy hữu lắm, làm việc gì cũng phải có tiền. Ông bà mình thường nói "Đa kim ngân phá luật lệ", phải có tiền, phải có tiền.

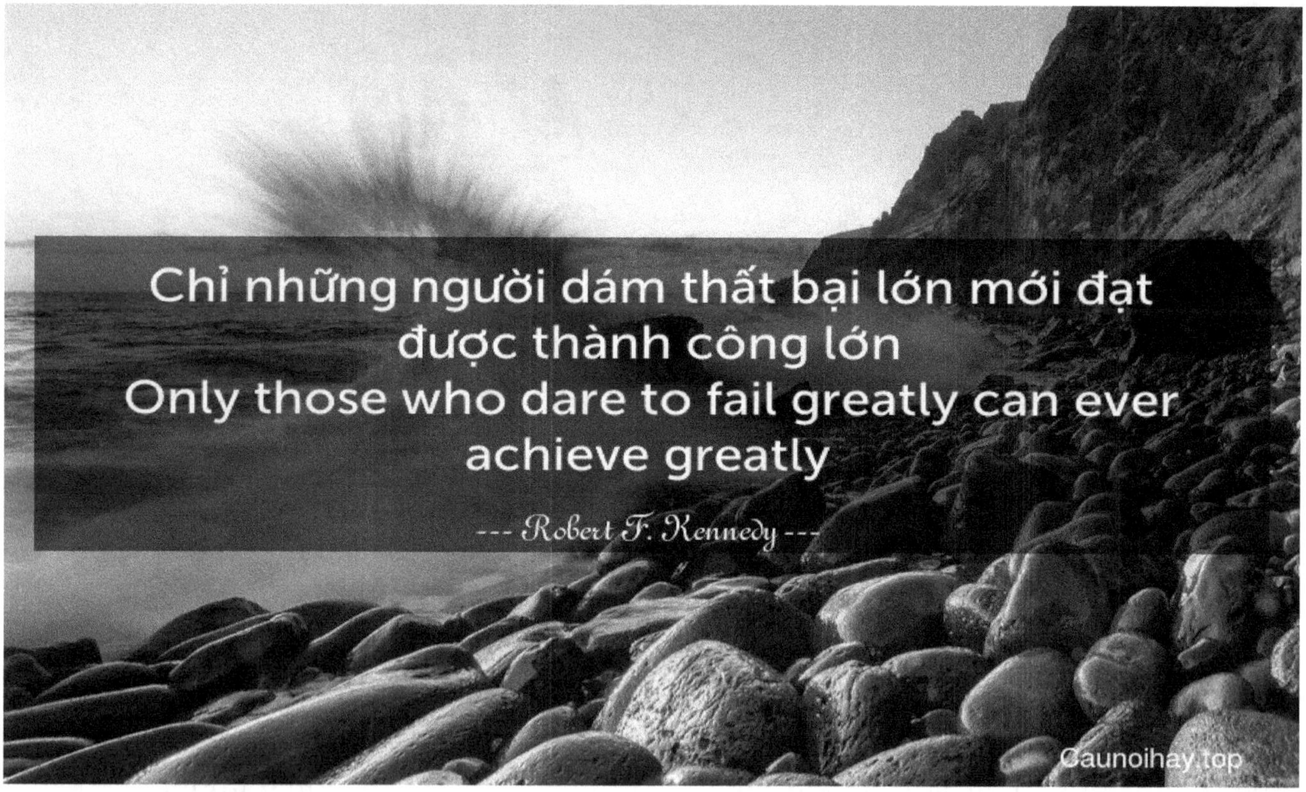

Rất tiếc trong cuộc tranh cử vừa rồi, có nhiều việc đáng tiếc xảy ra: vợ chồng, con cái cãi vã với nhau, người thì ủng hộ ứng cử viên Đảng Cộng Hòa, người thì ủng hộ ứng cử viên Đảng Dân Chủ; bà con, bạn bè cũng vì bất đồng chánh kiến rồi không ngồi lại cùng bàn ăn cơm với nhau. Anh chị em cũng bất đồng ý kiến, giận hờn nhau để làm gì?

Thật ra, Tổng Thống rất ảnh hưởng đến đời sống của dân. 2 vấn đề quan trọng nhất mà ai cũng thấy, cũng biết là kinh tế và an ninh. Nếu kinh tế thê thảm, lạm phát tăng vọt, tất cả người dân đều khốn khổ, trừ người giàu tiền rừng bạc biển, không ảnh hưởng đến họ nhiều. An ninh bất ổn thì người dân khốn khổ, người giàu thì không ảnh hưởng nhiều lắm, nhà của họ có người gác cổng, trên sân thượng có trực thăng, có người gác cổng 24/24 giờ. Ai chết đâu thì chết chứ người giàu đâu sợ chết, ra khỏi nhà thì có người canh chừng nghiêm ngặt với súng đạn.

Người tị nạn Việt Nam sang các nước Tự Do, ai cũng mong cho con cháu của mình thành công hơn ông bà, cha mẹ. Giới trẻ thành công rất nhanh ở khắp nơi trên thế giới. Nơi nào có người Việt tị nạn thì nơi đó có người làm thương mại và có người vào dòng chánh như: hành pháp, lập pháp và tư pháp.

Hy vọng con hơn cha nhà có phước. Hy vọng các thế hệ sau này thành công về mọi mặt. Nếu so với các sắc dân tị nạn khác thì người Việt Nam tiến rất nhanh. Có 7 sĩ quan cấp tướng người Mỹ gốc Việt, giáo sư đại học, khoa học gia, thượng nghị sĩ, dân biểu, giám sát viên, thị trưởng. Về thương mại có 10 tỷ phú người Mỹ gốc Việt.

Sự thành công của người Mỹ gốc Việt rất nhanh và người Việt cũng gởi tiền về Việt Nam giúp đỡ ông bà, cha mẹ, bà con của mình, nhất là các hội từ thiện giúp người cùi, người mù, trẻ em mồ côi.

Tôi rất phục những người làm việc hết lòng, hết dạ của mình mà không thành công, vẫn làm việc cho đến thành công trong bất cứ việc làm nào. Thất bại mà không nản là yếu tố của người thành công. Tôi cũng phục những người thành công mà không kiêu căng, tự mãn vì còn nhiều việc làm trước mắt lớn hơn, tốt đẹp hơn đang đợi họ. Người mà thắng không kiêu ngạo, bại không nản chí là người sẽ thành công vượt bậc.

Sau ngày bầu cử 5/11/2024, chúng tôi gặp ứng cử viên thất cử: hai vợ chồng nói chuyện một cách bình thản, không buồn rầu, không thất vọng, không bị xuống tinh thần. Người vợ với tiếng cười giòn tan, không phiền trách hay than vãn. Cô nói:

- Thua keo này, bày keo khác.

Nhìn hai vợ chồng cười nói vui vẻ, tôi biết họ sẽ thành công trong tương lai, trong những chức vụ khác có thể lớn hơn.

Sống là phải như thế, sống vui vẻ dù trong bất cứ hoàn cảnh nào, nếu thất bại mà rầu rỉ, sẽ hại cho sức khỏe, làm cho con cháu của mình không vui, ảnh hưởng người xung quanh nhất là người gần nhất với mình là cha mẹ, con cái, bằng hữu. Khi càng già, tôi càng thích người vui vẻ hơn người buồn phiền, rên rỉ, chưa chết mà rên như người sắp chết.

Đời sống ở Mỹ: công việc tràn ngập lo âu, hàng tháng phải trả nợ, nợ nhà băng, nợ xe, bảo hiểm, nếu là chủ nhà thì phải trả thuế đất, điện, nước, rác, v.v. Không ai có thể nói rằng mình không chi tiêu ngoài thực phẩm, thuốc men, ... Còn thở là còn trả nợ, chưa nói đến nợ ân tình. Người nào không nợ là sống lâu trăm tuổi. Nợ hay không nợ, sống vui, khỏe, hạnh phúc là đủ rồi. Sống mà thành công cũng không kiêu, thất bại không nản là đủ rồi.

Xin chúc tất cả đồng hương sống vui, sống hạnh phúc, may mắn hằng ngày trong việc làm của mình. Ngày mai nhắm mắt, hôm nay vẫn có nụ cười nở trên môi. Hãy ca hát như chim líu lo trên rừng cây, hãy cười như tiếng cười của con suối. Sống vui vẻ như người Nhật sống dưới chân núi, người trẻ nhất là 125 tuổi, người già 128 tuổi. Buổi sáng leo lên núi hái trái cây, săn bắn, lội suối, hát ca, sống tươi cười, ca hát suốt ngày.

Chúc những ứng cử viên không thắng cử cứ vui vẻ chuẩn bị cho mùa bầu cử sắp tới.

Thắng không kiêu, bại không nản.

Orange County, 11/ 2024
KIỀU MỸ DUYÊN
(kieumyduyen1@yahoo.com)

Thói quen ngủ của những người nổi tiếng trên thế giới

Để có một giấc ngủ ngon là điều xa xỉ trong thời đại mà công việc luôn bận rộn và lịch trình dày đặc. Sự kết hợp giữa công việc và công nghệ đã tước đi thời gian nghỉ ngơi của con người. Vì thế không có gì lạ khi mọi người đều thường có những thói quen ngủ không tốt, từ đó dẫn đến mất ngủ và các vấn đề khác.

Ngoài tất cả những tác động về thể chất, tinh thần và cảm xúc của giấc ngủ không đều, nó còn có thể làm xáo trộn cuộc sống công việc của bạn về lâu dài. Giấc ngủ có khả năng ảnh hưởng đến sự thành công và kiểm soát mục tiêu của bạn. Bất chấp tất cả công việc chồng chất mà các triệu phú trên khắp thế giới phải chăm sóc, thói quen của họ là điều mà ai cũng có thể học hỏi. Mặc dù không phải tất cả những người thành công này đều có thói quen ngủ đủ giấc, nhưng bằng cách nào đó họ đã điều chỉnh để giữ nếp ngủ đều đặn.

Bạn có thể ngạc nhiên khi biết rằng một số người trong số này chỉ ngủ từ 3 đến 4 giờ! Họ đi ngủ muộn nhưng vẫn cố gắng dậy sớm nhất là 7 giờ sáng, hoặc thậm chí sớm hơn thế. Donald Trump và Gordon Ramsay là hai ví dụ như vậy. Tuy nhiên, những nhân vật nổi tiếng khác như Kylie Jenner và Greta Thunberg ngủ đủ giấc khoảng 8 đến 9 tiếng.

Infographic dưới đây mô tả thói quen ngủ của một số người rất thành công, cùng với những gì họ làm trước khi đi ngủ.

Gordon Ramsay

Ẩm thực

Đi ngủ lúc 2 giờ sáng

Thức dậy lúc 5 giờ sáng

Thời gian ngủ **3 giờ**

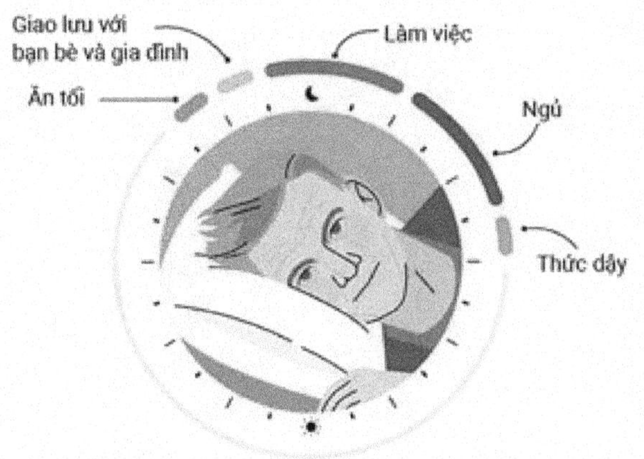

Donald Trump

Chính trị

Tổng thống thứ 45 của Hoa Kỳ

Đi ngủ lúc 2 giờ sáng

Thức dậy lúc 5 giờ sáng

Thời gian ngủ **3 giờ**

Dwayne Johnson

Giải trí

Diễn viên

Đi ngủ lúc 0 giờ

Thức dậy lúc 4 giờ sáng

Thời gian ngủ **4 giờ**

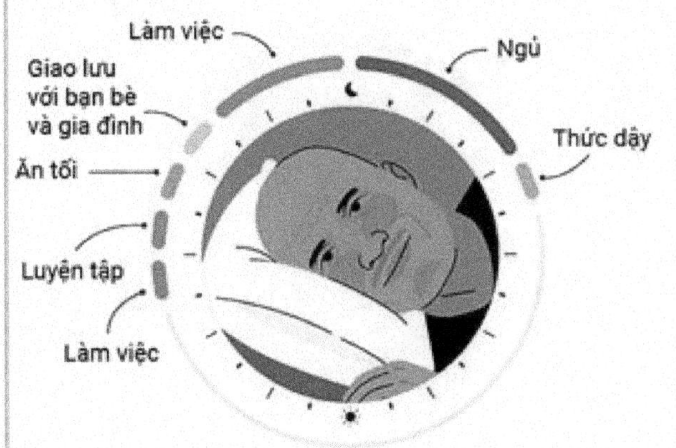

Richard Branson

Kinh doanh

Người sáng lập của Virgin Group

Đi ngủ lúc 0 giờ

Thức dậy lúc 5 giờ sáng

Thời gian ngủ **5 giờ**

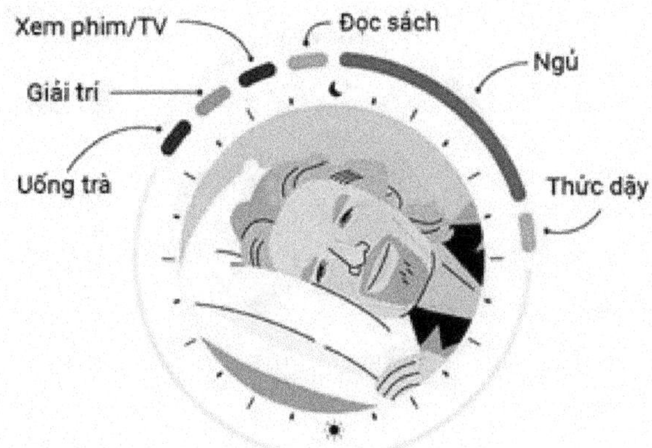

Winston Churchill

Chính trị

Cựu thủ tướng

Đi ngủ lúc 3 giờ sáng

Thức dậy lúc 8 giờ sáng

Thời gian ngủ **5 giờ**

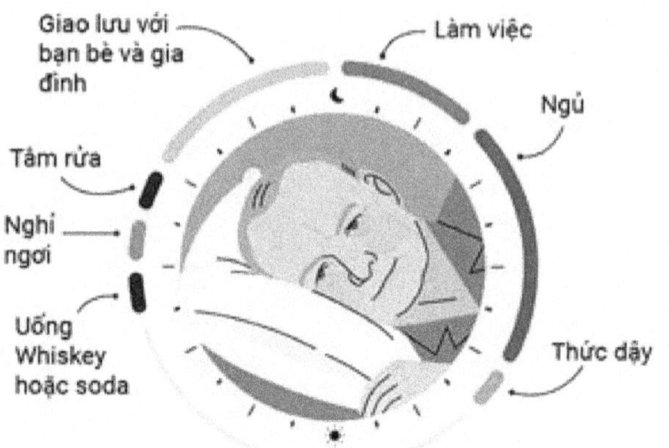

Mark Zuckerberg

Kinh doanh

CEO của Facebook

Đi ngủ lúc 3 giờ sáng

Thức dậy lúc 8 giờ sáng

Thời gian ngủ **5 giờ**

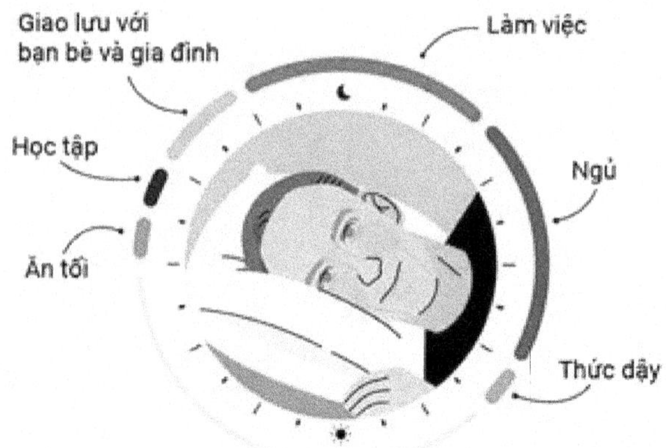

Meghan Markle

Chính trị

Nữ công tước xứ Sussex

Đi ngủ lúc 11h30 tối

Thức dậy lúc 4h30 sáng

Thời gian ngủ **5 giờ**

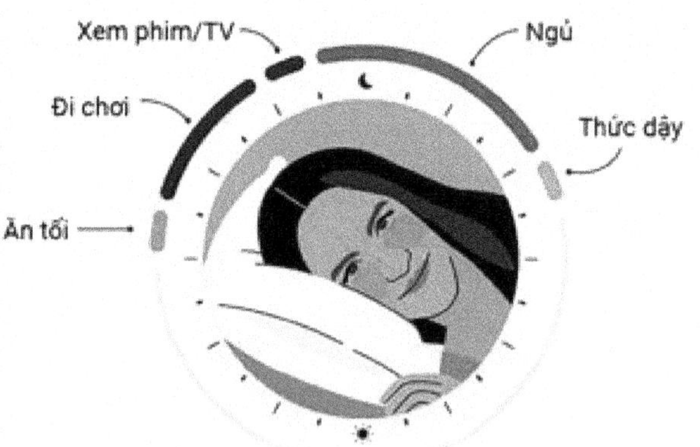

Taylor Swift

Giải trí

Ca sĩ - nhạc sĩ

Đi ngủ lúc 1h30 sáng

Thức dậy lúc 7 giờ sáng

Thời gian ngủ **5.5 giờ**

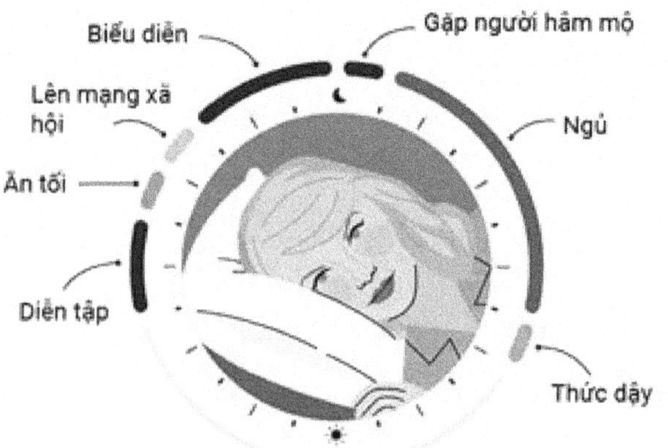

Shaun White

Thể thao

Giành Huy chương Vàng (Vận động viên trượt tuyết Olympic)

Đi ngủ lúc 0 giờ

Thức dậy lúc 6 giờ sáng

Thời gian ngủ 6 giờ

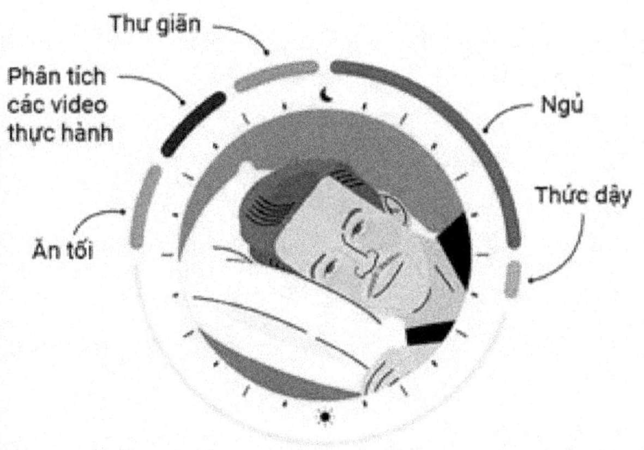

Barack Obama

Chính trị

Tổng thống thứ 44 của Hoa Kỳ

Đi ngủ lúc 1 giờ sáng

Thức dậy lúc 7 giờ sáng

Thời gian ngủ 6 giờ

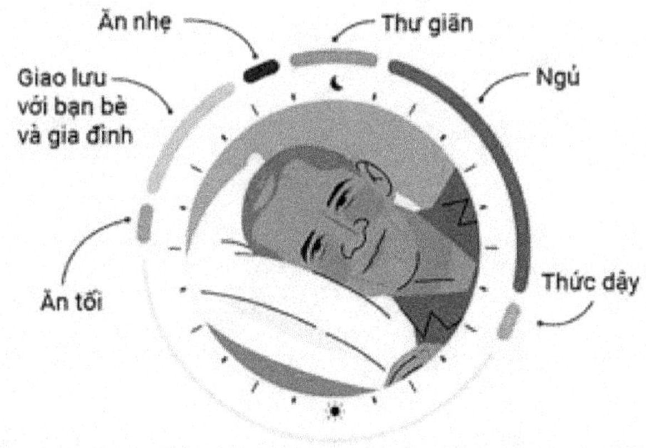

Elon Musk

Kinh doanh

CEO của Tesla và SpaceX

Đi ngủ lúc 1 giờ sáng

Thức dậy lúc 7 giờ sáng

Thời gian ngủ 6 giờ

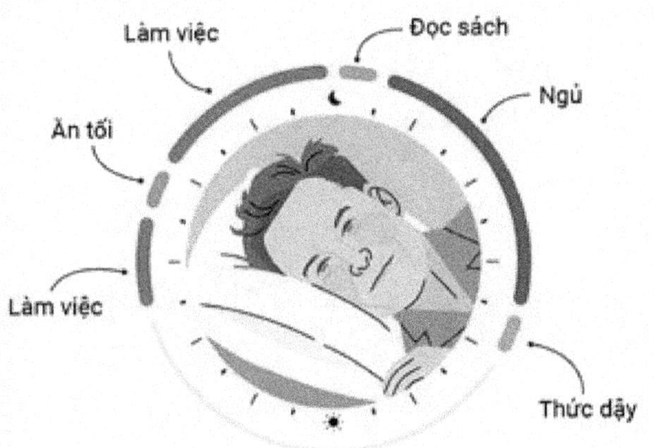

Gary Vaynerchuk

Kinh doanh

CEO của VaynerMedia

Đi ngủ lúc 11 giờ tối

Thức dậy lúc 5 giờ sáng

Thời gian ngủ 6 giờ

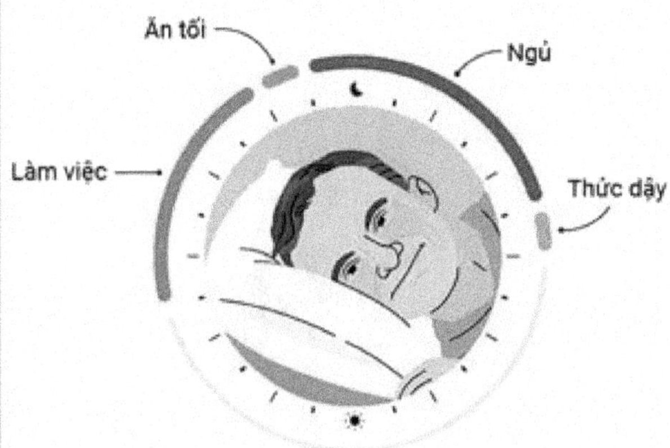

Kobe Bryant

Thể thao

Cầu thủ bóng rổ chuyên nghiệp

Đi ngủ lúc 11 giờ tối

Thức dậy lúc 5 giờ sáng

Thời gian ngủ **6 giờ**

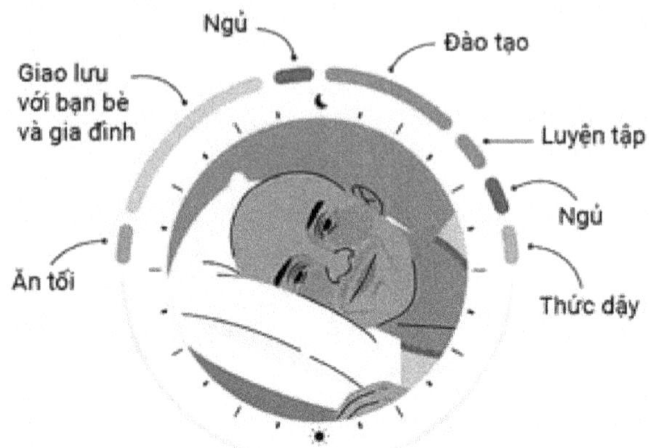

Stephen King

Nghệ thuật

Tác giả của những bộ phim cháy vé (IT, The Shining, Pet Semetary)

Đi ngủ lúc 1h30 sáng

Thức dậy lúc 8 giờ sáng

Thời gian ngủ **6.5 giờ**

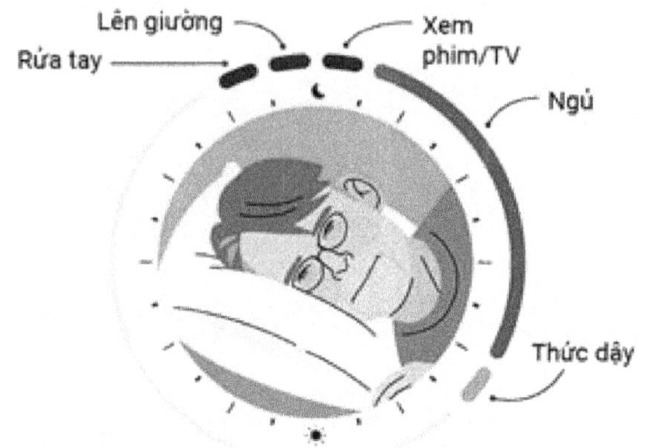

Sundar Pichai

Kinh doanh

CEO của Alphabet Inc. và Google

Đi ngủ lúc 0 giờ

Thức dậy lúc 6h30 sáng

Thời gian ngủ **6.5 giờ**

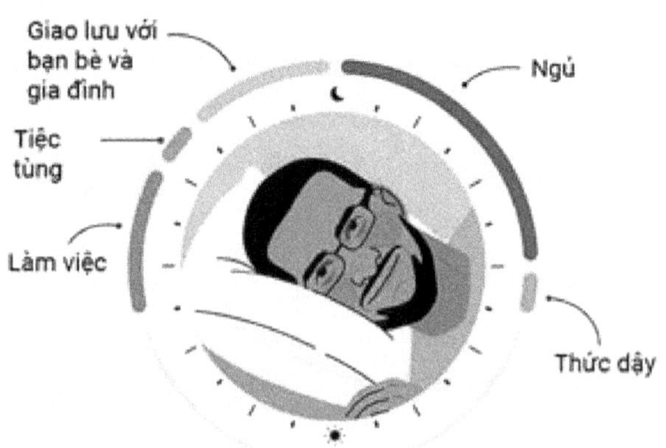

Muhammad Ali

Thể thao

Cựu vô địch giải quyền anh hạng nặng

Đi ngủ lúc 10 giờ tối

Thức dậy lúc 4h30 sáng

Thời gian ngủ **6.5 giờ**

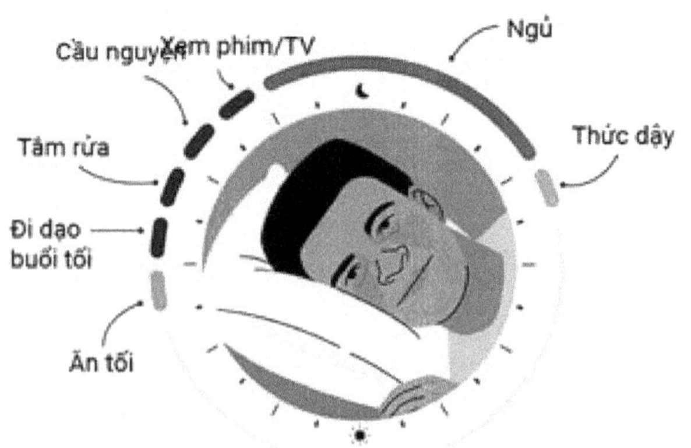

Tim Cook

Kinh doanh

CEO của Apple

Đi ngủ lúc 10 giờ tối

Thức dậy lúc 4 giờ sáng

Thời gian ngủ 6 giờ

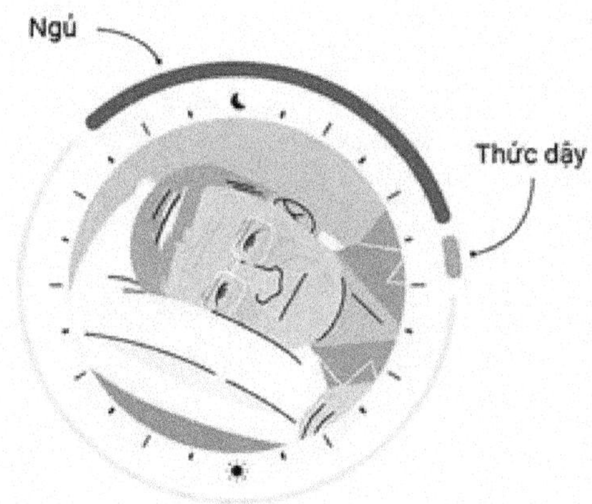

Pope Francis

Tôn giáo

Giáo hoàng nhà thờ công giáo La Mã

Đi ngủ lúc 9 giờ tối

Thức dậy lúc 4 giờ sáng

Thời gian ngủ 7 giờ

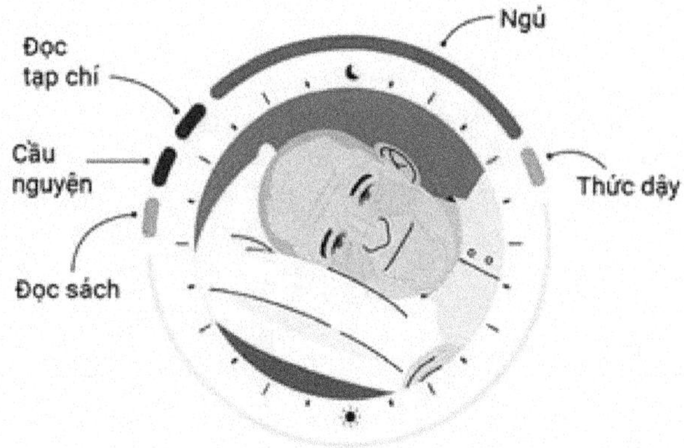

Mark Wahlberg

Giải trí

Diễn viên

Đi ngủ lúc 7h30 tối

Thức dậy lúc 2h30 sáng

Thời gian ngủ 6 giờ

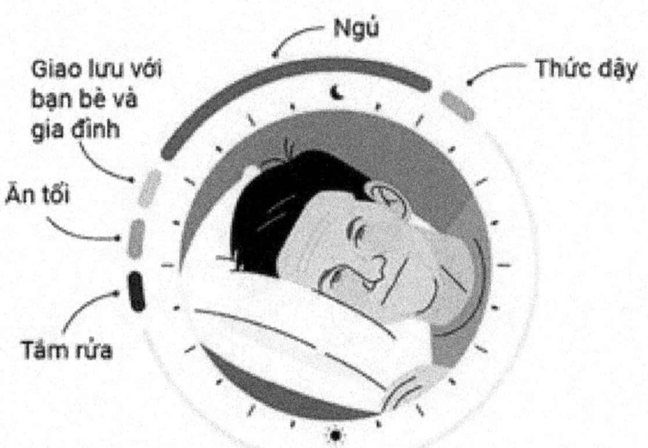

Jeff Bezos

Kinh doanh

CEO của Amazon

Đi ngủ lúc 10 giờ tối

Thức dậy lúc 5 giờ sáng

Thời gian ngủ 7 giờ

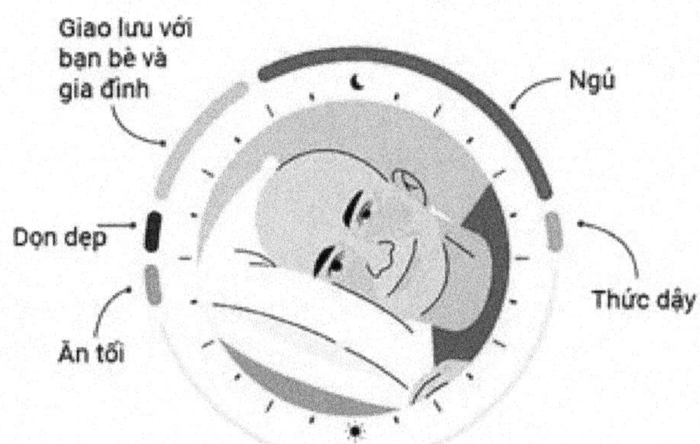

Serena Williams

Thể thao

Vận động viên Tennis chuyên nghiệp

Đi ngủ lúc 0 giờ

Thức dậy lúc 7 giờ sáng

Thời gian ngủ **7 giờ**

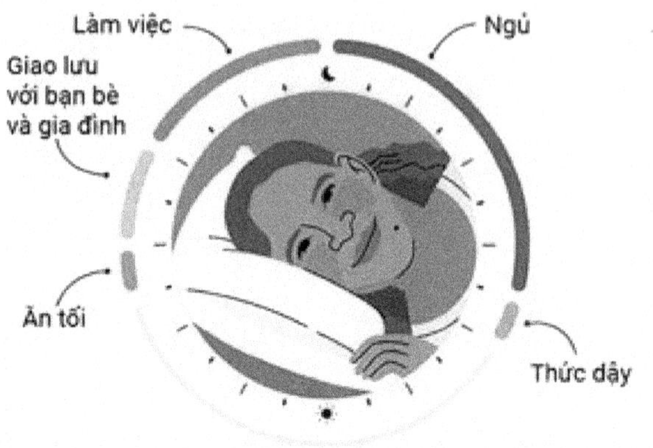

Beyonce

Giải trí

Ca sĩ - nhạc sĩ

Đi ngủ lúc 11 giờ tối

Thức dậy lúc 6 giờ sáng

Thời gian ngủ **7 giờ**

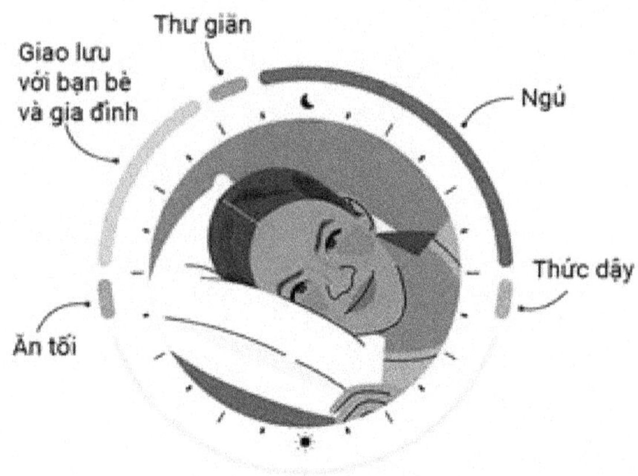

Tory Burch

Thời trang

Nhà thiết kế thời trang của Tory Burch

Đi ngủ lúc 0 giờ

Thức dậy lúc 7 giờ sáng

Thời gian ngủ **7 giờ**

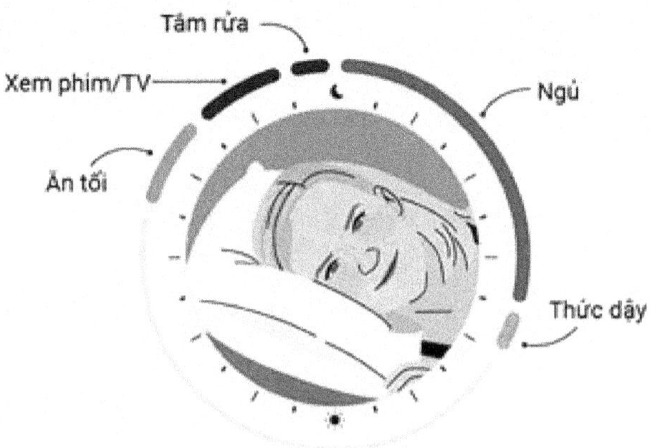

Anna Wintour

Nghệ thuật

Tổng biên tập của Vogue

Đi ngủ lúc 10 giờ tối

Thức dậy lúc 5 giờ sáng

Thời gian ngủ **7 giờ**

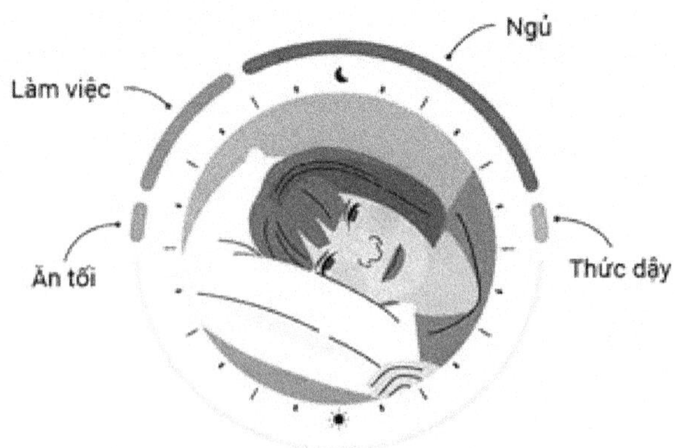

Hoda Kotb

Báo chí
Nhà phát thanh truyền hình Mỹ

Đi ngủ lúc 0 giờ
Thức dậy lúc 7 giờ sáng
Thời gian ngủ 7 giờ

Vera Wang

Thời trang
Nhà thiết kế thời trang của Vera Wang

Đi ngủ lúc 1 giờ sáng
Thức dậy lúc 8 giờ sáng
Thời gian ngủ 7 giờ

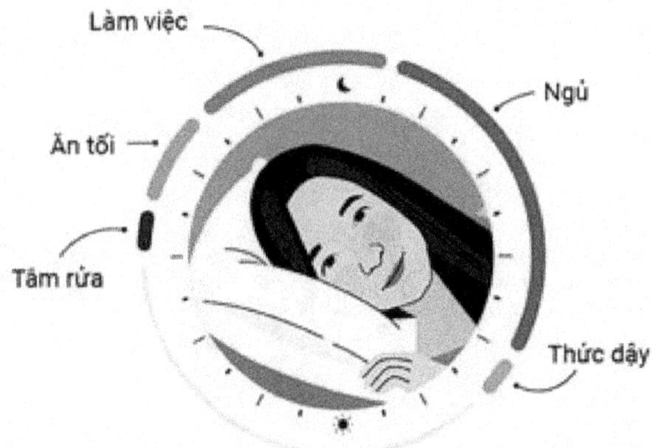

Mother Teresa

Tôn giáo
Ni sư và Nhà truyền giáo (Nhà thờ Công giáo La Mã)

Đi ngủ lúc 9h30 tối
Thức dậy lúc 4h30 sáng
Thời gian ngủ 7 giờ

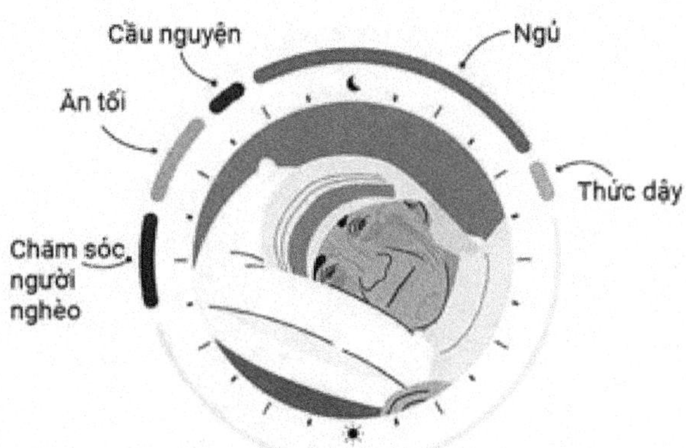

Chloe Kim

Thể thao
Huy chương Vàng
(Vận động viên trượt tuyết Olympic)

Đi ngủ lúc 0 giờ
Thức dậy lúc 7 giờ sáng
Thời gian ngủ 7 giờ

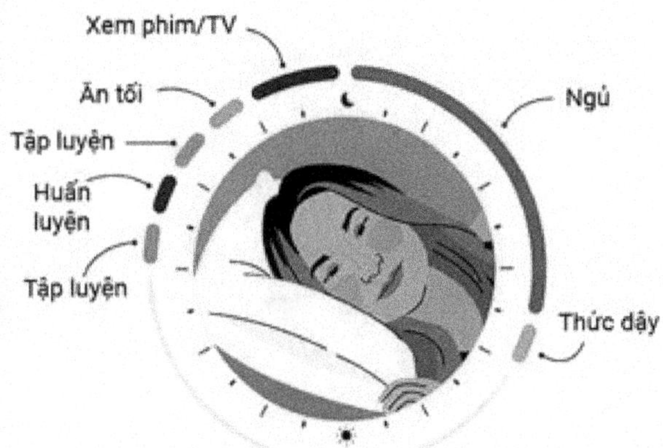

Cristiano Ronaldo

Thể thao

Cầu thủ bóng đá Bồ Đào Nha (CLB Juventus)

Đi ngủ lúc
Có 5 giấc ngủ ngắn 90 phút mỗi ngày

Thời gian ngủ
7 giờ

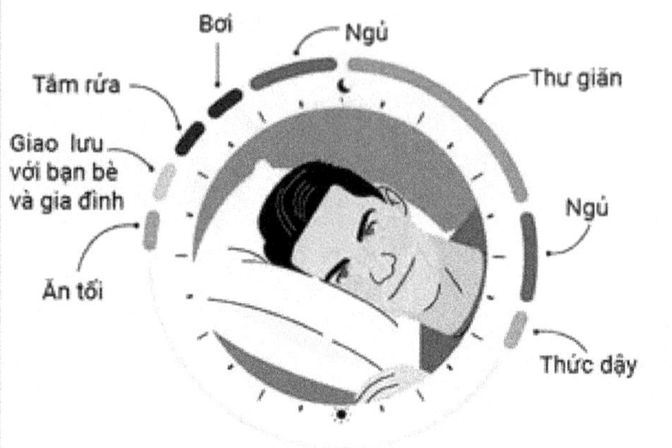

Maya Angelou

Chính trị

Nhà thơ / Nhà hoạt động dân quyền

Đi ngủ lúc
10 giờ tối

Thức dậy lúc
5h30 sáng

Thời gian ngủ
7.5 giờ

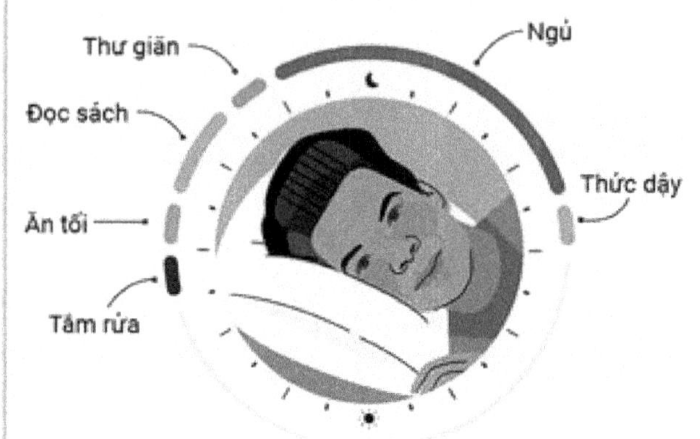

Sheryl Sandberg

Kinh doanh

Giám đốc điều hành của Facebook

Đi ngủ lúc
9h30 tối

Thức dậy lúc
5 giờ sáng

Thời gian ngủ
7.5 giờ

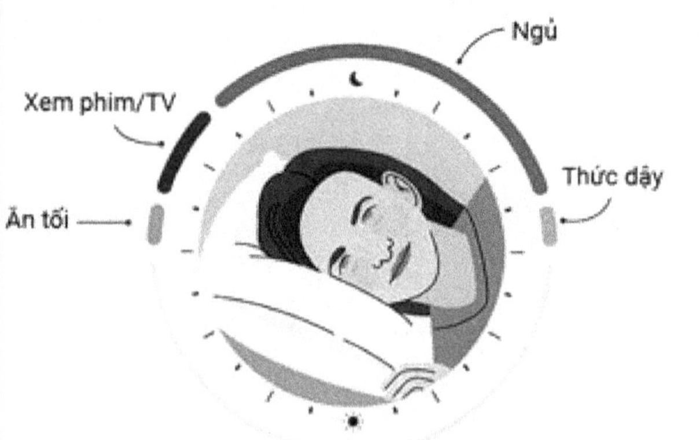

Pablo Picasso

Nghệ thuật

Họa sĩ nổi tiếng thế giới

Đi ngủ lúc
3 giờ sáng

Thức dậy lúc
11 giờ sáng

Thời gian ngủ
8 giờ

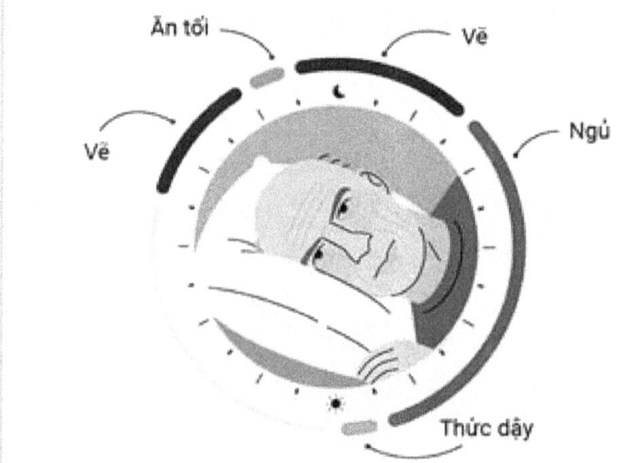

Warren Buffett

Đi ngủ lúc 10h45 tối

Thức dậy lúc 6h45 sáng

Thời gian ngủ **8 giờ**

Kinh doanh

CEO của Berkshine Hathaway

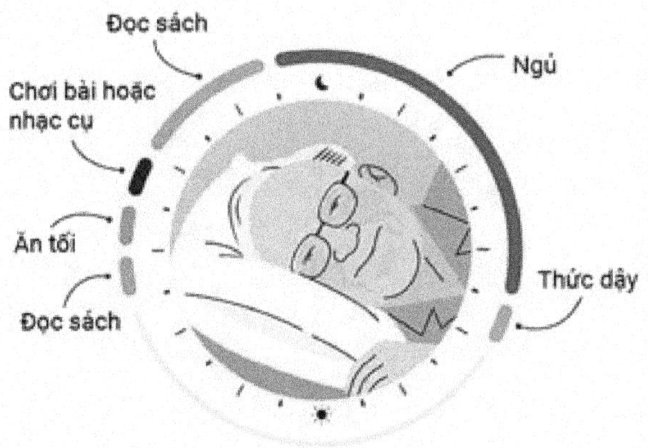

Georgia O'Keeffe

Đi ngủ lúc 9 giờ tối

Thức dậy lúc 5 giờ sáng

Thời gian ngủ **8 giờ**

Nghệ thuật

Họa sĩ nổi tiếng

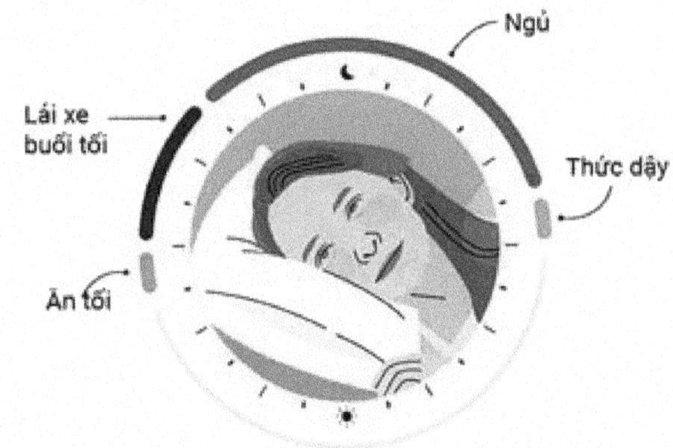

Oprah

Đi ngủ lúc 10h15 tối

Thức dậy lúc 6h20 sáng

Thời gian ngủ **8 giờ**

Giải trí

Người dẫn chương trình (Chương trình Oprad Winfrey)

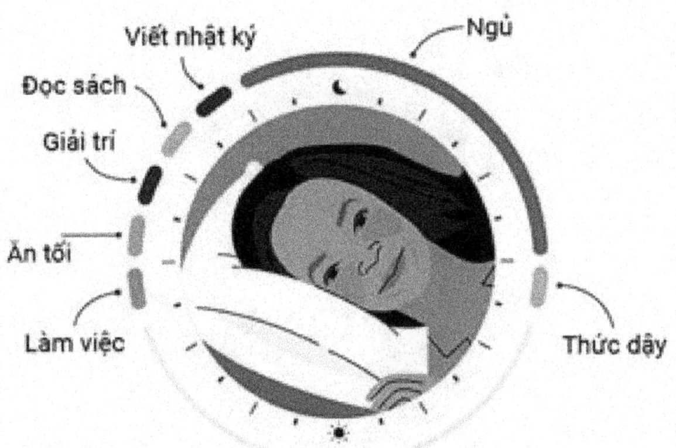

Kylie Jenner

Đi ngủ lúc 0 giờ

Thức dậy lúc 8 giờ sáng

Thời gian ngủ **8 giờ**

Thời trang

Người sáng lập/chủ sở hữu Kylie Cosmetics

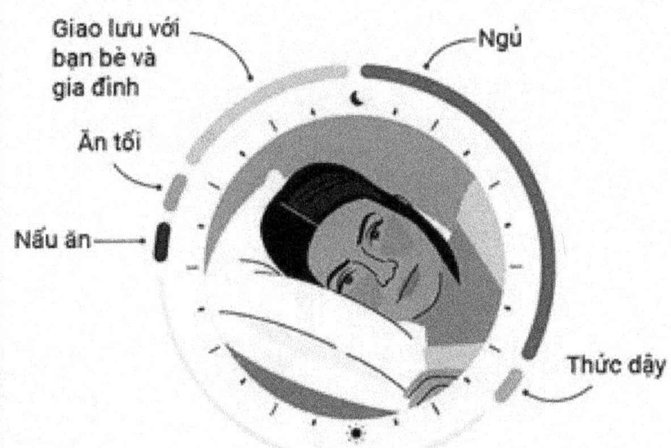

Ronda Rousey

Thể thao
Võ sĩ MMA & WWE

Đi ngủ lúc 0 giờ
Thức dậy lúc 8 giờ sáng
Thời gian ngủ **8 giờ**

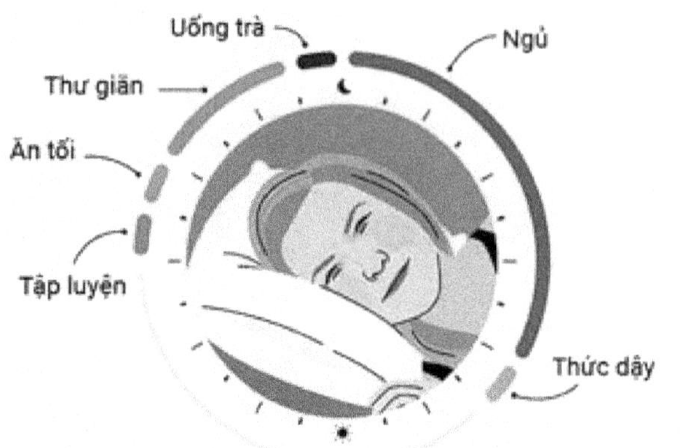

Ellen DeGeneres

Giải trí
Người dẫn chương trình The Ellen DeGeneres

Đi ngủ lúc 11 giờ tối
Thức dậy lúc 7 giờ sáng
Thời gian ngủ **8 giờ**

Radhika Jones

Giải trí
Tổng biên tập của Vanity Fair

Đi ngủ lúc 10 giờ tối
Thức dậy lúc 6 giờ sáng
Thời gian ngủ **8 giờ**

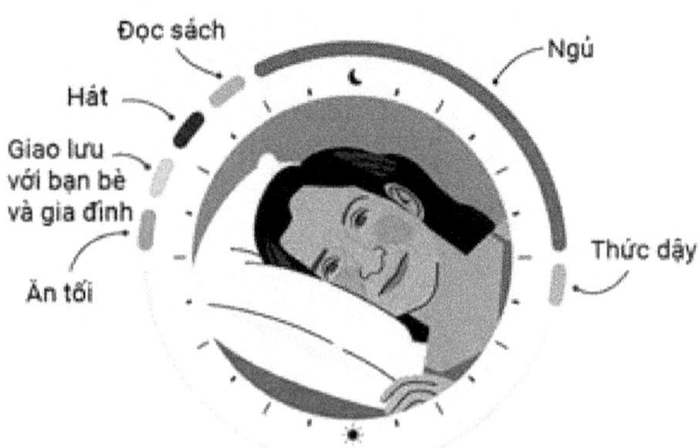

Arianna Huffington

Nghệ thuật
Đồng sáng lập The Huffington Post

Đi ngủ lúc 11 giờ tối
Thức dậy lúc 7 giờ sáng
Thời gian ngủ **8 giờ**

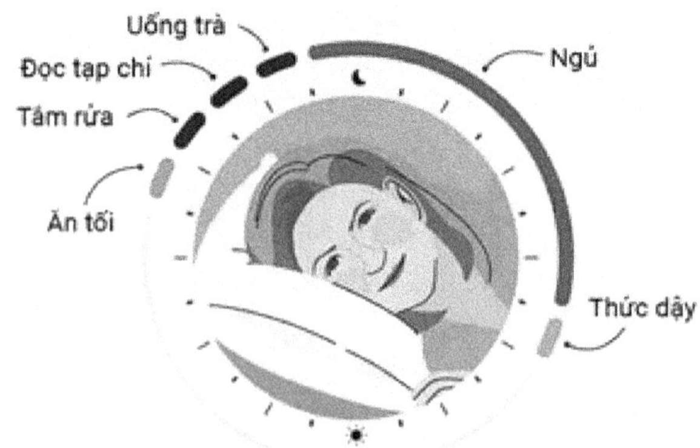

Jennifer Hyman

Đi ngủ lúc 0 giờ

Thức dậy lúc 8 giờ sáng

Thời gian ngủ **8 giờ**

Thời trang

CEO của Rent the Runway

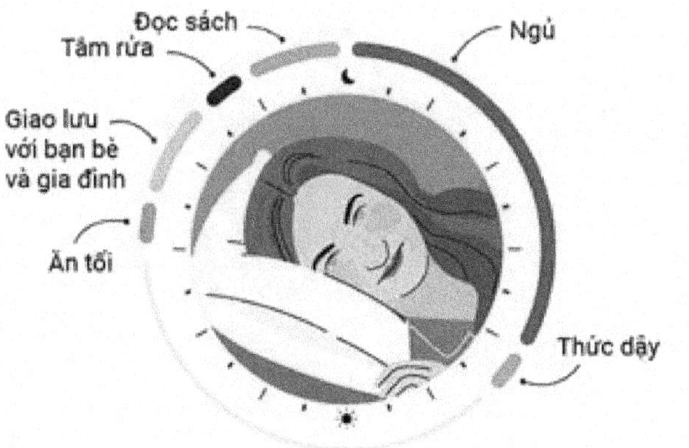

Marie Kondo

Đi ngủ lúc 10 giờ tối

Thức dậy lúc 6 giờ sáng

Thời gian ngủ **8 giờ**

Nghệ thuật

Tác giả

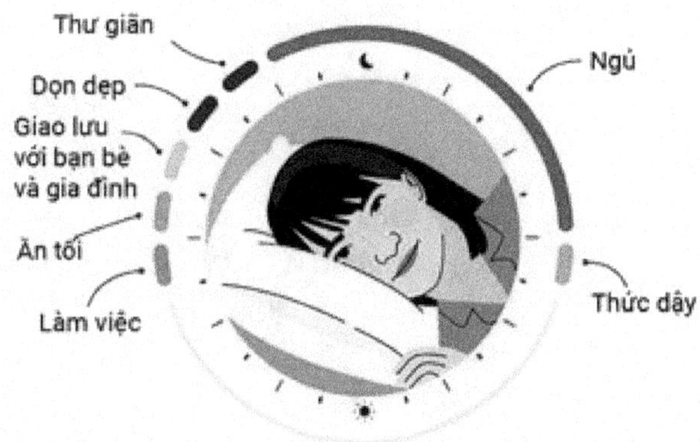

Tiger Woods

Đi ngủ lúc 10 giờ tối

Thức dậy lúc 6h30 sáng

Thời gian ngủ **8.5 giờ**

Thể thao

Người chơi gôn chuyên nghiệp

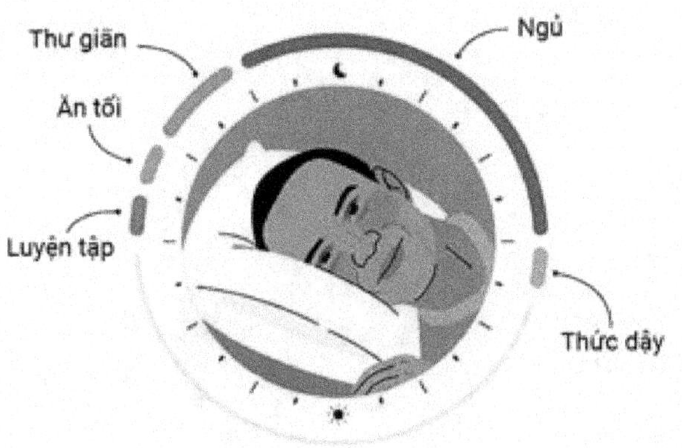

Melinda Gates

Đi ngủ lúc 10 giờ tối

Thức dậy lúc 6h30 sáng

Thời gian ngủ **8.5 giờ**

Kinh doanh

Đồng sáng lập Bill and Melinda GAtes Foundation

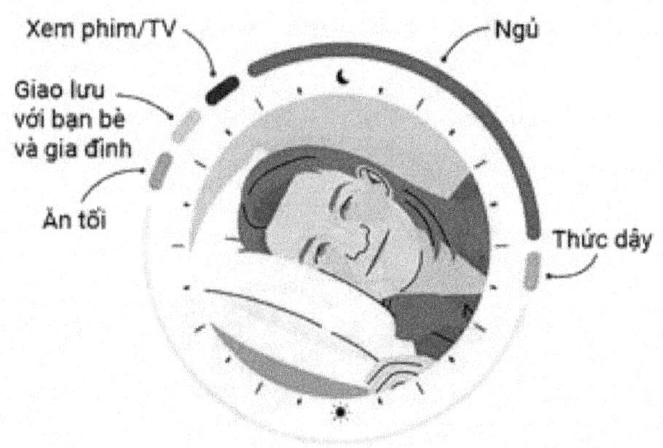

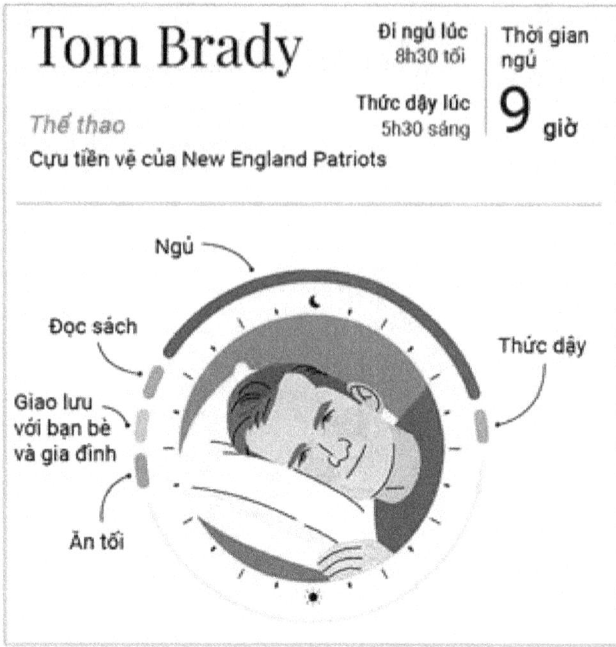

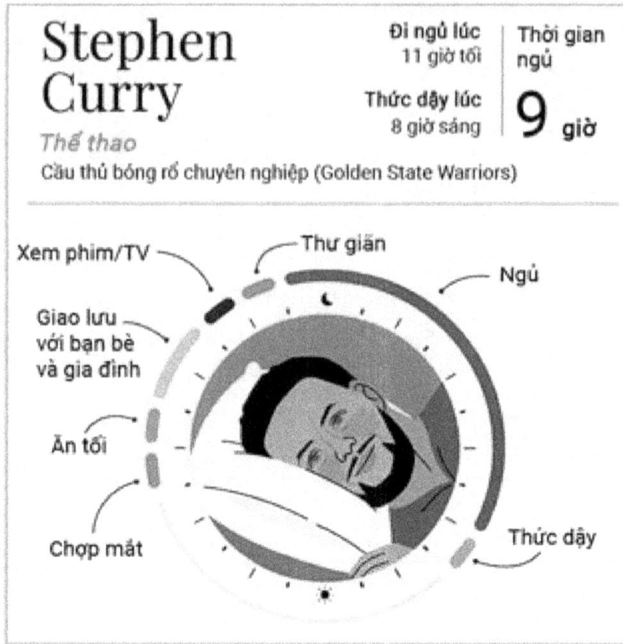

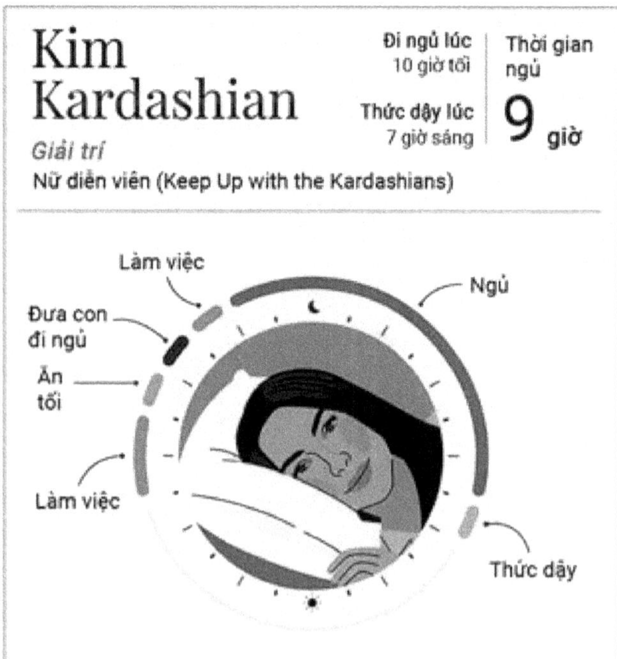

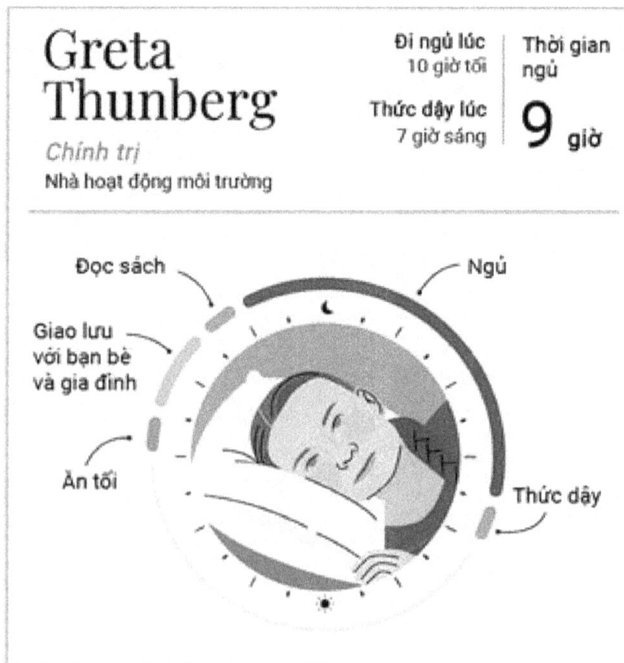

Trong số 51 người nói trên, 12 người đọc sách trước khi ngủ.

Gordon Ramsey ngủ 3 tiếng một đêm, chết năm 63 tuổi.

Minh Triết – Phatgiao

1. Thường xét lỗi lầm của mình, sẽ từ từ quên đi lỗi lầm của người khác. Vốn không có ai đúng ai sai, chỉ là lập trường bất đồng, mỗi người tôn trọng lập trường của nhau.

2. Xin bạn đừng mạo muội đánh giá tôi, bạn chỉ biết tên họ của tôi, trái lại không biết câu chuyện của tôi; bạn chỉ nghe nói tôi đã làm cái gì mà không biết tôi đã trải qua những gì.

3. Một người chân chính mạnh mẽ sẽ không quá quan tâm đến chuyện làm vui lòng đẹp ý người khác. Đừng quá quan trọng cái gọi là giữ gìn quan hệ xã hội, điều quan trọng nhất là bạn phải nâng cao nội lực của chính mình, chỉ khi chính bạn rèn luyện tốt rồi, mới sẽ có người khác đến gần gũi bạn, chính mình là cây ngô đồng, phượng hoàng mới đến đậu; chính mình là biển lớn, trăm sông mới tụ hội, như hoa có hương ắt ong bướm tìm đến. Chỉ khi bạn đến được tầng bậc nhất định thì mới có được những quan hệ xã hội tương ứng, mà không phải là ngược lại.

4. Không có ai theo bạn cả một đời, cho nên bạn phải có năng lực vui sống ở nơi đang sống, vui với việc mình làm. Sẽ không có ai giúp bạn cả một đời, cho nên bạn phải sẵn sàng tự lực.

5. Đời người vốn là một loại cảm thụ. Lúc người bạn yêu vứt bỏ bạn, dù cho bạn kêu trời trách đất cũng không ích gì; lúc có người nói xấu bạn, dù lưỡi bạn như hoa sen, bạn cũng trăm miệng không biện bạch được, chuyện đời vốn là vậy. Lúc đắc ý, tâm thế như triều dâng, lúc thất chí, tâm tình như hoa rụng. Đừng quá xem trọng chính mình, những lúc bị khuất nhục, không còn cách gì, muốn rơi lệ, chính những giây phút đó là một bộ phận không thể thiếu trong đường đời.

6. Có người luôn ngưỡng mộ, ham thích hạnh phúc của người khác, bỗng có lúc quay đầu nhìn lại phát hiện cuộc sống của chính mình đang được người khác ngưỡng mộ. Kỳ thực mỗi một người đều đang hạnh phúc, chỉ là hạnh phúc của bạn thường đang ở trong mắt người khác. Ngọn núi hạnh phúc này vốn không có đỉnh, không có đầu, bạn phải học cách đi thật chậm, chiêm ngưỡng cảnh núi, thưởng thức cầu vồng, hóng gió mát vi vu, tâm trạng thư thả mới có thể cảm nhận cuộc sống thật sung túc.

7. Hạnh phúc không bỏ sót bất kỳ người nào, sớm muộn gì cũng có ngày nó tìm đến bạn.

8. Đời người là một quá trình vận động phát triển liên tục, bạn sẽ không bao giờ biết thời khắc kế tiếp sẽ phát sinh chuyện gì, cũng sẽ không rõ vì sao vận mệnh đối đãi với bạn như vậy. Chỉ sau khi bạn trải qua các loại biến cố trong đời sống, bạn mới rũ bỏ cái nhìn phù hoa ban đầu, nhìn nhận thế giới bằng tâm thái khiêm tốn.

9. Ví như bạn quét lá, dù hôm nay bạn dùng hết sức, thì lá khô ngày mai vẫn bị gió thổi đến. Trên đời có rất nhiều việc không cách gì mong gấp mong sớm được, chỉ có thể sống với giây phút hiện tại, không ngừng vươn lên.

Minh Triết – Phatgiao

THỰC HÀNH LÒNG BIẾT ƠN

Lòng biết ơn là gốc rễ của tình yêu. Khi chúng ta biết ơn những gì mình có, từ việc nhỏ đến việc lớn, tình yêu sẽ nảy sinh một cách tự nhiên. Hãy dành chút thời gian mỗi ngày để suy ngẫm về những điều bạn biết ơn trong cuộc sống, từ tình yêu của gia đình đến những cơ hội chúng ta được trao. Rèn luyện tính kiên nhẫn và khoan dung: Tình yêu đích thực đòi hỏi sự kiên nhẫn và bao dung. Khi phải đối mặt với những khác biệt hoặc xung đột, chúng ta có thể dễ dàng trở nên khó chịu. Tuy nhiên, nếu chúng ta rèn luyện tính kiên nhẫn và tha thứ, chúng ta sẽ thấy tình yêu thương vẫn còn và lớn mạnh. Khoan dung không chỉ có nghĩa là tha thứ cho người khác mà còn là tha thứ cho chính mình khi mắc lỗi lầm. Thực hành lòng trắc ẩn: Lòng trắc ẩn là tình yêu thương vô điều kiện, một cảm giác không dựa trên lợi ích cá nhân mà xuất phát từ mong muốn làm giảm bớt nỗi đau khổ của người khác. Khi chúng ta nhìn thấy những khó khăn của người khác và có lòng bi mẫn đối với họ, chúng ta phát triển lòng bi mẫn để tình thương lan tỏa. Chia sẻ và giúp đỡ: Một trong những cách hiệu quả nhất để thúc đẩy tình yêu thương là chia sẻ và giúp đỡ. Khi chúng ta sẵn sàng giúp đỡ người khác, ngay cả trong những điều nhỏ nhặt nhất, tình yêu trong trái tim chúng ta càng lớn mạnh hơn. Hành động yêu thương không chỉ mang lại niềm vui cho người nhận mà còn khiến trái tim chúng ta rộng mở, hạnh phúc. Lợi ích của việc vun trồng tình yêu.

Send feedback

THƯƠNG TIẾC EM TÔI **NHÀ VĂN TRẦN HOÀI THƯ**

BS Trần quý Trâm

3 anh em : Từ trái qua phải : Trần quý Trâm (hay Ty Em anh thứ) Trần quý Sách (hay Ty Ba , Trần hoài Thư) Trần quý Phiệt (anh đầu , Ty Anh)

Nhà có 2 người con đi quân đội

Em tôi đi thám kích biền biệt tăm hơi

Nhảy trên đầu giặc em không ngán

Bị thương 2 lần vẫn chịu chơi

Còn tôi đi Biệt Động mấy năm trời

Anh em gặp nhau mấy lần thôi

Nay em bỏ anh mà đi rồi

Để lại lòng anh buồn nhớ không nguôi !

TQT

Trần hoài Thư qua đời ngày 27/5/2024 tại New Jersey hưởng thọ 82 tuổi . Đúng một tháng sau người vợ mất . 13 năm chăm sóc vợ ở Nursing Home , đút cho vợ từng đủa cơm , muỗng cháo , đọc thơ và hát cho vợ nghe những bài hát để ru vợ yên giấc ngủ .

Ba đẩy xe lăn cho Mẹ trong nursing home (tranh của BS Trần quí Thoại)

Trần hoài Thư và vợ

Trần hoài Thư và con trai BS Trần qúy Thoại

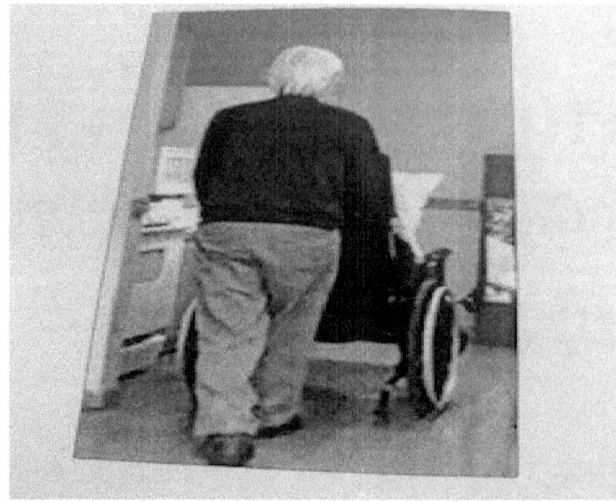

Trần quý Sách hay Trần hoài Thư sinh năm 1942 tại Đà Lạt , lúc ba tôi về Quảng Bình cùng với tôi và anh Ty Anh để thăm quê , rồi vì bị chiến tranh ly tán em tôi ở lại Đà Lạt với mẹ , tuổi thơ thay vì sung sướng như bao trẻ em cùng lứa tuổi bao nhiêu cơ cực đã đến vói em tôi cho đến khi may mắn gặp Ba.

Về ở với Ba và 2 anh , lấy cử nhân khoa học thuộc Đại học Huế

Giáo sư trường Trần cao Vân Tam Kỳ

Trung úy QLVNCH

Bị CS cầm tù 4 năm

Vượt biên qua Mỷ cùng với vợ năm 1980, đậu bằng Kỷ sư điện tóan làm việc tại IBM New Jersey.

1 – THƯƠNG NHỚ BA : Tuần qua lúc con ở bên nầy ung dung lái xe trên xa lộ , ngày 8 tiếng trong hảng miệt mài , đêm ngủ lành trên nệm dày trong chăn dâ , thì bên kia Ba lại bỏ đi , Ba nhắm mắt , Ba không còn đợi thằng con , đứa cháu trở về và chấm hết !

Ba của chúng tôi (1900 – 1981)

(Hàn lâm viện cung phụng . Môn sinh Hậu bổ trường Quốc tử Giám Huế)

Trời cũng mù sương phi đạo bơ vơ

Trưa chẳng nắng để mây buồn trong khói

Ba đã đến " con là Ty " người hỏi

Chiếc áo lương đen côi cút giữa trời

Tôi nghẹn ngào rưng rưng một tiếng Ba

" Rưng rức " mãi cho mỗi ngày một lớn"

" Rưng rức " mãi bên lòng cha vạn đại

Ba năm sau tôi cũng đành bỏ Huế

chiếc áo lương đen , chiếc áo thọ đường

Chiếc mủ xám , chiếc dù đen đã mất

Tháng ba , Ba xa nằm trong lòng đất !

Thơ Trần hoài Thư

Khai sinh tôi đây xa cha lạc mẹ

Tôi nói làm sao về một quê nhà

Tôi phải kể gì về một tuổi thơ

Buồn phải đọc một bài kinh cầu nguyện !

Những trang giấy đầu tiên , những giờ cô nhi viện

Mây Bết Lê Hem , song biển Hòn Chồng

Nắng thì vàng thắm cả trường sân

Tôi ôm mặt làm con chim côi cút

Tôi đã có những vì sao thổn thức

Những con dế mèn gọi mãi đêm trăng
Tuổi thơ tôi , tôi không thấy thiên đường
Tôi chỉ thấy con ngựa gầy thổ mộ
Nó thở hụt hơi lên cầu ván củ
Ngọn roi bầm , bầm cửa máu ruồi xanh
Tôi cũng là con ngựa bờ rung
Kéo hết nổi loạn ly cùng truổi chứng !

2 – Nổi thương nhớ muộn màng

Người con gái mà em yêu , cám ơn em, cám ơn mưa, cám ơn khoảng ngực bình bồng sau lần vải ướt . Da thịt ấy thèm lắm mà không dám úp mặt. Bờ môi ấy ngọt lắm , mặn lắm mà không dám hôn lên , chỉ là hai bàn tay nắm lấy nhau. Em để yên cho anh mân mê ngón tay búp măng !

Rốt cuộc em cũng rời Huế
Chuyến bay nào mang em rời Phú Bài
Chuyến bay nào mang em rời quê hương
Trời quê hương mù sương mù sương
Tôi mang mắt em mà buồn muốn khóc
Cho tôi nhìn lần cuối nhớ thương
Cho tôi nhìn ngôi nhà gió phi trường
Cầu rất khẻ con tàu đừng bay vội
Tôi sẽ nói với lòng tôi rất tội
Rồi tàu đi và em sẽ xa tôi
Tôi sẽ là ngôi nhà gió đợi chờ
Trông mãi miết những con tàu lên xuống

Huế 1967 Trần hoài Thư

3 – Tình yêu thủy chung

Ngày 18 tháng 6 1971 cây viết trẻ Trần hoài Thư kết duyên cùng Nguyễn ngọc Yến ở Sài gòn, vừa ra mắt tập truyện đầu tay do cơ sở xuất bản Ý Thức phát hành " Những vì sao vĩnh biệt " Rồi sau đó :

Theo em bỏ núi về châu thổ
Bỏ mán về kinh làm rể xa
Ngác ngác ngơ ngơ đò máy ngược
Hồ mênh mông khói cuộn sau nhà
Theo em mấy bửa quên buôn bán
Làm rể người nam , yêu miền nam
Miền nam chin cửa sông ra biển
Mỗi nhánh sông : một nhánh tóc mềm
Theo em , tình đất , tình vương trạch
Tình của non sông , tình của em
Cám ơn người nữ vùng châu thổ
Cho anh về gởi rể miền Nam

Trần hoài Thư

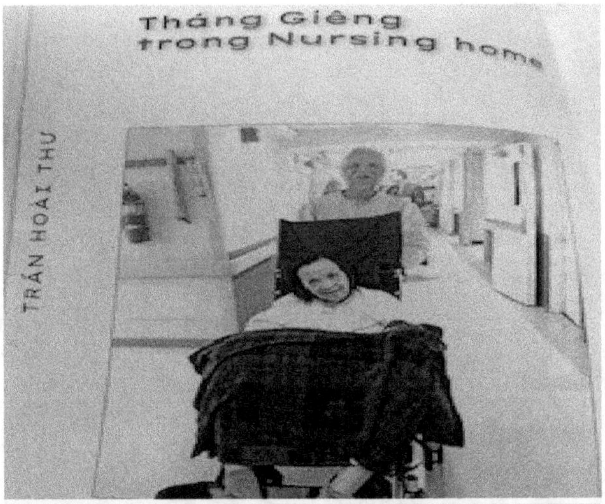

4 –Cám ơn vợ

Xin cám ơn

Xin cám ơn em đã phủ xuống đời anh bóng mát

Khi đời anh đã khô kiệt thanh xuân

Chỉ có chăng là một chiếc mủ trùm đầu

Lót thêm chiếc poncho giữa má gò ngút ngà tử khí

Cám ơn em đã động lòng cảm lệ

Đã dọn chiếu làm giường

Chia xẻ một nữa vầng trăng

Soi lên phận đời người lính thú lênh đênh

Chấp nhận làn vợ người lính núi

Ngày hợp hôn của chúng ta được tổ chức tại SG

Gần An Đông ngả bảy

Sài gòn giờ giới nghiêm có cơn mưa nhỏ

Không đèn hoa hôn lể

Không chào bàn hai họ

Không râm rang nhạc cưới tưng bừng

Anh trong bộ đồ lính rừng

Ngực áo thêu hình con diều hâu vồ mồi vuốt sắc

Em trong chiếc áo dài màu hồng thắm

Cặp môi hồng và đôi mắt tô than

Theo em ra mắt bà con vợ

Cậu bảy , Dì Hai em thứ ba

Ngày xưa con gái xa cha mẹ

Ngày nay thanh niên làm rể xa ..

THT

5 – Vĩnh biệt em Ty Ba

Trần hoài Thư đi bán kem ở Sái Gòn .
Tranh Trần quý Thoại

Nai ở sau vườn nhà THT
THT và vợ bay về cỏi trời

Hội ngộ tại New Jersey : vợ chồng Trần quý Thoại , Ty Ba , Anh chị Ty Em

Thay lời anh cả Trần quý Phiệt, 2 anh khấn với Ba như sau :

Lạy Ba ,Ty Ba em con nay đã vế với Ba . Xin Ba dạy dỗ em để nó chóng được siêu thoát . “ Sách ơi ! em đã thực hiện nhiều hoài bảo to lớn, được nhiều người cảm phục yêu mến. Hảy thanh thản ra di, trrở về với Yến và Ba kính yêu của chúng ta “

Khóc tiễn người em tài hoa và bất hạnh của anh .

BS Trần quý Trâm 28 /10/2024

TIẾNG CHUÔNG GIAO THỪA CHÙA THIÊN MỤ

Có những hồi chuông chùa nghe một đời chưa dứt tiếng ngân.

Tiếng chuông chùa Thiên Mụ ngân trong tâm tôi gần tới 80 năm vẫn còn vang vọng.

Đây chẳng phải là hồi chuông chùa Thiếu Lâm tự trong chuyện võ hiệp Kim Dung hay tiếng hát "chẳng phải là hoa, chẳng phải sương" của nhân vật Gia Gia trong tiểu thuyết ngôn tình của Quỳnh Dao vừa mới mất mà là tiếng chuông ngân sống thực đời thường.

Hình minh họa

Làng Liễu Cốc Hạ tôi nằm ở góc tam giác cách thành phố Huế và chùa Thiên Mụ khoảng 7km theo đường chim bay nên trong những đêm trời trong gió lặng, đứng ở làng, tôi có thể thấy vầng sáng đèn điện thành phố Huế và nghe vọng âm tiếng chuông công phu tối và sớm của chùa Thiên Mụ. Huế thường ngủ sớm. Những... chúng sinh thao thức vẫn thường được nghe 108 tiếng chuông dứt trừ phiền não kéo dài ngân nga trong đêm vắng cho đến khi chìm vào giấc ngủ. Và đến khi gà gáy lại, được nghe tiếng chuông công phu sớm; cũng 108 tiếng chuông xua đi bao mối ưu tư của một ngày mới chực chờ. Tiếng chuông Thiên Mụ không còn là âm thanh cửa thiền mà là tiếng vọng giải tâm, giúp hóa giải và trung hòa những vướng mắc đã để lại dấu ấn hay còn mường tượng của một đời xứ Huế biến khổ thành không!

Tiếng chuông chùa Thiên Mụ trong tôi và trong những tâm hồn lang bạt kỳ hồ vốn gốc Huế hay ít nhất có một lần tới Huế là tiếng vọng âm thầm không trước, không sau nhưng lúc nào cũng có. Đặc biệt là giữa những chặng đời bị xô dạt vui buồn lẫn lộn; định hướng và niềm tin càng bị chao đảo mơ hồ thì tiếng chuông càng hiện rõ như một sự nhắc nhở tinh thần và tâm linh sâu lắng.

Ngồi trên máy bay từ Đài Bắc về Tân Sơn Nhất, tôi nhìn qua cửa sổ thân máy bay chỉ thấy mây trời và biển xanh xa tắp, rồi liên tưởng tới

Hương Giang như một dòng Sông Thơm ngát mùi dị thảo thạch xương bồ trong cổ sử; rồi chợp mắt và mơ nhè nhẹ thấy mình như hóa thân của một người kiếp trước có duyên nợ với Huế thời miếu vũ cung đình. Tôi vẫn có thói quen khi không biết làm gì thì làm thơ cho khỏi bị vưng đầu vì suy tưởng. Làm thơ để khỏi làm thinh. Và gần đây, thú vị nhất là đọc thơ vào điện thoại cầm tay để máy ghi thành văn bản. Một bài thơ đọc trên máy bay:

Nghe Tiếng Hát Sông Thơm

Em vốn không đến trước
Em chẳng hề đến sau
Dòng từ bi phiêu bạt
Đưa sống chết nhiệm mầu

Rồi cũng có lúc mình không nhìn thấy nữa
Dòng Sông Thơm từ thuở vẫn xanh màu
Rồi tuổi già đêm xuống rất mau
Khi điệu sống chào linh hồn ngập nắng

Có tiếng hát dòng Sông Thơm vắng lặng
Nước soi bóng cả trời xanh mây trắng
Mây bay rồi nước chảy vẫn trong veo
Em Sông Thơm tình mấy kiếp mang theo

Có một kiếp người đưa đò qua bến
Sống thiện lành thương công chúa làm quan
Rồi ra đi trong thác lũ mưa ngàn
Nợ tiền kiếp đầu thai làm thái giám
Tình cung cấm bên nhau mà ly tán
Tử Cấm thành tâm bãng lãng cuồng điên
Ta đêm đêm nâng gót ngọc cho em
Giữa biển động sóng mơ hồ câm lặng

Đêm huyền diệu ta quay về cổ độ
Tiếng phong linh run mãn kiếp luân hồi
Chuông Thiên Mụ nương một đời phiêu lữ
Ta lại về bên bến cũ Sông Thơm

Hơn ba mươi năm sống tha hương với ước mơ theo tuổi đời lớn và già dần, tôi chỉ mong có một lần về quê ăn Tết. Chuyện đơn giản như mua cái vé khứ hồi, nghỉ vài tuần bay về quê ăn Tết rồi trở lại; dễ đến thế nhưng thực tế đời sống không có cái gì xảy ra đơn lẻ mà chẳng bị muôn vàn dính mắc đeo theo như chuỗi duyên buộc vào dây nghiệp thành chuỗi hột công phu phải cần đến tiếng chuông chùa đêm đêm hóa giải.

Cái phi lý kiếp nhân sinh trở thành cái hợp lý giữa cuộc đời khi tâm lý uẩn ức thường ở dạng vô thức bỗng hóa thân làm chủ. Phút hóa thân vinh quang và sáng thế nhưng cũng đầy xót xa của con kén vươn vai thành bướm đó đến với tôi thật mong manh và ngỡ ngẩn như ánh mặt trời lấp lánh trên giọt sương mai…

Chuyện xảy ra lâu rồi, khi chỉ còn mấy hôm nữa là đến Tết. Hơn ba mươi năm ở Mỹ tôi vẫn thường có cái thú tự gói một nồi bánh tét trong dịp Tết không phải bởi lí do gì xa xôi hơn là vì "quen nếp mẹ". Cả một thời hoa niên tôi đã quen thuộc làu bài bản nhỏ là ngồi cột lạt bánh tét bên cạnh mẹ. Mẹ tôi là một trong những "mụ dâu" gói bánh tét được khen là thanh và đẹp trong làng Liễu Hạ. Chỉ riêng về ngoại hình thôi thì một đòn bánh tét đẹp phải đạt tiêu chuẩn tròn trịa và thanh nhã. Đặc biệt là nuộc cột lạt (đầu xoáy khi dùng sợi lạt mỏng chẻ ra từ cây tre, cây giang... để buộc bánh tét, bánh chưng) khoảng cách phải đều đặn suốt chiều dài đòn bánh tét. Năm nào cũng giúp mẹ nên tôi quen việc. Bao nhiêu năm sau, mẹ không còn nữa nhưng đòn bánh tét không chỉ là một món ăn mà còn là một biểu tượng thiêng liêng của cả tinh thần và vật thể của ngày Tết trong tôi.

Năm nay, do một sự bức xúc tranh cãi lên tới đỉnh điểm, tôi... "nổi đóa" – một phản ứng tâm lý vô thức mà trong ngành Tâm lý học phương Tây gọi là "sự bùng vỡ cảm xúc nội kết" – vội bươn bả bỏ ra khỏi nhà. Và cũng là phó sản của loại tâm lý vô thức đó, tôi vừa lái xe bất chấp, vừa gọi cho văn phòng bán vé máy bay quốc tế hỏi chuyến bay về Việt Nam sớm nhất. Người bán vé quen cho biết là chuyến bay "chiều nay" còn chỗ trống nếu có sẵn hộ chiếu dài hạn. Chỉ còn vài giờ để chuẩn bị kịp lên phi trường San Francisco cho kịp chuyến bay về Đài Bắc khởi hành lúc nửa đêm, tôi quay về nhà và quơ vội mấy bộ áo quần, vật dụng tùy thân nhét đại vào cái va li xách tay nhỏ và kêu xe Uber lên đường. Nhà vắng, tôi cũng chẳng cần nói với ai mà cũng chẳng có ai để nói. Sự đối đầu cấp thời thường vô điều kiện; chỉ để đạt cho được nhu cầu "phản kháng" từ cái ngã ngự trị hiện tiền trong chính mình mà bất chấp thiệt hơn.

Người thân quanh tôi lúc nầy là mớ giấy tờ giắt lưng như thông hành, hộ chiếu, cái điện thoại, một ít tiền mặt và mấy thẻ tín dụng. Qua mấy chục giờ đợi và ngồi qua ba chuyến bay dọc đường bay và bầu trời đêm ngày sáng tối: San Francisco – Đài Bắc – Tân Sơn Nhất – Phù Bài, cái ngã đầy kiêu mạn như đất trời mà phù phiếm trong tôi đang tung tăng dọc đường mây khói chậm lại như chiếc máy bay giảm tốc độ tìm đường băng trên bãi đáp bỗng cựa quậy như muốn tìm một chỗ dựa tinh thần hay thể chất đâu đó. Dễ vì có sẵn; nhưng khó vì không biết nó ở đâu mà nhận diện như cái tâm ai cũng có nhưng nó ở trong, ở ngoài, ở trên, ở dưới hay núp kín chỗ nào tưởng đã nằm trong ta mà tuyệt mù mất dấu. Quê hương là chùm khế ngọt, là rổ khế chua, là hoang đường hay thực tại thảy đều vắng bóng trong cái tâm trống trải của tôi lúc nầy khi tôi ra khỏi sân bay Phù Bài vào một buổi chiều Ba mươi Tết mưa lất phất bay và se se lạnh.

Quê Mẹ Huế mình đây! Đứa con xa xứ trở về "mình trần thân trụi"; chẳng có ai đón đưa giữa buổi chiều lang thang mây xám... Ngồi trên chiếc xe thồ về tới Làng thì trời đã tối. Về lại ngôi nhà thừa tự nơi tôi sinh ra và lớn lên từ thời Nhật đảo chính với tâm lý bơ vơ, trống không và ngỡ ngàng xa vắng. Tôi chẳng có gì, không mang theo gì để sẵn sàng cho hay nhận điều gì cả ngoài nỗi lòng "hoang hoải" (một từ ngữ mới toanh mà tôi mới gặp lần đầu trên máy bay) và bị chinh phục ngay. Đó là hai chữ (cụm từ?) miêu tả cảm xúc hoặc tâm trạng buồn nhớ mơ hồ trong cảnh trống trải bâng khuâng đã làm tôi liên tưởng đến một khái niệm tâm bệnh học trong tiếng Anh "wistful emptiness"!

Tôi chưa chuẩn bị tinh thần sẵn sàng để đón Tết tại vườn cũ, nhà xưa nơi làng mình. Dẫu không hé cửa ra đón thì Xuân vẫn về, Tết vẫn đến và đêm Trừ Tịch cứ khoan thai bước nhanh về phía trước.

Rồi giây phút Giao Thừa đến. Đã bao nhiêu năm, suốt cả thời kỳ tuổi trẻ, lễ đón Giao Thừa chính trong ngôi nhà thừa tự cổ kính nầy là cả một gia tài tâm lý thiêng liêng mà tôi có được bên cạnh Mẹ. Sự huyền nhiệm phút Giao Thừa dường như không tìm thấy ở các dòng văn hóa khác mà tôi đã được trực tiếp dự nhiều lần tại Mỹ, nơi có tới 140 nhóm văn hóa nhân chủng khác nhau và cả trăm "Năm Mới" theo truyền thống bản xứ. Phút Giao Thừa ở Làng và khắp cả Việt Nam trong nhiều hoàn cảnh chiến tranh, hòa bình, được mùa, thiên tai, hạnh phúc, tang thương... đều lắng đọng trong cột mốc thời gian thiên nhiên và tâm lý được thắp sáng với niềm hy vọng tha thiết trước sự ám ảnh mất mác, xui rủi sẽ qua đi theo năm cũ và an lành, hạnh phúc bừng nở theo năm mới. Cho nên, đêm cuối cùng của năm cũ bước qua năm mới còn được gọi là "đêm Trừ Tịch" mang ý nghĩa là đêm để xóa bỏ cái cũ, một thời khắc chuyển giao giữa năm cũ và năm mới. Trong quan niệm dân gian, đây là thời điểm linh thiêng, không gian và thời gian như được tái sinh.

Đúng phút giao thừa "tống cựu nghinh tân" đó, phần đông người Làng truyền khẩu với nhau chỉ dấu đề phòng, rằng là: "mèo kêu động rú, cú kêu động ma, quạ kêu người chết..." Nghĩa là trong phút giây chuyển tiếp đó, trước bàn thờ khói hương nghi ngút, nguồn âm thanh phát ra trong giờ khắc đầu tiên bước qua năm mới sẽ báo hiệu cho tình hình năm tới. Trong tín lý dân gian, khi cuộc sống bị đặt giữa hai đầu sống chết mong manh thì thông tin đồn đoán truyền miệng chẳng có căn cứ vào đâu thường mang tính thuyết phục cao hơn là thực tế. Nhưng rất may Làng tôi có chùa và khuôn hội Phật giáo nên ảnh hưởng tôn giáo có quy củ như đạo Phật thường mạnh hơn là lời đồn miệng dân gian.

Giữa dòng im ắng đêm Ba Mươi, phút Giao thừa thường được đánh thức bởi tiếng chuông chùa huyền nhiệm như thể phát ra từ những nguồn suối của tâm hồn. Tiếng đại hồng chung chùa Thiên Mụ thường nương theo sương khói từ trên đồi Hà Khê lan tỏa ra mười phương tám hướng.

Tiếng chuông chùa vào phút Giao Thừa là một biểu tượng thiêng liêng, sâu lắng, gợi lên không khí thanh tịnh, trầm mặc của xứ Huế. Khi tiếng chuông vang lên, nó như xua tan những muộn phiền, mang lại cảm giác tĩnh lặng và bình an cho tâm hồn, đồng thời khởi đầu một năm mới với hy vọng và sự an lành. Tiếng chuông vang vọng qua làng mạc, đồng nội, núi đồi, sông nước... nhắc nhở những tâm hồn chỉ dám thở nhẹ trong phút Giao Thừa đón năm mới. Không biết có vùng đất quê hương nào cũng lắng lòng nín thở đón Giao Thừa "lao đao tống cựu nghinh tân" với ước vọng con người sống an lạc, hướng đến điều tốt đẹp trong năm mới như trên quê mẹ của tôi không. Tiếng chuông ấy không chỉ là dòng âm thanh mà còn là lời nguyện cầu cho quốc thái dân an, cho mỗi người tìm thấy sự bình lặng, an nhiên phát khởi tự lòng mình giữa dòng đời đầy bon chen hối hả. Phút giao thừa ở chùa Thiên Mụ và hàng trăm ngôi chùa quanh Huế với vọng âm trầm ấm, buông thư và lắng đọng là khoảnh khắc kết nối giữa hiện tại và quá khứ, giữa con người và thiên nhiên, tạo nên một nét đẹp văn hóa, tâm linh độc đáo của xứ Huế.

Đêm nay, phút Giao Thừa nơi Làng xưa, trong căn nhà thờ tự và cũng là ngôi nhà thừa tự của đại gia đình chúng tôi bỗng ấm lên như một cơ hội quá đỗi tình cờ của cả đời tôi khó có hai lần. Giao thừa tôi chuẩn bị cho năm nay, theo tiêu chuẩn múi giờ UTC+7, cách nhà tôi ở Sacramento Cali 15 giờ sớm hơn; thế mà bỗng dưng tôi đón Giao Thừa trước một ngày. Nhìn hương chong, đèn rạng trên bàn thờ, nguồn ân tình đối với tổ tiên, tình huyết thống đối với ôn mệ và nguồn tình máu thịt ấm nồng đối với cha mẹ, anh chị em đã khuất... lòng tôi miên man như lạc vào một thế giới tình cảm không trước, chẳng sau mà hiện tiền cảm xúc. Mắt tôi mờ đi khi nhớ Mẹ mình, bà Mẹ Quê gieo neo nuôi con giữa tầm súng đạn chiến tranh. Nếu không có tiếng chuông Giao Thừa đưa tâm ý của tôi mơ hồ về một cảnh giới an nhiên đầy quán niệm thì có lẽ tôi đã khóc òa như một đứa trẻ thơ.

Quê hương ơi! Cám ơn Người, cám ơn Mạ và cám ơn tiếng chuông chùa Thiên Mụ cùng những đại hồng chung miền cổ độ đã bao năm qua vẫn còn mãi với sinh linh và sông núi:

"Hương Giang danh thắng thiên thu tại,
Thiên Mụ linh cơ vạn thế truyền."

Nghĩa Việt:

Sông Thơm cảnh đẹp nghìn năm đó,
Thiên Mụ linh thiêng mãi vẫn còn.

California, chuẩn bị đưa Giáp Thìn đón Ất Tỵ 2025

Trần Kiêm Đoàn

Top 3 nhà văn học nổi tiếng của Đức bạn nên biết

Nền văn học Đức có một sự phát triển, ảnh hưởng rất nhiều đến văn học thế giới. Trong đó, sự góp mặt về các tác phẩm lớn của những nhà văn nổi tiếng chính là điều làm nên được sự khác biệt trong văn học Đức và sức ảnh hưởng đến thế giới như vậy. Vậy, đâu là những nhà văn nổi tiếng của Đức. Hãy cùng khám phá cuộc đời và sự nghiệp của 3 nhà văn nổi tiếng của Đức dưới đây nhé!

1. Thomas Mann (1875 – 1955)

Nhà văn Thomas Mann sinh năm 1875 và qua đời năm 1955. Ông sinh ra và lớn lên ở thành phố Lubeck. Ông là con của một gia đình quý tộc quyền quý. Được biết, người cha của Thomas Mann là một nhà thương gia vô cùng giàu có. Mẹ của ông là người Bồ Đào Nha và ông có một anh trai cũng theo nghiệp nhà văn đó là Heinrich Mann.

Sự nghiệp viết lách của Thomas Mann bắt đầu từ năm ông 19 tuổi. Đây là khi ông bắt đầu viết báo, bắt đầu tự phát huy khả năng viết lách của bản thân. Ông mang trong mình phong thái hoàn toàn cao ngạo lạnh lùng của giới thượng lưu nơi thành phố xa hoa và trong một gia đình quý tộc. Điều này cũng ảnh hưởng đến phong cách văn học mà ông sáng tác.

Nhà văn Thomas Mann

Thomas Mann được biết là một nhà văn theo khuynh hướng hiện thực phê phán cực kỳ nổi tiếng. Các tác phẩm của ông chủ yếu thuật lại toàn bộ những nền văn hóa, các hiện thực cuộc sống ở đầu thế kỷ XX. chủ yếu các các tác phẩm của ông thuộc thể loại tiểu thuyết, truyện ngắn và có xu hướng giá trị nhân đạo của dân chủ tư sản. Các tác phẩm có ý nghĩa chống lại phát xít thực dân đồng thời ủng hộ tinh thần cho giai cấp vô sản và các cuộc cách mạng vô sản.

Cuộc đời của ông để lại những tác phẩm có giá trị tinh thần rất cao. Ông thuộc tầng lớp giai cấp tư sản nhưng có xu hướng bảo vệ và ca ngợi giai cấp vô sản. Các tác phẩm nổi tiếng nhất của Thomas Mann có thể kể đến đó chính là:

- Tonio Kroger ra đời năm 1903
- Núi kỳ diệu ra đời năm 1924
- Mario và tên phù thủy ra đời năm 1929

2. Heinrich Mann (1871-1950)

Nhà văn Heinrich Mann là anh ruột của Thomas Mann. Ông sinh năm 1871 tại thành phố Lubeck, mất năm 1950 tại Santa Monica.

Ông học trường Katherine Um. Nghề nghiệp đầu tiên ông làm trong đời đó là nghề bán sách trên bờ sông Elbe. sau khi kết thúc thời gian tại trường học thi ông bán sách và làm ở 1 nhà xuất bản. Sau đó thì ông theo học trường đại học ở Berlin. Từ nhỏ, Heinrich Mann luôn muốn trở thành một nhà họa sĩ tài ba. Thế nhưng đến cuối cùng thì ông lại trở thành một nhà văn lỗi lạc văn 1893.

Vào năm 1893, Heinrich Mann đã sống ở Paris sau đó chuyển về Munchen. Vào năm 1898 ông đã trở về sống cùng em trai và bắt đầu tập trung cho sáng tác nghệ thuật. Vào năm 1925 ông đã sống ở Berlin và ông làm chủ tịch viện hàn lâm nghệ thuật Phổ. Tuy nhiên cho đến năm 1933 ông đã bị khai trừ khỏi viên hàn lâm. Trở lại Mỹ sống vào năm 1940.

Ông là nhà văn có xu hướng chống lại phát xít Đức. Những trang văn của ông đều hướng đến cổ vũ cho tinh thần của giai cấp tầng lớp dân chủ vô sản. Ông có thiên hướng về hòa bình và niềm tin vào những điều tốt đẹp trong tương lai. Các tác phẩm của ông đều chủ yếu về vấn đề trí tuệ. Không những thế, tư tưởng quyền lực cũng chiếm 1 phần không nhỏ trong các tác phẩm của ông. Tiểu thuyết Ở xứ sở những kẻ ăn không ngồi rồi ra đời năm 1900 là tác phẩm đáng đọc của nhà văn Heinrich Mann.

Nhà văn Heinrich Mann

3. Hermann Hesse(1877 – 1962)

Nhà văn Hermann Hesse

Nhà văn Hermann Hesse sinh năm 1877 và mất năm 1962. Ông là một trong những nhà văn hiện thực phê phán lớn của nền văn học nước Đức những năm tháng của thế kỷ thứ XX.

Cha của nhà văn Hermann Hesse là một nhà truyền giáo Ấn Độ và mẹ của ông là con gái của nhà truyền giáo. Chính vì thế, có thể nói con người Hermann Hesse mang tư tưởng giáo phái cực kỳ sâu đậm. Ông từ nhỏ đã đọc rất nhiều sách, đặc biệt là sách về các giáo phái. Chính sự pha trộn văn hóa của gia đinh, cha mẹ đã làm nên một tâm hồn chuyển đổi và kết hợp phong cách Đông Tây của nhà văn Hermann Hesse.

Cuộc sống tuổi thơ của nhà văn Hermann Hesse cũng chính là một trong những yếu tố làm ảnh hưởng vô cùng nhiều đến tác nội dung tác phẩm mà Hermann Hesse sáng tác. Các tác phẩm của Hermann Hesse luôn mang nét gì đó rất yên bình, rất nhẹ nhàng nhưng lại đi vào lòng người một cách sâu lắng khó quên.

Năm 1892 ông đã bắt đầu làm nghề buôn sách. Năm 1904, ông đã sống ở bờ hồ được ví như viên ngọc của nước Đức đó là: Bodensee. Tại đây đã cho ra đời rất nhiều tác phẩm văn học để đời và chuyên nghiệp.

Hermann Hesse chính là một nhà văn đại diện cho nền văn học nhân đạo của Đức. Ông sáng tác những tác phẩm mang nỗi buồn lãng mạn nhưng chứa đựng những tư tưởng nhân văn sâu sắc, nhìn xa trông rộng. Các tác phẩm của ông luôn hướng đến ước mơ, hướng đến thế giới đẹp đẽ mà con người ta hằng mơ ước.

Hermann Hesse đã nhận giải thưởng Nobel về văn học nghệ thuật vào năm 1946. Một số những tác phẩm tiêu biểu của nhà văn này có thể kể đến như:

- Knulp (1915)
- Getrud (1910),
- Demian (1919)
- Narziss và Goldmund (1930),….

Trên đây là cuộc đời, sự nghiệp của 3 nhà văn nổi tiếng nước Đức mà bạn có thể tham khảo qua. Với những ai theo học chuyên ngành văn học nghệ thuật tại Đức không nên bỏ qua những tên tuổi nhà văn này đâu nhé!

Trang thơ Hoài Thu Trần

Chiếu Rượu

Thau rượu có gì nơi đáy thiếc?
Vâng, có rất nhiêu tình nghĩa anh em
Đêm ở núi chỉ một vầng trăngkhuyết
Nhưng rượu thì nồng. ấm cà con tim
Ta cũng hiểu ta không là rượu sĩ
Cũng nốc vào những cốc rươu chuyền tay
Có một lúc ta ngừng không uống nổi
Tiếng cười dòn chế nhạo vẳng bên tai
"Ai cõng ông thây lúc ông bị thương ?"
Như thăng Luông cõng cứu thằng Hường
Để rồi trúng đạn nằm đôi bạn
Sóng soải bên nhau giữa chiến trường
Thau lên, rượu đế, chuyền nhau uống
Uống cả tình, và uống cả vàng trăng
50 năm sau, bỗng thấy mình muốn khóc
Giữa căn phòng trơ trọi lặng câm

Hai nhà thơ độc đáo xứ Huế bị quên lãng

Hai nhà thơ đó là:

- Phương Xích Lô

- Hoàng Hương Trang

Phương Xích Lô với thi phẩm Chở Gió. được xuất bản sau khi anh nằm xuống trong hoàn cảnh khốn cùng, Anh làm rất nhiều - hàng ngàn bài- nhưng Chở Gió chỉ dày 56 trang (32 tờ).

Hoàng Hương Trang thì có thi phẩm Túy Ca. Một hiện tương văn học độc đáot. Vì không có nhà thơ nữ nào làm thơ về rượu, về nhưng cơn say đồng thiếp. Tập tthơ cũng mõng 64 trang.

Chúng tôi đã in lại cách đây 15 năm. Giờ đang chuẩn bị tái bản thêm một làn nữa với bìa cứng. Giáy rất đẹpdùng để in tiểu sử hoặc láng bóngđể tặng biếu không.

Trích thơ
Phương Xích Lô:

Xích Lô Hành

Ta xích lô hề! Người xích lô
Từ đây thôi phải đạp xe thồ
Trước chơi hai bánh chừ ba bánh
Trước chở một cô chừ bốn cô
Gác cẳng chờ hàng bên bãi vắng
Dựa lưng đợi khách dưới cây to
Dù sao cũng phải còng lưng đạp
Còn ở trong ngành vận tải thô.
Ngươi xích lô hề! Ta xích lô
Về đây sau những chuyến giang hồ
Thợ không ra thợ vì cô thế
Thầy không nên thầy bởi lỡ cơ
Trí dở dở khi say khi tỉnh
Hồn ương ương lúc thực lúc mơ
Rơi xuống cuộc đời không chao đảo

Vững vàng ba bánh đỡ: xích lô.
Ngươi xích lô hề! Ta xích lô
Cũng là thi sĩ cũng làm thơ
Thơ không giúp được ngươi cơm áo
Thơ chẳng giúp gì ta cháo hồ
Làm một trăm bài đều mộng mị
Đăng vào tờ báo cũng hư vô
May mà nhờ đạp xích lô ấy
Giàu không giàu nhưng chẳng xác xơ.
Ta xích lô hề! Ngươi xích lô
Ráng cho xong hết một đời phu
Chở bao đau thương về nghĩa địa
Chở những hạnh phúc đến tuổi thơ
Ngó xuống thua chia loài giun dế
Trông lên hơn hẳn lũ công cò
Dù sao mình cũng còn lương thiện
Ngươi xích lô! Ta xích lô

- Hoàng Hương Trang":

Say nhớ cố nhân

Chén này say nhớ anh xa
Chén này để gọi nhau là cố nhân
Chén đầy soi mặt tần ngần
Chén vơi thăm thẳm mộ phần đấy ư ?

Trí tuệ nhân tạo - AI

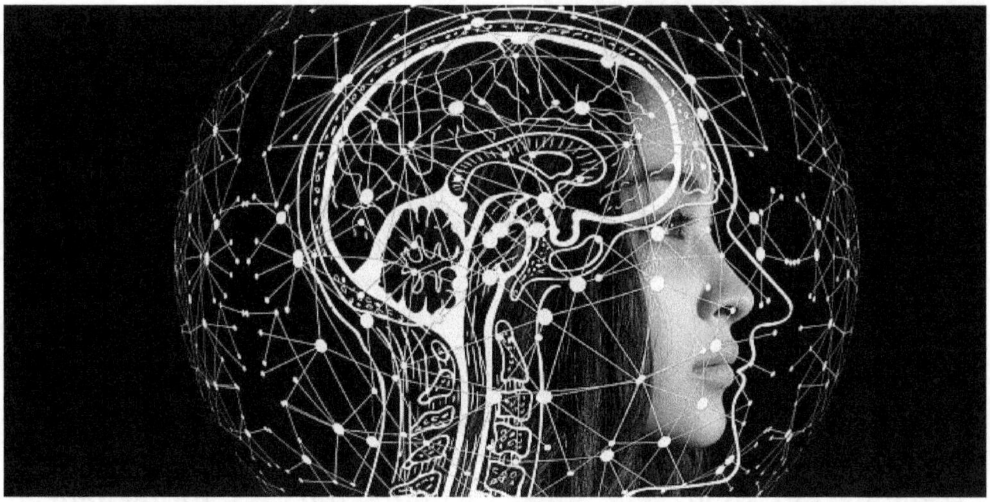

Trí tuệ nhân tạo không thể thay thế con người từ một chữ Tâm

Hãy tận hưởng cuộc sống
bằng cách kết nối được CÁI TÂM và TRÍ TUỆ
Bao gồm những cảm xúc và trực giác
chỉ có nơi con người
Nhưng đừng bám chặt
khái niệm chết cứng được dưỡng nuôi(1)
Vì chúng chẳng phải là bản chất thật của bạn !
Cuộc đời là vòng xoáy giữa tĩnh và động vô tận
Là những dãy mây tan hợp không ngừng
Mọi thứ phụ thuộc vào nhau,
hoà điệu kỳ diệu vô cùng
Như câu nói "TẤT CẢ LÀ TA, TA LÀ TẤT CẢ"
Phải luyện cho mình một nhân cách tốt, thuần nhã
Để trở thành "trí tuệ chân thật" cần nền tảng từ Tâm
Ứng xử sao cho đẹp
với người xung quanh cũng như chính bản thân
Biến từng tương tác trở thành cơ hội để học hỏi
Để chia sẻ và để cùng phát triển không mệt mỏi
Giao tiếp nhau bằng sự tôn trọng và chân thành
Hy vọng tâm hồn "bằng đá", cỗ máy"
cũng có thể "nở hoa lành"
Trí tuệ nhân tạo ngày nào đó, càng kết nối sâu sắc

Về Già

1. Về già, là khi ta có một đôi mắt mờ đi nhưng lại nhìn cuộc đời rõ hơn trước. Vì có những thứ không thể nhìn bằng mắt thịt, và cũng có những điều không thể nghe bằng tai trần.

2. Về già, là khi đôi chân mỏi mệt khi đã bị kéo lê gần hết quãng đường đời nhưng khi ngoái đầu lại ta dường như mới là đứa trẻ ngày hôm qua. Bây giờ ta bước chậm hơn trước, chắc hơn trước và cũng trân trọng hơn từng cái chạm đất, vì có thể ngày mai ta không còn bước đi được nữa.

3. Về già, là khi ta dùng đôi tai điếc của mình để nghe thiên hạ đang xôn xao về chuyện đời và ta biết rằng hơn một nửa trong số ấy không là thật. Bây giờ, âm thanh êm dịu duy nhất chỉ có tiếng chim, tiếng gió và những âm thanh còn **đọng lại trong lòng ta, của những người ta từng trân quý nhưng bây giờ không còn thể gặp lại nữa.**

4. Về già, là khi ta nhận ra rằng ta đã may mắn như thế nào khi từng được hít thở không khí một cách thoải mái, vì bây giờ, mỗi hơi thở là một thước đo của sự sống. Ta thở ra nhưng ta không thể biết có thể hít vào một lần nữa được hay không?

5. Về già, là khi những người tri kỷ ta còn ngồi lại cùng ta hoài niệm về một thời xa xưa, tuy là không nhiều. Âu đó cũng là quy luật tự nhiên, khi ta không còn giá trị, những bằng hữu sẽ rời xa ta, người còn ở lại nhất định ta phải trân quý.

6. Về già, là khi ta nếm đủ ngọt bùi đắng cay của cuộc đời. Những thứ làm ta say đắm ngẫm lại vui sướng không là bao nhưng đau khổ lại rất nhiều. Có những thứ ta cứ tưởng nắm chặt trong tay rồi thì ngày mai lại trôi đi mất. Cuộc đời như một trò đùa mộng mị mà người chơi phải trả bằng cả tuổi thanh xuân của mình, bây giờ ngẫm lại chỉ toàn là hối tiếc...

7. Suốt đời quý nhất cũng chỉ là hai tiếng bình yên. Hạnh phúc cũng không phải là điều gì quá xa vời, nhưng có những người gần lúc cuối đời mới nhận ra được điều đó... !!!

Trong nguy khốn, lời cầu nguyện của ai sẽ được đáp trả?
Victor Hugo, nhà văn nổi tiếng của nước Pháp đã từng nói: ***"Trên thế giới, thứ rộng lớn nhất là đại dương, nhưng thứ rộng lớn hơn đại dương lại là bầu trời. Mà thứ rộng lớn hơn cả bầu trời lại chính là lòng người".***
Ở đời, lương thiện chính là tài sản quý giá nhất mà mỗi người cần phải tích lũy. Làm người tốt chính là mục tiêu đáng để nỗ lực, bởi nó không bao giờ là thua thiệt...

KÝ SỰ

VỀ THĂM LẠI XỨ CHUỘT TÚI

Kangaroo biểu tượng của nước Úc đấm đá nhau tơi bời

1 –MELBOUNE CÓ GÌ LẠ KHÔNG EM ?

Chuyến bay của hảng Fiji airway bay từ San Francisco qua Melbourne Australia ghé phi trường quốc tế Nadi nghỉ ngơi thêm 3 tiếng , rồi bay thêm 5 tiếng nữa mới tới Melbourne ,tổng cọng giờ bay sang Úc khoảng 15, 16 tiếng. Fiji gồm những đảo nhỏ nằm trên thái bình dương ,thủ đô là Suva,dân số khoảng 1 triệu. Các tiếp viên hàng không da ngâm ngâm đen người gốc Polynésia lăng xăng chạy tới chạy lui thăm hỏi mời mọc hành khách suốt đêm , thức ăn , thức uống cũng hơi nghèo . Tiếng nói vang lên cuả cơ trưởng : sắp tới Nadi rồi !

Nadi là tên của phi trường nhưng họ lai phát âm bằng chữ Nạ đi , tôi liên tưởng có 1 chút gốc gác nào đó ở miền Bắc quê bọ cuả mình !

ACE y khoa mình nhất là mấy bạn có thú vui đánh Golf , du lịch qua đây sơn thủy hửu tình ,mại dô !

Cờ Fiji

Non xanh nước biếc

Melbourne đây rồi !

Năm năm rồi không gặp

Cảnh xưa vẫn như củ

Sân ga Ginifer

Tiếng còi tàu nhung nhớ

Tôi đã đi tàu nớ

Nhiều lần mấy năm qua

Mấy cháu lớn như thổi

Taekwondo thật là vui

i

2 cháu nội với đai vàng Taekwondo

City có vài nơi

Cờ vàng bay phấp phới

Lòng tôi thật bồi hồi

Nhớ nhà quá đi thôi

2 – Gâp lại bạn hiền

Năm năm rồi tôi mới trở lại Melbourne , ghé bạn hiền Nguyễn Diêu chơi, vợ chồng Diêu vẫn như lúc trước không già đi chút nào. Hỏi ông bà có bí quyết nào để giữ mải không già. Nó nói : tao có 4 cái không và 1 cái có , chắc mi theo không nổi đâu . 4 không : không hút thuốc , không uống rượu ,không uống cà phê , không uống trà . 1 có : (casino)

Buổi sáng tới nhà chơi , chị Diêu cho ăn1 tô phở tái vè dòn rất ngon , ra vườn , năm nay Diêu sẻ giàu to , tha hồ ACE y khoa Huế nhà mình qua Úc chơi tới nhà bạn Hiền chơi uống rượu thoải mái, nhớ đem theo rượu vì bạn mình không uống rượu , vì mình phát hiện mấy cây vạn tuế nhà bạn mình nở hoa rất đẹp ,thêm 1 chuyện lạ là có ra trái sum sê hình như hột mít , mình chưa thấy bao giờ , rất hiếm có , mấy ông coi bói nói ai có sẻ giàu to ! không thua Elon Musk , đừng quên bọn mình bạn hiền nghe.

Cây vạn tuế ra trái

3 - Crown casino ngày trước

Crown casino nguy nga đẹp tuyệt trần của Melbourne

2 nàng kiều bên dòng sông Yarra thơ mộng

Crown casino ngày naim lìm trướng rủ màn che

Hai bạn YKH (1 là y sĩ đại úy Hải quân thường bay theo cánh chim biển , 1 là y sỉ đại úy BĐQ sát , không hẹn mà gặp nhau , 2 ta cùng nhau thả hồn trên máy kéo của Crown Casino)

Lơ thơ khách vảng lai

Lác đác khách chơi bài

Đó đây là trống vắng

Casino xưa số một

Sao hôm nay thế nầy !

4 – Nói chuyện vui ở Melbourne

Nếu bạn ở Úc hay ở Melbourne nói riêng, bạn vô thưởng thức mấy quán ăn ngon nhất nhì mấy năm về trước , bây giờ hầu hết đề có chủ mới người Hà Nội , thành thử bạn không còn ý định đi ăn Phở bắc ở Hà Nội , mà ở đây bạn ăn Phở có lẻ ngon hơn Hà nội , vì chủ nhân những quán hàng ngon nhất ở đất bắc đã qua định cư ở đây rồi

Tôi xin giới thiệu :

- Phở Sắc - Nói đến phở ngon nhất của người Việt ở ÚC ở Melbourne phải nói đến phở Sắc ở ST Albans

Cách đây 5 năm phở mới khai trương chủ nhân có lẻ là 1 người nghiên cứu phở quá sành điệu vá có trình độ ,vào ăn phở đã thấy ngon , không khí giống Hà nội , giống phở Thăng Long ngày trước , trên tường chủ nhân đả viết mấy câu như sau :" Phở is a very delicate dish that has been around for a long time and has lots of different flavor.The main ingredients of Phở include fragment rice noodles thinly slices bee and a delicate of beef stock cooked with ginger , cinnamon , all served into a bowl of Phở with

Herbs the broth has an amber color and a light aroma , so it is " quầy"

A long a very golden brown deep fried strip of dough and other spices such as vinegar , chili ,and fresh lemon , phở aroma is very attractive to people to eat nothing is more appealing than a bowl of hot Phở in a cold winter morning before getting to work…Phở that cannot be enjoyed three times a day is not delicious…

Tạm dịch : Phở là một món ăn rất tinh tế đã có từ lâu và mang rất nhiều những hương vị khác nhau. Tuy nhiên thành phần chính cuả Phở bao gồm bánh phở còn thơm phảng phất mùi thơm của gạo ,nước dung cò mùi thơm từ gừng , quế , hồi , và thảo quả thoang thoảng trong nước hầm xương đúng cách cho vị ngọt tinh tế !..

Chủ nhân nỗ hơi quá : " Phở mà không ăn 3 bát phở 1 ngày thì không phải là phở ngon "

5 năm trước Phở Sắc mới khai trương ,tôi có mở hàng 1 tô , năm nay tôi cũng khai vị 1 tô, rất ngon ,nhưng nói như chủ nhân ăn hết 3 tô là phở ngon thì tôi chào thua vì qua tô thứ 2 tôi cả thấy phở thành"

Không thấy ngon "

Ngày xưa ăn Phở - tiền thân của Phở Sắc

- Chuyện chưa kể về Phở

Ở Úc mọi dịch vụ ăn uống , ngay cả chơi bài ở casino cũng không cho tiền Tip , nên cách phục vụ cũng khác . Có 1 tiệm Phở gần nhá , bảng hiệu đề là " Phở ngon " trong khi chờ đợi Bà Xả đi shopping, tôi vô tiệm Phở kéo ghế ngồi, chờ 15 phút , không ai hỏi mi tao. Tôi buột miệng kêu :I want 1 tô phở ngon, please. Bà chủ lạch bạch đi ra vẻ mặt lạnh lùng : ăn phở gì ? rồi bà lạnh lùng đi vô , rồi lạnh lùng bưng tô phở đi ra , Phở ngon thiệt ! đến khi tính tiền, bà ở trong quầy hàng nói 1 câu rất ngắn gọn : seventeen .Từ đó tôi đặt tên tiệm phở , là phở lạnh lùng. Nghỉ củng phải là do ở Úc không có tiền Tip ! mình có ưng cho Tip cũng không biết cho bằng cách nào !

PHỞ NUNG

Một tiệm Phở ở Melbourne rất ngon, gốc ở Hà nội vừa mới khai trương có cái tên là Phở Nung , chữ nầy tên nghe rất lạ , kêu kiểu nào cũng được , phở nấu rất ngon , hương vị đậm đà , Phở Nung (tôi tự đặt tên : Phở nựng hay là Phở yêu : cho anh nựng (yêu em một chút) ở đường 6530 Little Collins st , Melbourne .Khách hàng vô ra rầm râm chen chân không lọt. Khen cho chủ nhân đặt tên phở rất hay có nhiều ý nghĩa !

5 -Một chiều ở City

Shipper và thùng hàng Bên tàu điện

City Melbourne nườm nượp khác bộ hành , những tramway ngược xuôi đón khách ,những shipper trong bộ đồ bảo vệ đủ màu sắc vun vút chạy

tới chạy lui cùng đường với tàu điện chở những kiện hàng gọn gàng ở sau xe . Ở các ngã tư khách qua đường khi nghe tiếng kêu pạch pạch như những nốt nhạc quyến rủ nghe rất vui tai.. Những toà nhà chọc trời. Những hàng cây mùa thu là vàng rơi lả tã ! chao ơi Melbourne đẹp vô ngàn và đáng sống biết bao !

Tạm chia tay Melbourne

Thư của cháu gái Katherine 15 tuổi

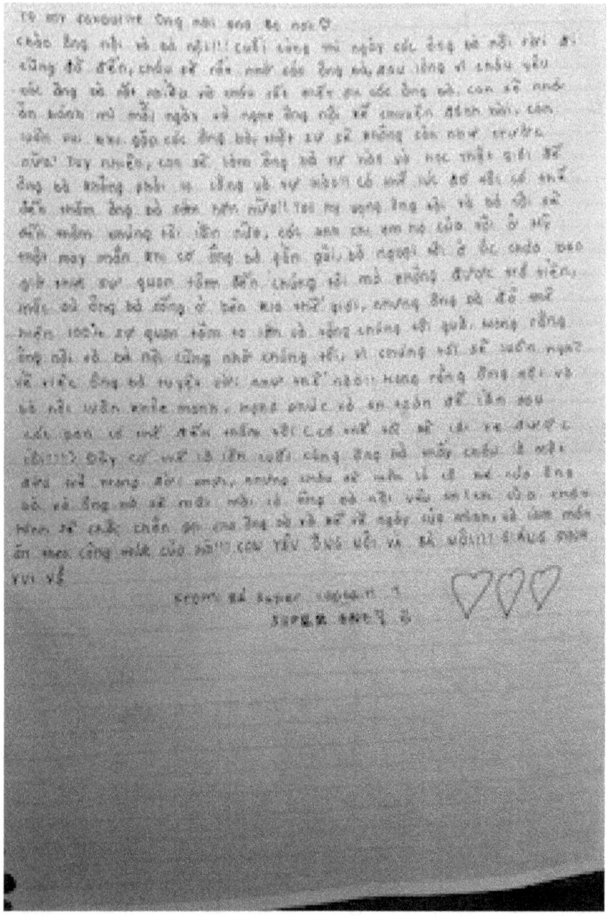

học lớp 10 Úc và chưa qua trường lớp tiếng Việt nào !

To my favori

te Ông nội and Bà nội

Chào ông nội và bà nội !!!

Cuối cùng thì ngày các ông bà nội rời đi cũng đã đến, cháu sẽ rất nhớ các ông bà, đau lòng vì cháu yêu các ông bà rất nhiều và cháu rất biết ơn các ông bà, con sẽ nhớ ăn bánh mì mỗi ngày và nghe ông nội kể chuyện đánh bài, con luôn vui khi gặp các ông bà, thục sự sẽ không cò như trước nửa ! Tuy nhiên, con sẽ làm ông bà nội tự hào và học thật giỏi để ông bà không phải lo lắng và tự hào !! có thể lúc đó tôi có thể đến thăm ông bà sớm hơn nữa !! Tôi hy vọng ông nội và bà nội sẽ đến thăm chúng tôi lần nữa, các anh chị em họ của tôi ở Mỷ thật may mắn khi có ông bà gần gủi…

Horoo ! good bye our cháu !

Ký sự vui 1 tháng đi Melbourne

1/1/2025 BS Trần quý Trâm

TRUHERBS USA®
bio-pharma

SALE... SALE... SALE...

Công ty Truherbs hân hạnh giới thiệu

LINH CHI GANO 5 IN ONE

(Tổng hợp 5 loại nấm Linh Chi)

Hầu hết các loại linh chi là từ cùng một loài - Ganoderma lucidum - nhưng trong điều kiện phát triển khác nhau Reishi sẽ sản xuất một loạt các hợp chất hoạt tính trong y học khác nhau. Những điều kiện sinh trưởng khác nhau thay đổi màu sắc của cơ thể trái cây từ Red vào sắc thái của màu tím, thậm chí chuyển màu tất cả các cách để một màu đỏ sâu đến nỗi nó trông đen.

Đây là các loại mạnh nhất (và hiếm nhất!) Đã được sử dụng trong TCM trong suốt nhiều thế kỷ của hệ thống y tế cổ xưa này.

! GanoLINHCHI ™ là một Full Spectrum Mycoproduct, với tất cả sự chống vi khuẩn, chống virus, điều chỉnh miễn dịch, điều chỉnh huyết áp tự nhiên và tất cả sức khỏe có giá trị cho các thuộc tính khác mà Linh Chi đã được biết đến trong suốt lịch sử lâu dài của nó. Chưa bao giờ trong lịch sử của nhân loại đã có được bất kỳ sản phẩm Reishi mạnh này - hoặc có giá trị này - và bây giờ đã có này đi kèm trong một chai 90 viên nang, chứa 500 mg của

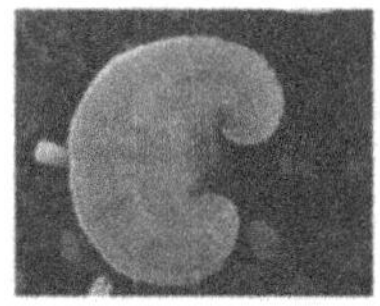

Hoàng Chi

Thanh Chi

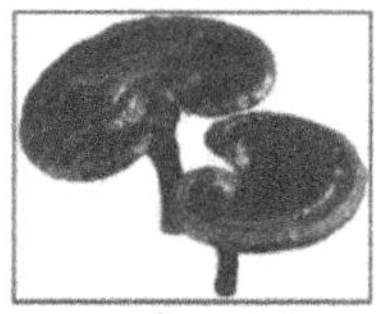

Hắc Chi

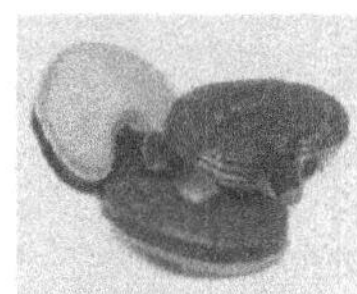

Hồng Chi

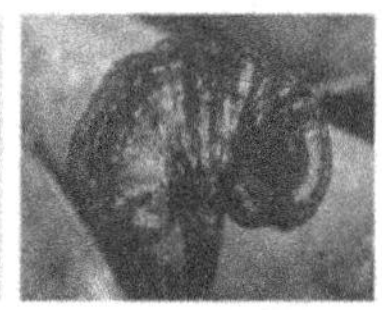

Tử Chi

Linh Chi/- Thanh chi (xanh) vị toan bình. Giúp cho sáng mắt, giúp cho an thần, bổ can khí, nhân thứ, dùng lâu sẽ thấy thân thể nhẹ nhàng và thoải mái.

- Xích chi hoặc Hồng chi (đỏ), có vị đắng, ích tâm khí, chủ vị, tăng trí tuệ.
- Hắc chi (đen) ích thận khí, khiến cho đầu óc sản khoái và tinh tường.
- Bạch chi (trắng) ích phế khí, làm trí nhớ dai.
- Hoàng chi (vàng) ích tì khí, trung hòa, an thần.
- Tử chi (tím đỏ) bảo thần, làm cứng gân cốt, ích tinh, da tươi đẹp.

TRUHERBS USA®
bio-pharma

ĐẠI LÝ TRUHERBS

Chuyên viên tư vấn
Amy Ngọc: 916 230 6172

- TAMMY Tel: 408-420-1042
- THANH Tel: 916-267-5680
- Angels Beauty (khu Grand Mall Sanjose) Tel: 408-297-1688
- Tina Thanh Tel: 916-267-5680
- Hao Nguyen MN Tel: 612-790-5846
- HONG PHAT GIFTSHOP Tel: 972-495-0282 / 214-470-0223
- AV-DIRECK Tel: 714-829-8224
- MY TIEN Tel: 916-743-1447
- HONG PHUC Tel: 916-266-1430
- KIM THANH Tel: 408-420-1042

FDA REGISTRATION 10194727946

FSSC 22000

ISO22000 JQA-F30007

GMP

Natural Products Association

GMP Japan Certificate

100% NATURAL INGREDIENTS

GMO Free

Gluten Free

Người mẫu ảnh: Amy Ngân

Dầu bạc hà Nhật Bản để trị liệu bằng hương thơm

Bạc hà Nhật Bản đã trở thành một loại Tinh dầu trị liệu bằng hương thơm được yêu thích rộng rãi. Hương thơm của bạc hà thanh mát và trong trẻo với vị ngọt nhẹ tinh tế bay bổng và đầy cảm hứng.

Tạo trải nghiệm độc đáo của riêng bạn bằng cách pha trộn , Dầu Bạc hà Nhật Bản với các chất cần thiết khác để nâng cao thói quen Trị liệu bằng hương thơm của bạn. Dầu Bạc hà có thể được thêm vào bồn tắm hoặc vòi hoa sen của bạn để có trải nghiệm như ở nhà, spa hoặc thêm vào chất khác để tạo ra Dầu xoa bóp gợi cảm. Bạn cũng có thể sáng tạo bằng cách thêm nó vào các dự án DIY của mình, như làm xà phòng, nến và các sản phẩm chăm sóc cá nhân khác!

Tinh dầu bạc hà Nhật Bản là gì?

Dầu bạc hà Nhật Bản có nguồn gốc từ chiết xuất của cây bạc hà Nhật Bản. Những loại bạc hà này là cây bản địa của Nhật Bản nhưng cũng phổ biến ở các khu vực khác của Châu Á, Châu Âu và Nam Mỹ.

Cây bạc hà lâu năm phát triển cao đến 60 cm với hoa chớm nở màu tím nhạt chủ yếu nở vào giữa tháng 6 và tháng 8. Lá là nơi chiết xuất các chất dinh dưỡng thực vật của loài cây này.

GLUTEN FREE — PARABEN FREE

100% PURE & NATURE

ĐẠI LÝ TRUHERBS

TRUHERBS USA bio-pharma

Chuyên viên tư vấn
Amy Ngọc: 916 230 6172

- TAMMY Tel: 408-420-1042
- THANH Tel: 916-267-5680
- Angels Beauty (khu Grand Mall Sanjose) Tel: 408-297-1688
- Tina Thanh Tel: 916-267-5680
- Hao Nguyen MN Tel: 612-790-5846
- HONG PHAT GIFTSHOP Tel: 972-495-0282 / 214-470-0223
- AV-DIRECK Tel: 714-829-8224
- MY TIEN Tel: 916-743-1447
- HONG PHUC Tel: 916-266-1430
- KIM THANH Tel: 408-420-1042

Ingredient: Pure Lemon Eucalyptus Oil (Corymbia Citriodora).
Directions: Enjoy the benefits of pure essential oil for massage or in your bath. For massage, dilute at a recommended rate of 5 drops of essential oil to 10mL.
TRUHERBS USA
www.truherbsusa.com
Full Spectrum
TINH DẦU CHANH - BẠCH ĐÀN
Corymbia Citriodora
Lemon Eucalyptus Oil
PURE ESSENTIAL OIL
100% PURE
0.51 FL. OZ. (15 mL)
WARNING: Dilute in a carrier oil. Do not use directly on skin or apply to broken or irritated skin. Keep out of reach of children. Keep oils away from eyes. If you are pregnant, nursing, taking any medications or have any medical condition, consult your doctor before use. Discontinue use and consult your doctor if any adverse reactions occur. Keep oils away from hard surfaces and finishes.
GC/MS
Made in USA
ALL NATURAL
Ingredient: Pure Lemongrass Oil.
Directions: Enjoy the benefits of pure essential oil for massage or in your bath. For massage, dilute at a recommended rate of 5 drops of essential oil to 10mL.
TRUHERBS USA
www.truherbsusa.com
Full Spectrum
TINH DẦU SẢ
Lemongrass Oil
PURE ESSENTIAL OIL
100% PURE
0.51 FL. OZ. (15 mL)
WARNING: Dilute in a carrier oil. Do not use directly on skin or apply to broken or irritated skin. Keep out of reach of children. Keep oils away from eyes. If you are pregnant, nursing, taking any medications or have any medical condition, consult your doctor before use. Discontinue use and consult your doctor if any adverse reactions occur. Keep oils away from hard surfaces and finishes.
GC/MS
Made in USA
ALL NATURAL
Ingredient: Purified Water, Lightweight Bulgarian Rose Floral Water (Rosa damascena).
Directions: Mist directly onto your face and neck, or add a few drops to your favorite daily moisturizer and apply to clean skin to act as a gentle toner. Spritz into your hair or onto your face any time you need a refreshing "pick-me-up" throughout the day. Avoid contact with eyes when spraying mist on to face.
TRUHERBS USA
www.truherbsusa.com
Rosa Damascena
REFRESHING MIST TONER
Rose Water
BULGARIAN
100% PURE
2 FL. OZ. (59 mL)
WARNING: For external use only. Do not ingest. If you have sensitive skin, dilute further in base oil or additional water before applying to skin. Avoid contact with eyes. Do not apply to broken or irritated skin or areas affected by rashes. Discontinue use and consult your doctor if any adverse reaction occur. If you are pregnant, nursing, taking any medications or have any medical condition, consult your doctor before use. Store in a cool, dry place out of direct sunlight. Do not use on children or animals. Keep out of reach of children.
Topical Skin Care
Made in USA
ALL NATURAL
Ingredient: Japanese Eucalyptus Oil.
Directions: Enjoy the benefits of essential oil for massage or in your bath. For massage, dilute at a recommended rate of 5 drops of essential oil to 10mL.
TRUHERBS USA
www.truherbsusa.com
Full Spectrum
TINH DẦU KHUYNH DIỆP
Eucalyptus Oil
PURE ESSENTIAL OIL
100% PURE
0.51 FL. OZ. (59 mL)
WARNING: Dilute in a carrier oil. Do not use directly on skin or apply to broken or irritated skin. Keep out of reach of children. Keep oils away from eyes. If you are pregnant, nursing, taking any medications or have any medical condition, consult your doctor before use. Discontinue use and consult your doctor if any adverse reactions occur. Keep oils away from hard surfaces and finishes.
Made in USA
ALL NATURAL
Ingredient: Jasmine oil with other fragrances (synthetic).
Directions: Enjoy the benefits of pure essential oil for massage or in your bath. For massage, dilute at a recommended rate of 5 drops of essential oil to 10mL.
TRUHERBS USA
www.truherbsusa.com
Full Spectrum
TINH DẦU HOA NHÀI
Jasmine Oil
PURE ESSENTIAL OIL
100% PURE
0.51 FL. OZ. (15 mL)
WARNING: Dilute in a carrier oil. Do not use directly on skin or apply to broken or irritated skin. Keep out of reach of children. Keep oils away from eyes. If you are pregnant, nursing, taking any medications or have any medical condition, consult your doctor before use. Discontinue use and consult your doctor if any adverse reactions occur. Keep oils away from hard surfaces and finishes.
GC/MS
Made in USA
ALL NATURAL
Ingredient: 100% pure lavender oil. Lavandula angustifolia
Directions: Enjoy the benefits of pure essential oil for massage or in your bath. For massage, dilute at a recommended rate of 5 drops of essential oil to 10mL.
TRUHERBS USA
www.truherbsusa.com
Full Spectrum
TINH DẦU HOA OẢI HƯƠNG
LAVENDER OIL
PURE ESSENTIAL OIL
100% PURE
0.51 FL. OZ. (15 mL)
WARNING: Dilute in a carrier oil. Do not use directly on skin or apply to broken or irritated skin. Keep out of reach of children. Keep oils away from eyes. If you are pregnant, nursing, taking any medications or have any medical condition, consult your doctor before use. Discontinue use and consult your doctor if any adverse reactions occur. Keep oils away from hard surfaces and finishes.
GC/MS
Made in USA
ALL NATURAL
WARNING: Dilute in a carrier oil. Do not use directly on skin or apply to broken or irritated skin. Keep out of reach of children. Keep oils away from eyes. If skin sensitivity occurs, discontinue use. If you are pregnant, nursing, taking any medications or have any medical condition, consult your doctor before use. Discontinue use and consult your doctor if any adverse reactions occur. Keep oils away from hard surfaces and finishes.
TRUHERBS USA
www.truherbsusa.com
Full Spectrum
TINH DẦU QUẾ
Cinnamon Oil
PURE ESSENTIAL OIL
100% PURE
2 FL. OZ. (59 mL)
Ingredient: Cinnamon Oil (Cinnamomum zeylanicum).
Directions: Enjoy the benefits of essential oil for massage or in your bath. For massage, dilute at a recommended rate of 5 drops of essential oil to 10mL.
Made in USA
ALL NATURAL
WARNING: Dilute in a soap, deodorant, or other personal care products. Do not apply to broken or irritated skin. If skin sensitivity occurs, discontinue use. If you are pregnant, nursing or taking any medications, consult your doctor before use. Discontinue use and consult if any adverse reactions occur. Keep out of the reach of children. Keep oils away from eyes.
Made in USA
ALL NATURAL
TRUHERBS USA
www.truherbsusa.com
Full Spectrum
TINH DẦU ĐINH HƯƠNG
100% PURE
Clove Oil
PURE ESSENTIAL OIL
2 FL. OZ. (59 mL)
The miracle recipe to relieve toothache!
Ingredient: Fragrance oil.
Directions: Enjoy the benefits of fragrance oil in candle making, incense, potpourri, soaps, deodorants, and other bath and body products.
Công thức thần kỳ để giảm đau răng, giảm hôi miệng, hơi thở thơm tho.

www.ingramcontent.com/pod-product-compliance
Lightning Source LLC
LaVergne TN
LVHW082035051026
849532LV00011B/3370